D1763412

# மதிகெட்டான் சோலை

**சரவணன் சந்திரன்**

சரவணக்குமார் என்கிற இயற்பெயரைக் கொண்ட, தொழில்முறை ஹாக்கி விளையாட்டு வீரரான இவர் சென்னை கிறித்துவக் கல்லூரியில் இளங்கலை தமிழ் படித்தவர். மதுரை, தேனி, கோவில்பட்டி எனப் பல ஊர்களைச் சொந்த ஊராகக் கொண்ட இவர் தற்போது சென்னையில் வசிக்கிறார். ஆறாம் திணை, மின்தமிழ், காலச்சுவடு, இந்தியா டுடே போன்ற அச்சு மற்றும் மின் ஊடகங்களில் பணிபுரிந்த இவர் கடந்த பத்தாண்டுகளுக்கும் மேலாக காட்சி ஊடகத்தில் பணிபுரிந்திருக்கிறார்.

விஜய் டீவி, ஜீ தமிழ் போன்ற காட்சி ஊடகங்களில் பல்வேறு நிகழ்ச்சிகளில் பல்வேறு பொறுப்புகளில் இருந்திருக்கிறார். ஜீ தமிழில் ஒளிபரப்பாகி வரும் 'சொல்வதெல்லாம் உண்மை' நிகழ்ச்சியைத் துவக்கியவரும் இவரே. அதன் இயக்குநர் பொறுப்பில் இருந்த இவர், தமிழ் தி ஹிந்து, உயிர்மை, ஆனந்த விகடன், மின்னம்பலம் உள்ளிட்ட பல்வேறு பத்திரிகைகளுக்கு கட்டுரைகளும் எழுதி வருகிறார். அச்சு ஊடகம், மின் ஊடகம், காட்சி ஊடகம் என ஊடகங்களின் பல்வேறு வகைகளிலும் இவரது பங்களிப்பு இருந்திருக்கிறது என்பது குறிப்பிடத்தக்கது.

சென்னையில் நவநாகரிக மீன் அங்காடியகம் ஒன்றையும் கடந்த பத்தாண்டுகளாக நடத்திவருகிறார். வேளாண்மையைத் தொழில் முறையாகச் செய்துகொண்டிருக்கிறார்.

### ஆசிரியரின் நூல்கள்

ஐந்து முதலைகளின் கதை
ரோலக்ஸ் வாட்ச்
வெண்ணிற ஆடை
அஜ்வா
மதிகெட்டான் சோலை
பாவத்தின் சம்பளம்
பார்பி
எக்ஸ்டஸி

# மதிகெட்டான் சோலை

**சரவணன் சந்திரன்**

கிழக்கு

மதிகெட்டான் சோலை

Madhikettan Solai

*Saravanan Chandran* ©

First Edition: December 2017
200 Pages
Printed in India.

ISBN 978-81-8493-846-3
Kizhakku - 1069

Kizhakku Pathippagam
177/103, First Floor,
Ambal's Building, Lloyds Road,
Royapettah, Chennai 600 014.
Ph: +91-44-4200-9603

Email : support@nhm.in
Website : www.nhm.in

Author's Email: saravanamcc@yahoo.com

Cover Design: Santhosh Narayanan
Cover Photograph: Prabhu Kalidas

Kizhakku Pathippagam is an imprint of New Horizon Media Private Limited.

This book is sold subject to the condition that it shall not, by way of trade or otherwise, be lent, resold, hired out, or otherwise circulated without the publisher's prior written consent in any form of binding or cover other than that in which it is published and without a similar condition including this the rights under copyright reserved above, no part of this publication may be reproduced, stored in or introduced into a retrieval system, or transmitted in any form or by any means (electronic, mechanical, photocopying, recording or otherwise), without the prior written permission of both the copyright owner and the above-mentioned publisher of this book.

கே.என். சிவராமனுக்கு

## உள்ளே

|  | முன்னுரை | .... | 09 |
| --- | --- | --- | --- |
| 1. | காடுகள், விலங்குகள், மனிதர்கள்! | .... | 13 |
| 2. | பகவானைப் பத்திரமாகப் பார்த்துக்கொள்ள வேண்டும்! | .... | 22 |
| 3. | பங்களாதேஷ் முத்தலிப்பும் கோயம்புத்தூர் ஜார்ஜ் மற்றும் நீங்களும் நானும்! | .... | 34 |
| 4. | சாக்கடையில் மிதக்கும் ஜேக் டானியல் விஸ்கி போத்தல்களும் ஸ்மார்ட் ஃபோன்களும்! | .... | 40 |
| 5. | அப்பாவிகளும் அல்ப ஆயுசுடைய மனசாட்சிகளும்! | .... | 46 |
| 6. | ஊழியின் தினங்கள் | .... | 51 |
| 7. | தூங்காத விழிகள் ரெண்டு! | .... | 57 |
| 8. | மாலைகளும் வசைகளும் | .... | 63 |
| 9. | மழை வெள்ளத்திற்கு அடையாளம் அற்ற உதிரிகளின் வீடுகளையும் தெரியும்! | .... | 70 |
| 10. | தொப்பைகளுடைய ஆடவரும் பெண்டிரும் சப்பாத்தி செய்கிற மெஷின்களும் | .... | 77 |
| 11. | கோயில் சொத்து குலநாசமா? | .... | 83 |
| 12. | எங்களுக்காக மட்டும் நாங்கள் மாரடிக்கவில்லை | .... | 88 |

| | | | |
|---|---|---|---|
| 13. | மாற்றைத் தேடும் மணல் நகரம் | .... | 95 |
| 14. | வஞ்சிர மீன்கள் மீதான காதலும் சிறிய மார்பகங்கள் கொண்ட பெண்களும்! | .... | 102 |
| 15. | எலிக்கறியும் செழிப்பின் வாசனையும் | .... | 107 |
| 16. | ஊர் வாயில் விழக் கூடாதா? | .... | 114 |
| 17. | தை வசந்தம் | .... | 121 |
| 18. | பிரபஞ்சத்தின் கொடை! | .... | 127 |
| 19. | சாவே உனக்கொரு சாவு வரக்கூடாதா? | .... | 134 |
| 20. | ஜொலிக்கிற சின்னத்திரை துருவ நட்சத்திரங்கள் | .... | 141 |
| 21. | விளையாட்டு விளைநிலங்கள் | .... | 147 |
| 22. | கிராமத்தான் மிட்டாய்க் கடையைப் பார்த்த மாதிரி! | .... | 156 |
| 23. | விழித்துக் கொள்வோரெல்லாம் பிழைத்துக் கொள்வார்! | .... | 163 |
| 24. | இரவு ராணியிடம் தஞ்சமடைந்த கதை! | .... | 170 |
| 25. | மதிகெட்டான் சோலையில் சுற்றியலைந்த பாரதியும் வாஸிம் அக்ரமும்! | .... | 177 |
| 26. | திருச்செந்தூரில் கடல் பார்த்தவர்களின் கதை! | .... | 185 |
| 27. | ஈகா சலூனில் காத்திருக்கும் வணிகக் கழுகுகள்! | .... | 193 |

# முன்னுரை

கட்டுரை எழுத வாய்ப்பு கிடைக்காதா என ஏங்கித் தவித்த காலமும் இருந்தது. ‘ஆறாம்திணை’யில் பிழை திருத்துநராக என்னுடைய பத்திரிகை உலக ஓட்டத்தைத் துவங்கியபோது, ஆரம்பத்தில் கட்டுரை எழுத விட மாட்டார்கள். போனால் போகிறது என்று சொல்லி நூல் விமர்சனங்கள் எழுதச் சொல்வார்கள். அதை விமர்சனம் என்று சொன்னால் விமர்சன உலகிற்கே அசிங்கம் என்பது இப்போது புரிகிறது. அறிமுகக் குறிப்புகள் அவை. ஆனால் நிறையப் படிப்பதற்கு வாய்ப்புகளை வாரி வழங்கிய காலம் அது என்பதால் புகார்கள் ஏதும் இல்லை. ஒரு முழுநீளக் கட்டுரை எழுதுவதற்குக் கிட்டதட்ட ஒரு வருடம் காத்திருந்ததை இப்போது நினைக்கையில் நகைப்பாக இருக்கிறது. அப்புறம் எழுத வாய்ப்பு கிடைத்தபோது வேறொரு சிக்கல் வந்தது.

இரண்டாயிரம் ஆண்டின் துவக்கத்தில் ஆரம்பிக்கப்பட்ட இணைய இதழ் அதுவென்பதால், போகிற பக்கமெல்லாம் ‘டீவில வருமா?’ என்று கேட்பார்கள். நாங்களே எழுதி நாங்களே படித்துக் கொள்கிற மாதிரி தோன்றிக்கொண்டே இருக்கும். எங்கோ அவுஸ்திரேலியாவில் படிக்கிறார் என்பார்கள். பக்கத்தில் இருப்பவர்களுக்கு நம்மை யாரென்றே தெரியாது. என்னோடு சமகாலத்தில் பத்திரிகை உலகத்தில் வேலைகளைத் துவக்கியவர்களெல்லாம் அசுர வேகத்தில் மற்ற பத்திரிகைகளில் இணைந்து மேலேறிப் போனார்கள். பின் தங்கிப் போனதற்கு உண்மையிலேயே நான் மட்டுமே காரணம். ஆடத் தெரியாதவனுக்குத் தெருக் கோணலாம் என்பது எல்லோருக்கும் பொருந்தும்தானே? காலச்சுவடில் பணியாற்றியபோது பெரிய போராட்டங்களைத் தாண்டி மூன்று கட்டுரைகள் வந்தன. அதைவிட முக்கியமான விஷயம் என்னவெனில், காலச்சுவடில் எழுதுவதற்கு

என்னிடம் சரக்கு இல்லை. அப்போது என்னிடமிருந்த சரக்கு அங்கே விலை போகவில்லை.

‘இந்தியா டுடே’யில் இணைந்த பிறகே இந்த ஊசலாட்டம் ஒரு முடிவிற்கு வந்தது. நிறைய எழுத வாய்ப்பு கிடைத்தது. அப்போது அதன் ஆசிரியராக இருந்த ஆனந்த் நடராஜன் சாரும் என்னோடு பணிபுரிந்த பீர்முகமது, செந்தில், முரளி, ராமஜெயம், துரையரசு, கலாநிதி, பானுமதி ஆகியோரும் என்னை எழுத்து இயந்திரமாகவே வளர்த்தெடுத்தார்கள். ஒரேநாளில் ஒருதடவை பதினெட்டு பக்கம் முடித்துக் கொடுத்தேன் என்றால் நம்புவீர்களா? இந்தியாடுடே தமிழில் அதிக கவர் ஸ்டோரிகள் செய்வதற்கான வாய்ப்பை இந்த நண்பர்கள்தான் சாத்தியப்படுத்தினார்கள். உண்மையைச் சொல்ல வேண்டுமெனில், அதில் வந்த பல கட்டுரைகளை இப்போது திருப்பி யெடுத்துப் படிக்கவே முடியவில்லை. நுனிப்புல் மேய்ந்தவைகள் அவை. தலைப்பிரட்டைத் தனமான முன்முடிவோடு விஷயங்களை அணுகியவை அவை. தனித்துவமான பார்வை அப்போது கூடி வரவில்லை. இப்போதும் வரவில்லை என்பது வேறுவிஷயம். ஆனால் மொழியை வேகமாக கட்டங்களுக்குள் நிர்ப்பந்திக்கிற நேரத்திற்குள் பயன்படுத்துகிற வித்தையை அங்குதான் பணிபுரிந்த ஆறு வருடங்களில் கற்றுக்கொண்டேன்.

இடையில் காட்சி ஊடகத்திற்குப் போனபிறகு பேனாவைத் தொட வாய்ப்பே கிடைத்ததில்லை. கிடைக்காது என்பதுதான் அந்தத் துறையின் நிதர்சனமும். மிஞ்சிப் போனால் வாய்ஸ் ஓவர் எழுதுவோம். இல்லாவிட்டால் புரமோ லைன் எழுதுவோம். இப்படியே ஓடிப் போய்விட்டன அடுத்த ஆறு ஆண்டுகள். இடையில் வியாபார நிமித்தமான பயணங்கள். கயிற்றால் கட்டப்பட்டிருந்த மாடு திரும்பவும் புறப்பட்ட இடத்திற்கே வந்தபோது அதற்கு எதிரே மிகப் பெரிய கம்பங்கொல்லை விரிந்து கிடந்தது. பிரித்து மேய்ந்து விட்டது மாடு. இதைத் தவிர எதையும் சொல்ல முடியவில்லை.

அந்தக் காலத்தில் ‘காஃபி இல்லை’ என்கிற புத்தகம்தான் கட்டுரை எழுதுவது குறித்த என் பார்வையை மாற்றியது. அதன் ஆசிரியர் வேங்கடாசலபதி சார், இப்போது நேரில் சந்திக்கும்போதும், பதினாறு ஆண்டுகள் கழிந்த பிறகும் நான் எழுதிய ‘போய் வா நதியழகே’ என்கிற கட்டுரையைச் சொல்லிப் பேசுவது என் அதிர்ஷ்டம்தான். கட்டுரைக்கென்றே பிரத்யேகமான மொழி இருப்பதைப்போல இதைதான் எழுத வேண்டும் என்கிற விதியும் இங்கே ஆழமாக வேரூன்றியிருக்கிறது. அந்தக் காலத்தில் ‘காஃபி இல்லை’ அதை உடைத்தது. அதையே விதியாக

எடுத்துக்கொண்டேன் நான். 'கட்டுரையின் மையக் கருத்துதான் அதன் முதல் வரியாக இருக்கவேண்டும்' என்று ஜெயமோகன் சார் எப்போதோ சொன்னதை எப்போதும் நினைவில் வைத்திருக்கிறேன். பீடிகைகளின் காலம் முடிந்துவிட்டதை முன்கூட்டியே தெரிந்து கொண்டு விட்டேன். எடுத்த எடுப்பிலேயே விஷயங்களுக்குள் நுழைந்து எனக்குத் தெரிந்ததை எனக்குக் கைவந்த மொழியில் எழுதுவதற்கு கூச்சமெல்லாம் படக்கூடாது என புத்திக்கு இப்போது தான் உறைக்கிறது. புதிய உள்ளடக்கங்களோடு நகர்வதற்கான நம்பிக்கை கிடைத்துவிட்டது இத்தனை ஆண்டு கால பயணத்தில்.

இந்தத் தொகுப்பில் இருக்கிற கட்டுரைகள் பல அப்படிச் சமைக்கப் பட்டவைகளே. திருப்பியெடுத்து இவைகளைப் படிக்கும்போது நிறைவாக இருக்கிறது. நூற்றுக்கணக்கான கட்டுரைகளில் இருந்து விஷயம், அதன் முக்கியத்துவம் சார்ந்து சிலவற்றை மட்டும் தொகுத்திருக்கிறேன். தவிர்த்தவைகள் எல்லாமும் பெயருக்குப் பங்கம் விளைவிக்கிற கத்தியை இடுப்பில் சொருகியிருப்பவைகள். விவசாயம், சினிமா, தொலைக்காட்சி, பொது விஷயங்கள் என பல தளங்களிலும் தொட்டுப் புகுந்து வந்திருக்கின்றன இந்தக் கட்டுரைகள். நான் பார்த்த, கேட்ட விஷயங்களைத் தவிர வேறு எதையும் பதிவு செய்துவிடக்கூடாது என்கிற பதற்றம் கூடியிருக்கிறது இப்போது. பல்வேறு துறைகளில் வாழ்க்கைப் போராட்டங்கள் நிமித்தமாக பயணம் செய்த அனுபவங்களும் இவற்றை எழுத கச்சாப் பொருட்களைத் தந்திருக்கின்றன.

கட்டுரை எழுத வாய்ப்பு கிடைக்காதா என ஏங்கிக் கொண்டிருந்த ஒருத்தனுக்கு வாய்ப்பு கிடைத்தபோது அசமந்தமாக மாறிப் போயிருந்தான். தார்க்குச்சியை வைத்துக் குத்தாவிட்டால் ஒரு அடிகூட மேற்கொண்டு எடுத்து வைக்கமாட்டேன். அந்த வகையில் மூன்று பேர் உடனடியாக இந்த நேரத்தில் நினைவிற்கு வருகிறார்கள். அரவிந்தன் சார், மனுஷ்யபுத்திரன் சார், கே.என். சிவராமன் சார். இந்த மூன்று பேரும்தான் இந்தத் தொகுப்பில் இருக்கிற பெரும் பாலான கட்டுரைகளை உரிமையாய்த் தலையில் கொட்டி எழுதச் சொல்லிப் பணித்தவர்கள். எப்போதெல்லாம் துவண்டு போகிறேனோ அப்போதெல்லாம் என்னை மீட்டெடுத்து மறுபடியும் களத்திற்குக் கொண்டுவருவதில் ஆதிக்கம் செலுத்தியவர் சிவராமன். அதனாலேயே இந்தத் தொகுப்பை அவருக்குச் சமர்ப்பிக்கிறேன்.

இந்தக் கட்டுரைகளை வெளியிட்ட உயிர்மை, ஹிந்து தமிழ், ஆனந்த விகடன், மின்னம்பலம், தினகரன் வெள்ளிமலர், நம்ம அடையாளம், ஜன்னல், காட்சிப்பிழை ஆகிய பத்திரிகைகளின் ஆசிரியர்களை

நன்றியோடு நினைவுகூர்கிறேன். தமிழ்மகன் சார், சுபகுணராஜன் சார், குணசேகரன் சார், கோசல்ராம் சார், எழுத்தாளர் புலியூர் முருகேசன் சார், கதிர்வேல் சார், நண்பர்கள் சமஸ், அதிஷா, யுவகிருஷ்ணா, கவிஞர் கதிர்பாரதி, கவிஞர் வெயில், எழுத்தாளர் லக்ஷ்மி சரவணக்குமார், எப்போதும் என் புத்தகங்களுக்குச் சிரத்தை யெடுத்து அட்டையை வடிவமைத்துத் தரும் நண்பன் சந்தோஷ் நாராயணன், 'எப்ப வேணும்னாலும் வாங்க, எடுத்துத் தர்றேன்' என சொல்லும் புகைப்படக்காரரான நண்பர் பிரபு காளிதாஸ், தம்பிகள் சிபிச் சக்ரவர்த்தி, கார்த்திக் புகழேந்தி, நியாஸ் அகமது ஆகியோருக்கும் என் சிறப்பு நன்றிகள்.

அப்புறம் இன்னொரு விஷயம். சார் என்று சொல்வது குறித்த சர்ச்சையில் ஒரு விஷயத்தைச் சொல்ல விரும்புகிறேன். "ஏம்ப்பா பிரதமரு நல்லா இருக்கீயா... புள்ளைகள்லாம் சௌக்கியமா இருக்காகலா?" என்றா கேட்பீர்கள்? அதனால் பக்கத்தில் இருப்பவர்களை, குரு மடத்தைப் போற்றும் ஒரு ஆளாக இப்படி நன்றியோடு, அன்போடு நினைத்துக் கொள்வதில் தப்பில்லை என்றே தோன்றுகிறது. இதை வெளியிடும் கிழக்கு பதிப்பகத்திற்குக் கூடுதல் நன்றி சொல்லக் கடமைப்பட்டிருக்கிறேன். எங்கே ஆரம்பித்து எங்கே முடிக்க வேண்டும் என்பதைச் சொல்லித் தந்த அத்தனை முன்னோடிகளுக்கும் நன்றி.

13/11/2017                                 *சரவணன் சந்திரன்*

# 1

## காடுகள், விலங்குகள், மனிதர்கள்!

**மே**ற்குத் தொடர்ச்சி மலைகளில் நடைபெறும் வனவிலங்குகளின் வேட்டையை வெளிச்சத்திற்குக் கொண்டுவருவதற்காக நானும் நேஷனல் ஜியாக்ரஃபி புகைப்படப் போட்டி உட்பட உலகளவில் முதன்மை விருதுகள் சிலவற்றைப் பெற்றிருக்கிற புகைப்படக் கலைஞர் மதுரை செந்தில்குமரனும் இராஜபாளையம் துவங்கி மஹாராஷ்டிரா வரை நீண்டு புரண்டு கிடக்கிற மேற்குத் தொடர்ச்சி மலையில் தமிழ்நாட்டின் மாநில விலங்கான வரையாடுகள் சுவடு பதிக்காத இடங்களில்கூட சுற்றியலைந்தோம். ஆப்பிரிக்காவில் யானை வேட்டையைப் பற்றி எடுத்த புகைப்படங்களைப்போல எப்படியாவது ஒரு படமாவது எடுத்துவிட வேண்டும் என கங்கணம் கட்டிக் கொண்டிருந்தான் செந்தில். மூன்று பேர் குத்துக்காலிட்டு அமர்ந்து கொல்லப்பட்ட யானையை வெட்டிக் கூறுபோடுவதை தலைக்கு மேல் இருந்து புகைப்படக்காரர் காட்சிப்படுத்தியிருப்பார். செம்மண் புழுதி, கறுப்பு நிறமான யானையின் உடல்பாகங்கள், வெட்டப்பட்டு தனியே கிடக்கும் தும்பிக்கை, வழிந்தோடும் ரத்தம் என அந்தப் புகைப்படம் ஒட்டுமொத்த விஷயத்தையும் ஆழமாகக் காட்சிப்படுத்தி இருக்கும். நம்மூரில் ஆடுகளை வெட்டிக் கூறு போட்டு விற்பார்களே? அப்படி யானையைக் கூறு போட்டு விற்கிற காட்சி அது. 'ஈரல் இருந்தா தனியா கால் கிலோ கொடுங்க' என்று கேட்டு வாங்குகிற மாதிரியான, சுதந்திரமான காட்சி அது.

விலங்கு வேட்டையின் விபரீதத்தைக் காட்சிப்படுத்த ஆயிரம் வரிகள் தேவையில்லை. அந்த ஒரு புகைப்படமே போதுமானது. அந்தப் புகைப்படத்தையும் நாங்கள் கையோடு எடுத்துக்கொண்டு அப்படியான ஒரு வேட்டை, சட்டத்திற்குப் புறம்பாக நடக்கும் வேட்டைக்குப் பின்பான விருந்தைப் படம் பிடித்து உலகிற்குக் காட்டிவிட வேண்டுமென வெறியோடு அலைந்தோம்.

சரி, தவறு, நியாயம், அதர்மம், விதி, விதிமீறல் எதைப் பற்றியும் யோசிக்கும் மனநிலையில் அப்போது இல்லை நாங்கள். இந்த மனிதக் கொடூரத்தை உலகிற்குக் காட்ட எங்களுக்குத் தேவை ஒரு புகைப்படம். அதில் மனிதக் குரூரத்தை வெளிச்சம் போட்டுக் காட்டும்படியாக ரத்தம் வழிந்தோட வேண்டும். அந்த மனிதர்களின் வாயில் கோரைப் பற்கள் இல்லாவிட்டாலும், அதற்கு நிகரான ஒரு சிரிப்பு இருந்திட வேண்டும் என தேடியலைந்தோம். அந்த ஒரு புகைப்படத்திற்காக நாங்கள் எங்களது கைகளில் இருந்து சில ஆயிரங்களைக் கூட இழக்கவும் தயாராக இருந்தோம்.

அப்படி ஒரு வேட்டை வீரப்பனின் உறைவிடமாக இருந்த வீரப்பன் மலையில் நடப்பதாக எங்களுக்கு தற்செயலாக ஒரு தகவல் கிடைத்தது. வீரப்பன் இல்லாததால் பலருக்கு மலையிலும்கூட குளிர் விட்டுப் போயிருந்ததை சூழலை வைத்தே அவதானிக்க முடிந்தது. மெல்லிய குளிரில் அந்தியூரில் இருந்து மலைக்குச் செங்குத்தாக நடக்கத் துவங்கினோம். நாங்கள் பார்க்கப் போனது பாரம்பரிய வேட்டைக்காரப் பழங்குடியினரை அல்ல. பாரம்பரிய வேட்டை யாடிகளிடம் இயற்கையைப் பாழ்படுத்தாத ஒரு ஒழுக்கம் இருக்கும். வேட்டையின் ஒழுங்கினை உயிரைவிட மேலானதாகக் கருதுவார்கள். குட்டிகளை, பெண் விலங்குகளை, ஈனும் பருவத்தில் இருப்பவற்றை ஒருபோதும் வேட்டையாட மாட்டார்கள். கனிந்து முற்றிப் போன சாகும் தறுவாயில் இருக்கும் விலங்குகளைதான் தங்களுடைய உணவிற்காக வேட்டையாடுவார்கள்.

அதுவும்கூட தடை செய்யப்பட்ட பிறகு வேட்டையாடுவதில்லை என்று சத்தியம் செய்கிறார்கள். அதிகம் போனால், சுள்ளி பொறுக்கப் போவோம் என்கிறார்கள். அதுதான் அதிகபட்ச அத்துமீறலே என நம்பலாம். அப்படியே வேட்டையாடினாலும் அதை முழுக்கச் சொந்த உபயோகத்திற்கு எடுத்துச் செல்லாமல், பிற உயிர்கள் புசிப்பதற்கும் மிச்சங்களை விட்டுச் செல்வார்கள். ஒரு சப்பையை மட்டும் எடுத்துக்கொண்டு மீதியை அப்படியே பிற சார்பு விலங்குகள் உண்பதற்காக விட்டு விட்டு வருவார்கள் என்று கேள்விப் பட்டிருக்கிறேன். இது அவர்கள் சொல்லாமல் விட்ட கதை.

ஆனால் நாங்கள் பார்க்கப் போனது வணிக வேட்டையாடிகளை. பொதுவாகவே மூன்று விதமான வேட்டையாடிகள் உண்டு. சர்வதேச வணிகத்திற்காக வேட்டையாடுபவர்கள், சாகச மனநிலைக்காக வேட்டையாடுபவர்கள், கறிக்காக வேட்டையாடுபவர்கள் என அவர்களைப் பிரிக்கலாம். இந்தப் பிரிவினர் எல்லா வகைகளிலும் தாங்கள் மேலும் கொழுப்பதற்காக கொழுத்த மிருகங்களைத் தேடி வேட்டையாடுபவர்களாக இருந்தார்கள். நம்பகத்தன்மை அற்ற வேட்டையாடிகள் அவர்கள். அவர்களிடம் உள்ள துப்பாக்கிகளில் தோட்டாக்கள் மட்டுமல்லாமல், அதிகாரத் தொடர்பு தரும் பலமும் இருக்கிறது. அவர்களிடம் நீங்கள் கருணையை, வெளிப்படைத் தன்மையை எதிர்பார்க்க முடியாது. எனவே எங்களது தொடர்புகள் தந்த பலத்தை உபயோகித்தோம். வேட்டையாடிகள் மலையில் இருப்பதாகச் சொல்லி எங்களை அழைத்துச் சென்றார்கள். முகத்தைக் காட்டாமல் புகைப்படங்கள் மட்டும் எடுத்துக்கொள்ள அனுமதியைப் போராடி வாங்கினோம். ஒரு டாகுமென்டரி படத்திற்காக வந்திருப்பதாகப் பொய் சொன்னோம். நாங்கள் போனபோது இருப்பதிலேயே ஆகப் பெரிய ஒரு புள்ளி மானை சுட்டுக் கொண்டுவந்து போட்டிருந்தார்கள். எனக்குப் பாவமாக இருந்தது. ஏனெனில் இதே மாதிரி ஒரு புள்ளி மானுக்கு, நான் படித்த என்னுடைய சென்னைக் கிறித்துவக் கல்லூரி வளாகத்தில் வைத்து கேன்டீனில் வாங்கிய சப்பாத்தியைப் பையன்கள் கொடுப்பார்கள். 'தப்புடா தம்பி இது' என்று சொல்கிற அறிவு அப்போது இல்லை. அதுவும் பசிக் கொடுமையில் அவர்கள் தருவதையெல்லாம் மெல்லக் கடித்துச் சாப்பிட்டிருக்கிறது என்பதால், செத்துக் கிடந்த மானின் மீது ஒரு பரிதாபம் எழுந்து அடங்கியது.

நாட்டுத் துப்பாக்கியால் சுடப்பட்டதன் காரணமாக மெல்லிய ஒரு ஓட்டை மட்டும் இருந்தது அதன் உடம்பில். பச்சைத் தழை வாசனை அந்தப் பகுதி முழுவதையும் ஆக்கிரமித்திருந்தது. அந்த ஓட்டையில் மெல்லியதாய் ஒரு ரத்தக் கசிவு. அவ்வளவுதான். இது பிரச்சினை யாகாதா என்றேன் எங்களை அழைத்துச் சென்றவரிடம். ''முதல் சப்பைக் கறியை உள்ளூர் வனத்துறை ஆட்களுக்குக் கொடுத்து விடுவதால், பெரும்பாலும் பிரச்சினைகள் வருவதில்லை'' என்றார் அவர். யார் இதன் பயன்பாட்டாளர்கள் என்று கேட்டேன். உள்ளூர் மற்றும் வெளியூரில் இருக்கிற பெரிய மனிதர்கள் பலரது பெயரைச் சொன்னார்கள். வாராவாரம் முறைவைத்து வீட்டிற்கே கொண்டு போய் டோர் டெலிவரி செய்வதாகச் சொன்னார்கள். ஆட்டுக்கறி, கோழிக்கறி, மாட்டுக்கறியிலிருந்து விலகி வித்தியாசமான கறியை உண்ணத் துடிப்பவர்கள் அதிகமாக இருப்பதாகச் சொன்னார்கள்.

தவிர, கொழுப்புச் சத்தில்லாததால் மான்கறிக்கு மவுசு அதிகமாக இருப்பதாகவும் சொன்னார்கள்.

அவர்கள் சொன்னது உண்மைதான் என்பதை இரண்டு இடங்களில் பயணம் செய்தபோது உணர்ந்து கொண்டேன். ஒருதடவை கோவையில் பயணம் செய்தபோது அதிகாரமிக்கவர் ஒருவர் இந்த விஷயத்தைச் சொன்னார். கோவைப் பகுதிகளில் ஆட்டுக்கறியை விட மான்கறி விலை குறைவு. கிலோ இருநூற்றி ஐம்பது ரூபாய்க்கே கிடைக்கிறது. மான் கறி இந்த வாரம் இருக்கிறதா இல்லையா என்பதை வெள்ளிக் கிழமையே சொல்லிவிடுகிறார்கள். ஃப்ரீ புக்கிங் அடிப்படையில் செய்யப்படும் இந்த வியாபாரத்தில் வெளி ஆட்களை நுழைய விடவே மாட்டார்கள். தெரிந்தவர்கள் வழியாகச் சென்றால் மட்டுமே இதை வாங்க முடியும். பிரச்சினையாகாதா? இங்கேயும் கேட்டேன். ''பாஸ், கஸ்டமர் லிஸ்ட்ட எடுத்துக் காட்டவா? அத்தனையும் அதிகாரமிக்கவர்கள்'' என்றார் அந்த விஷயத்தை நன்கு அறிந்தவர். விவரம் அறிந்தவர்கள் சொன்னால் சரியாகதான் இருக்கும் என்பதால் மேற்கொண்டு எதுவும் பேசவில்லை. அதே மாதிரியான காட்சியை தான் சென்னைக்கு அருகில் இருக்கும் சுற்றுலாத் தளமான கோனே அருவிப் பகுதியிலும் கண்டேன். மான்கறி சமைத்துத் தருகிறோம் என வெளிப்படையாகவே ஏலம் விடுவதைப்போல கூவி விற்கிறார்கள். மான்கறி என்று மட்டுமில்லை. காட்டில் வாழும் சகல ஜீவராசிகளும் விற்பனைக்கு இருக்கின்றன. அதற்குரிய காசைக் கொடுக்க வேண்டும். அவ்வளவுதான். நிறைய காசு கொடுத்தால் அனகோண்டாவைக்கூட அடித்து உப்புக் கண்டம் போட்டுப் பொறித்துத் தந்துவிடுவார்கள். மட்டமான டாஸ்மாக் சரக்கோடு கோடிக்கணக்கான ரூபாய் பெறுமானமுள்ள அரியவகை விலங்கினங் களை வறுத்துச் சாப்பிட்டுவிட முடியும் என்கிற நிலை இருப்பதைச் சில இடங்களில் காதாரக் கேட்டேன்.

இன்னொரு முறை கேரளா-தமிழக எல்லையான தேவிகுளத்திற்குப் போனபோது அந்த ஊரில் உள்ள மிகப் பெரிய வீடொன்றில் விழா ஒன்று நடந்து கொண்டிருப்பதாகச் சொன்னார்கள். மிகப் பெரிய விருந்து ஒன்றும் தயாராகிக் கொண்டிருந்தது. பைசன் என்றழைக்கப் படும் காட்டு மாட்டை அடித்து விருந்து வைப்பது கௌரவத்தின் அடையாளம் அங்கே என்று குறிப்பிட்டார்கள். மேற்குத் தொடர்ச்சி மலைகளில் காணப்படும் வரையாடுகள் அரிய வகை விலங்கினம் என்பது எல்லோருக்கும் தெரியும். ஏற்கெனவே சொன்னமாதிரி தமிழக அரசின் அதிகாரபூர்வ விலங்கு வரையாடுதான். பார்ப்பதற்கு

ஒரு குட்டி மான் போலவே இருக்கும். காதுகளை விரைத்துக்கொண்டு ஏதாவது ஒரு மலை உச்சியில் நின்று கொண்டிருக்கும் காட்சியைப் பார்த்தால் அதை அடித்துக் கொல்லவே மனம் வராது.

ஆனால் வரையாடுகள் கறியும் விற்பனைக்கு வந்துவிட்டது. இராஜபாளையம் பக்கமெல்லாம் இதை ஒரு தொழிலாகவே செய்து கொண்டிருக்கின்றனர். அவ்வப்போது வனவிலங்கு வேட்டைக்காரர்கள் கைது என்றெல்லாம் செய்திகளில் பார்த்திருப்பீர்கள்தானே? ஐம்பதில் ஒன்று மாட்டிக் கொள்வார்கள். அதற்காக நடவடிக்கையே எடுப்பதில்லை என பொத்தாம் பொதுவாக குற்றம் சாட்டுவதிலும் விருப்பம் இல்லை. மலபார் ஸ்குரில்ஸ் என அழைக்கப்படும் மலபார் அணில் கறி எப்படி இருக்கும் என ஒருத்தர் எச்சில் வழிய வர்ணித்ததையும் கேட்டிருக்கிறேன். ஆனால் அது அரிய வகை விலங்கினங்களின் பட்டியலில் இருப்பதாக காட்டியலாளர்கள் கதறுகிறார்கள். எதெல்லாம் அரிய வகை என்று பட்டியலிடுகிறோமோ, அதெல்லாம் உடனுக்குடன் சுடச் சுட இலைக்கு வந்து விடுகிறது. இப்படி ஏராளமான விஷயங்களைச் சொல்லிக்கொண்டே போகலாம். புலி வேட்டையைத் தீவிரமாகக் கண்காணிக்கிறோம் என்று சொல்கிற நிலையிலேயே கடந்த சில வருடங்களில் பத்துக்கும் மேற்பட்ட புலிகள் கொல்லப்பட்டிருக்கின்றன என்கிற தகவல் செய்திகளில் வந்திருக்கிறது. ‘திட்டம் போட்டுக் கொல்கிற கூட்டம் சுட்டுக்கொண்டே இருக்கும்’ என எம்.ஜி.ஆர் பாணியில் பாடுவதைத் தவிர வேறு வழியில்லை. மீண்டும் காட்டுப் பயணத்திற்குத் திரும்பலாம்.

யானை வேட்டையைப் படமெடுத்துவிடத் துடித்துக் கொண்டிருந்த செந்திலுக்கு மான்வேட்டை என்றதும் சப்பென்று இருந்திருக்கும். ஆனாலும் அந்த இரவில் நெருப்பைப் பற்றவைத்து அதனோடு சிலபல டார்ச் விளக்குகள் துணையோடு, கிட்டதட்ட அந்த யானை வேட்டைக்கு நிகரான சூழலைக் கொண்டுவந்தான் செந்தில். எல்லோரும் குனிந்த தலை நிமிராமல், மானைக் கூறுபோட்டுக் கொண்டிருந்தார்கள். ஆட்டை உரிப்பதுபோல, எந்தவிதத் தயக்கங்களுமில்லாமல் கூறுபோட்டுக் கொண்டிருந்தார்கள். அந்தக் கூட்டத்தில் கை இல்லாத நபர் ஒருத்தர் தலையைக் குனிந்து அமர்ந்து இன்னொரு கையால் கத்தியைப் பிடித்து மானின் வயிற்றில் கோடு கிழித்துக் கொண்டிருப்பது அந்த நேரத்தில் வித்தியாசமான காட்சியாக இருந்தது.

தெங்குமரஹடா பக்கம் போனால், டில்லியைச் சேர்ந்த புலி வேட்டைக்காரர்களைப் பார்க்கலாம் என்று தெரிந்தவர்கள் துப்பு கொடுத்தார்கள். நாங்கள் மான் வேட்டைக்காரர்களை விட்டுவிட்டு

புலி வேட்டைக்காரர்களைத் தேடிப் போனோம். TCM எனப்படுகிற Traditional Chinese Medicineல் புலியின் எலும்புகள் துவங்கி அதன் எல்லா பாகங்களும் மருத்துவத்திற்காகப் பயன்படுத்தப்படுகின்றன. அதனால்தான் இந்தியாவில் புலி வேட்டை மற்றும் அதன் பாகங்கள் கடத்தப்படுவது அதிகமாக நடக்கிறது. ஒரு முழுப்புலியின் பாகங்கள் அனைத்தும் சேர்த்து கிட்டதட்ட இரண்டு கோடி ரூபாய் சர்வதேசச் சந்தையில் விலை போகும் என இந்தத் துறை சார்ந்தவர்கள் சொல்கிறார்கள். இந்தோனேசியாவில் ஒருதடவை உடன் இருந்த சீன நண்பன் ஜெரோமயி உண்மையிலே புலிக்கறி சூப் கிடைக்குமா என சுற்றியலைந்தான். பதறி விட்டேன் நான். அங்கே கிடைக்க வில்லை என்பது வேறு விஷயம்.

நான் இந்தத் துறை சார்ந்தவன் கிடையாது என்பதால் விலை/ விஷயங்கள் கூடலாம், குறையலாம். சொல்லிக் கொண்டிருப்பதில் கூட சில டெக்னிக்கலான பிழைகள் இருக்கலாம். சாம்பல் நிற உலகத்தில் கேட்ட கதைகளைச் சொல்கிறேன். அவ்வளவுதான். ஆனால் நெருங்கிப் பார்த்த/கேட்ட அனுபவத்தில் சொல்வதால் இதை ஒரு ஆரம்பகட்ட விவரணைகளாக எடுத்துக் கொள்ளலாம். புலி எதற்காக வேட்டையாடப்படுகிறது? ஆண்மை பெருகும் என வழக்கமான சீன நம்பிக்கைதான் இந்த வேட்டைக்கும் பின்னணிக் காரணம். தில்லியைச் சேர்ந்த புலி வேட்டைக்காரர்கள் மாட்டிக் கொண்ட புகைப்படம் ஒன்றுமட்டும் கிடைத்தது. போனஸாக முதுமலையில் ஒரு புலியைப் பார்த்தோம். 'டைகர் ஸ்பாட்டிங்' என்பதைப் பொறுத்தவரை லட்ச ரூபாய்க்குச் சமம் அது என்பதால் திருப்திப்பட்டுக் கொண்டோம். கூடலூரில் எங்களுக்கு உள்ளூர் ரிப்போர்ட்டர் ஒருவரின் உதவியால் ஒரு அருமையான படம் கிடைத்தது. மிகப் பிரம்மாண்டமான காட்டு மாடு (பைசன்) ஒன்றின் வெட்டப்பட்ட தலைக்கு முன்பாக, வேட்டைக்காரர்களைத் துப்பாக்கியுடன் நிறுத்தி வனத்துறை பத்திரிகைகளுக்குக் கொடுப்பதற்காக எடுத்த புகைப்படம் அது. இந்த ஒரு புகைப்படத்தைப் பெறுவதற் காகவே நாங்கள் பல கிலோமீட்டர் பயணித்து வந்து சேர்ந்திருந் தோம். கூடவே இன்னொரு விஷயமும் கிடைத்தது. எறும்புத் திண்ணியின் தோல் கிலோ விலை பதினைந்தாயிரம் ரூபாய்க்கு மேல் என்றார்கள். யாருக்கும் எந்தத் தீங்கும் விளைவிக்காத எறும்புத்திண்ணிக்கும் இந்த நிலையா?

அப்போதுதான் அங்கு அந்த மருத்துவரைச் சந்தித்தோம். அவருடைய ஆம்னி வேனைக் கொண்டுபோய் எங்களிடம் காட்டினார். அப்பளம் போல நொறுங்கி இருந்தது ஆம்னி. மலையிலிருந்து இறங்கி வந்த யானையொன்று ஆம்னியை அப்பளமாக்கியிருந்தது. அந்த

மருத்துவர் எங்களுக்கு யானை பற்றிய கதைகளைச் சொல்ல ஆரம்பித்தார். உலகில் ஆப்ரிக்க, ஆசிய என இரண்டு வகை யானையினங்கள் இருப்பது உங்களுக்கெல்லாம் தெரிந்த விஷயம் தான் என்பதால் அதைக் கடந்துவிடுவோம். கிருஷ்ணமூர்த்தி என்கிற குறிப்பிட்ட அந்த யானையைப் பற்றிய கதையை எங்களுக்கு அந்த மருத்துவர் சொல்லத் துவங்கினார். 90களின் பிற்பகுதியில் கிருஷ்ணமூர்த்தி ஒரு முரடர். யாராக இருந்தாலும் மரியாதையாகக் கூப்பிட வேண்டும்! தவிர என்னைவிட வயதில் மூத்தவர் என்பது கதைகளை வைத்துப் பார்க்கும்போது உணர முடிந்தது. கர்நாடகா, கேரளா, தமிழ்நாடு வனப் பகுதிகளில் கிட்டதட்ட பல மனித உயிர்களை மிதித்தே கொன்றிருக்கிறார் கிருஷ்ணமூர்த்தி. கிருஷ்ணமூர்த்தி ஒரு மக்னா யானை. மக்னா என்றால், கொம்பில்லாத யானை. ஆப்பிரிக்க யானைகளைப் பொறுத்தவரை ஆண்-பெண் இரண்டிற்குமே தந்தங்கள் உண்டு.

ஆனால் ஆசிய யானைகளைப் பொறுத்தவரை ஆண் யானைகளுக்கு மட்டுமே தந்தங்கள் உண்டு. அதிலும் 90 சதவிகித ஆண் யானைகளுக்குத் தந்தங்கள் இருப்பதில்லை. பொதுவாகவே தந்தங்கள் இல்லாத யானைகளுக்கு தந்தம் இருக்கிற யானைகளைப் பார்க்கும்போது இயற்கையாகவே ஒரு தாழ்வு மனப்பான்மை வந்துவிடுமாம். யானைகளுக்கு இனப்பெருக்க காலத்தில் 'மஸ்து' உருவாகும். அதனால்தான் காண்டம் விளம்பரம் ஒன்றின் பிராண்ட் பெயர் 'மஸ்த்' என்பதாக இருக்கிறது என்பதையும் இந்த இடத்தில் பொருத்திப் புரிந்து கொள்ளுங்கள். இந்த மஸ்து காலகட்டம் குறைந்தது இரண்டு மூன்று மாதங்கள் வரை நீடிக்கும். ஒரே ஆண் யானை பல பெண் யானைகளுடன் உறவு வைத்துக் கொள்ளும். அப்போது இந்த வகை மக்னா யானைகள் கொம்பிருக்கிற யானைகளோடு போட்டியிட முடியாமல் ஒதுங்கி நின்று வேடிக்கை பார்க்கும். அதனால் ஏற்படுகிற விரக்தி, கோபம் ஆகியவற்றைத் தன்னுடைய இடத்தை ஆக்கிரமித்துக் கொண்டிருக்கும் மனிதர்கள் மீது அவை காண்பிக்கத் துவங்கும்.

கிருஷ்ணமூர்த்தியும் அப்படி மஸ்து காலகட்டத்தில்தான் ஆட்களைப் பந்தாடுவதாக நினைத்துக் கொண்டார்கள். 'வயதுக் கோளாறு' என்றுதான் எல்லோரும் நினைத்தார்கள். ஆனால் நடந்தது வேறு. கிருஷ்ணமூர்த்தி சகட்டுமேனிக்கு எல்லோரையும் வேட்டையாட ஆரம்பித்தார். கணக்கில் வந்தவை போக இன்னும் ஏராளமான உயிர்களை அவர் மிதித்தே கொன்றிருந்தார். அரசுக் கணக்கு ஒன்றாக இருந்தாலும், வனப்பகுதி மக்களின் கருத்து வேறாக இருந்தது. எத்தனை உயிர்கள் என்று யாராலும் கணக்குச் சொல்ல

முடியவில்லை. பொதுவாக யானைகள் கூச்ச சுபாவம் கொண்டவை. மனிதர்களைத் தன்னைவிட வலிமையானவர்கள் என கருதி ஒதுங்கிப் போகும் வழக்கமுடையவை. ஆனாலும் கிருஷ்ணமூர்த்தி இந்தவகை எந்த வகைப்பாட்டிலும் அடங்கவில்லை. மக்களிடம் கேட்டால், கிருஷ்ணமூர்த்தி பற்றி இல்லாததும், பொல்லாததுமாக நிறைய கதைகளைச் சொன்னார்கள். அவையெல்லாம் தவறான கதைகள் என்று வனவியலாளர்கள் உறுதியாகச் சொல்கிறார்கள். மூன்று மாநில வனப்புற மக்களும் வனத்துறைக்கு எதிராகக் கொதித்தெழ ஆரம்பித்தார்கள். கேரள அரசு கிருஷ்ணமூர்த்தியைச் சுடச் சொல்லி ஆர்டர் போட்டது. மூன்று மாநில வனத்துறைக்கும் காடுகளுக்குள் தண்ணீர் காட்டினார் கிருஷ்ணமூர்த்தி.

இறுதியாக கிருஷ்ணமூர்த்தியை தமிழக வனத்துறை மயக்க ஊசி செலுத்தி சுட்டுப் பிடித்தது. உடலெங்கும் காயங்களோடு முதுமலை முகாமிற்குக் கொண்டுவரப்பட்டார் கிருஷ்ணமூர்த்தி. ஒருவார காலம் அவருக்கு உணவு எதுவும் கொடுக்காமல் பட்டினியாய் அடைத்துப் போட்டு மனித வலிமையை அவருக்கு உணர்த்தினார்கள். மெல்ல மெல்ல அடிபணிய வைத்தார்கள். பசி என்கிற உணர்விற்கு முன்பு வேறு எதுவும் செல்லுபடியாகாது என்கிற மனித உணர்வை அவருக்கு உணர்த்தினார்கள். 80 குண்டுகள் பாய்ந்திருந்த கிருஷ்ண மூர்த்தியைக் காப்பாற்றியதை காட்டுலக அதிசயம் என்றே சொல்லலாம். ஆனால் இன்னொரு கோணத்தில் சொல்லவேண்டு மெனில், காட்டுராசாவாக சுற்றியலைந்த கிருஷ்ணமூர்த்திய்ை நாட்டு யானையாக மாற்றினார்கள். அவருக்கு கிருஷ்ணமூர்த்தி என அழகான ஒரு பெயரையும் வைத்தார்கள். மு.சுயம்புலிங்கம் கவிதை ஒன்றில் இப்படிச் சொல்வதைப்போல. 'ஐம்பது பைசாவுக்கு கால்மடக்கிக் கையேந்துகிறது எங்கள் ஊர் யானை.' கிருஷ்ணமூர்த்தி சோற்று உருண்டைகளுக்காக அப்படிக் கையேந்திக் கொண்டிருந்தார்.

நாங்கள் புலிவேட்டையை மறந்தோம். இன்னபிற விலங்குகளின் வேட்டையை மறந்து கிருஷ்ணமூர்த்தியை மனிதராகக் கருதுகிற புள்ளியில் நின்றோம். கிருஷ்ணமூர்த்தியைப் பார்த்தே தீர்வதென செந்தில் ஒற்றைக் காலில் கொக்காய்த் தவமிருந்தான். முதுமலை நோக்கிப் போனோம் கிருஷ்ணமூர்த்தியைப் பார்ப்பதற்காக.

நான் பத்திரிகையாளன் என்கிற இடத்தில் இருந்து புனை வெழுத்தாளன் என்கிற புள்ளிக்கு நகர்ந்தேன். கிருஷ்ணமூர்த்தியைப் பக்கத்தில் நெருங்கும்போது எனக்குள் மெல்ல அச்சம், கண்ணாடியில் ஏ.சி குளிர் நீர் பரவுவதைப்போல பரவியது. கிருஷ்ணமூர்த்தியைக் கண்ணுக்குக் கண் நேராகச் சந்தித்தேன். அந்தக் கண்களில் எந்தச் சலனமுமில்லை. ஒரு நல்ல பௌத்த துறவியின் கண்களைப்போல

அவை சாந்தமாக இருந்தன. நான் மெதுவாக அண்மையில் போய் அவரது தும்பிக்கையைத் தடவிக் கொடுக்க அனுமதித்தார். கிருஷ்ணமூர்த்தி பற்றிய கதைகள் தந்த உத்வேகம் மெல்ல எனக்குள் வடிய ஆரம்பித்தது. மதுரை மீனாட்சியம்மன் கோயில் வாசலில் உள்ள யானை சிலையின் மீது ஏறி சிறுவயதில் விளையாடியது போல, கிருஷ்ணமூர்த்தி நெருக்கமானார். அதுவரை அவர் மீதிருந்த பயம் கலந்த மரியாதை மெல்ல வடிந்து எனக்குள் அவர் மீதான சிநேகம் எட்டிப் பார்த்தது. நான் அங்கிருந்த மருத்துவரிடம் இது எப்படிச் சாத்தியமானது என்று கேட்டேன். ''வயசாயிடுச்சுல்ல. மெதுவா அடங்கிரும். நம்ம எல்லோரையும் போலதானே அதுவும்'' என்றார். நான் திரும்ப கிருஷ்ணமூர்த்தியைப் பார்த்தேன். அவரது கண்கள் களையிழந்து ஒடுங்கிப் போயிருப்பதைப்போல தோன்றியது.

அவருக்கு வயது என்ன இருக்கும் என நான் கேட்டபோது 45 இருக்கலாம் என்று சொன்னார்கள். இதோ இதைப் படித்துக் கொண்டிருக்கும் உங்களது வயதுகூட அதுவாக இருக்கலாம். கிருஷ்ணமூர்த்தி மட்டுமல்ல, தமிழக வனங்களுக்குள் ஒருபக்கம் இப்படி கால்மடக்கி பிச்சையெடுக்கும் நிலைக்கு வனவிலங்குகள் தள்ளப்பட்டிருக்கின்றன. பரபரப்பான ஊட்டி பேருந்து நிலையத்திற்கு அருகில் காட்டு மாடுகள் சில தண்ணீர் தேடி வந்த காட்சிகளை புகைப்படங்களாகப் பார்த்தும் இருப்பீர்கள். வாரத்தில் ஒருசெய்தியாவது வனவிலங்குகள் வேட்டை தொடர்பாக வருவதையும் கவனித்திருப்பீர்கள். தண்ணீர் இல்லாமல் கடந்த மாதம் செத்துப் போன மூன்று யானைகளும்கூட கிருஷ்ண0மூர்த்திகள் தான் என்று சொல்லத் தோன்றுகிறது. ஒன்று, காட்டில் உள்ளவை களை வேட்டையாடி இலையில் பரப்பி சோற்றில் குழைத்து அடிக்கிறோம். இல்லாவிட்டால், தண்ணீர் இல்லாத நிலைக்குத் தள்ளிக் கொன்று குவிக்கிறோம். அந்தப் பயணத்தில் கொல்லப்பட்ட வனவிலங்குகளைப் பார்த்தோம். அல்லது அப்படிக் கொல்லப்பட்ட விலங்குகளின் புகைப்படங்களைப் பார்த்தோம். பத்தாண்டுகளை ஒப்பிடுகையில் முன்பைக் காட்டிலும் இப்போது கொஞ்சம் கெடுபிடிகள் இருக்கின்றன என்பதை மறுக்க முடியாது. ஆனாலும் வேட்டை தொடர்கிறது. இப்படியே விட்டால் ஆப்ரிக்காவில் கூறு போட்டு விற்பதைப்போல இங்கேயும் விற்றுவிடுவார்கள். ஆட்டுக்கால் பாயாவையே கண்டிக்கிற நிலைக்கு சூழலியல் சார்ந்த உலகம் நகர்ந்துவிட்டது. யானைக்கால், மான்கால், வரையாடுகால், மலபார் அணில்கால், நீலகிரி குரங்குக்கால் பாயா எல்லாம் விற்பனைக்கு வந்தால் நன்றாகவா இருக்கும்? மனசாட்சியைத் தொட்டுச் சொல்லுங்கள் நியாயமாரே...

# 2

## பகவானைப் பத்திரமாகப் பார்த்துக்கொள்ள வேண்டும்!

**க**டந்த மழை வெள்ளத்தின்போது சென்னையில் மாட்டிக்கொண்ட வட மாநிலத் தொழிலாளர்கள் குறித்த கட்டுரையொன்றை உயிர்மையில் எழுதியிருந்தேன். அந்தக் கட்டுரைக்கான தரவுகளுக்காக, அரசு அதிகாரிகள் சிலரிடம் மழைவெள்ளத்தால் செத்துப் போன வடமாநிலத் தொழிலாளர்கள் குறித்த கணக்கு எதுவும் இருக்கிறதா என்று கேட்டபோது, அவர் உடனடியாக உதட்டைப் பிதுக்கினார். இத்தனைக்கும் அரசுத் தரப்பில் சுமார் நானூறு பேர் இறந்ததாக அப்போது கணக்குக் கொடுக்கப்பட்டிருந்தது. அந்த நானூறு பேரில் ஒருத்தர் கூடவா வடமாநிலத் தொழிலாளர்களாக இல்லை என்கிற கேள்வியை அவர் கண்டும் காணாமல் கடந்து போனார். ஆனால் யதார்த்தம் வேறுமாதிரியாக இருந்ததை நண்பர்கள் உறுதி செய்தார்கள். கோட்டூர்புரத்தில் வடமாநிலத் தொழிலாளர்களின் மூன்று பிணங்கள் மிதந்து போனதைத் தான் நேரில் பார்த்ததாக நண்பர் ஒருவர் சொன்னார். அன்றிலிருந்து அவர்கள் தமிழ்நாட்டில் எப்படி வாழ்கிறார்கள் என்பதை சுற்றியலைந்து பார்த்து அதை விரிவாகப் பதிவு செய்யவேண்டும் என்கிற எண்ணம் இருந்தபடியே இருந்தது.

நியூஸ் 18 தமிழ் செய்தித் தொலைக்காட்சிக்காக 'உள்ளூர் அகதிகள்' என்கிற தலைப்பில் அவர்கள் குறித்த ஆவணப்படம் ஒன்றைப் படம்பிடிக்க வாய்ப்பும் வந்தது. அது எனக்கு ஒரு திறப்பாக இருந்தது. நாவலாசிரியனாக ஒருநாள் இது எனக்குச் சொத்தாகவும் இருக்கக்கூடும். ஆனால் இதை எழுதிக் கொண்டிருக்கும் இந்தக்

கணத்தில் கரம் மசாலா தூவி இந்தக் கட்டுரையை ஒரு பானிபூரியாகப் படைக்க விரும்பவில்லை. நேரில் கண்ட நிஜத்தை அப்படியே பதிவு செய்வதுதான் என்னுடைய நோக்கம். இதில் உள்ள உண்மைகளை முன்னே பின்னே பொருத்தி ஒரு கட்டுரையாக நீங்களே வடிவமைத்துக் கொள்ளுங்கள் என்று சொன்னால் கோபித்துக் கொள்ளவா போகிறீர்கள்? அந்த ஆவணப்படத்திற்கான பயணம் துவங்குவதற்குச் சில நாட்களுக்கு முன்பாகதான் உயிர்மை வெளியீடான பென்யாமின் எழுதிய ‘ஆடுஜீவிதம்’ என்கிற மொழி பெயர்ப்பு நாவலைப் படித்து முடித்திருந்தேன். அந்த நாவல் தந்த அதிர்வோடுதான் தமிழகமெங்கும் பரவிக் கிடக்கிற வடமாநிலத் தொழிலாளர்களைத் தேடிப் போனோம். பார்த்த காட்சிகளை யெல்லாம் அப்படியே எழுதினால் ஆயிரம் ஆடுஜீவிதங்களை எழுதலாம் என்றுதான் தோன்றுகிறது. அத்தனையும் ரத்தம் படிந்த கண்ணீர்க் கதைகள். அந்தக் கதைகளைச் சம்பந்தப்பட்ட யாரும் வெளியில் சொல்வதே இல்லை. ஏனெனில் அவர்கள் பேசுகிற துயர மொழிகளைக் கேட்பதற்கான காதுகள் இங்கு தயாராகயில்லை. தங்களுக்குள் புதைத்துக் கொள்கிறார்கள். உண்மையை அப்பட்ட மாகச் சொல்ல வேண்டுமெனில், வடமாநிலத்திலிருந்து தமிழகத்திற்குக் கிளம்பி வருவது கிட்டதட்ட தற்கொலை முயற்சிக்கு ஒப்பானதுதான். அதைவிட கொடுமை என்னவெனில், அவர்களது பூர்விக இடத்தில் வாழவே வழியில்லை என்பதால்தான் கனவுகளோடு இங்கே கிளம்பி வருகிறார்கள்.

அப்படிதான் ஜார்கண்டிலிருந்து குன்னூருக்குக் கிளம்பி வந்திருக்கிறார் பகவான். எங்களுக்கும் அவருக்கும் புரிந்த எளியவர்களுக்கான மொழியில் அவரோடு பேசியபோது, இங்கே என்ன வேலை என்பது குறித்து அந்த நிமிடம் வரை அவருக்கு எதுவும் தெரியாது. ஜார்கண்டிலுள்ள அவருடைய சின்ன ஊரில் வாழ்வதற்கான நம்பிக்கையை அவர் தொலைத்துவிட்டார். தூரத்தில் ஒரு வெளிச்சம் இருப்பதாகச் சொல்லி, அங்குள்ள புரோக்கர் ஒருவர் பகவானை குன்னூருக்கு அழைத்து வந்திருக்கிறார். அந்த வெளிச்சத்தை நம்பிய விட்டில் பூச்சியாய் அவர் வந்தது மட்டுமில்லை... தன்னுடைய மனைவியையும் குழந்தைகளையும் கையோடு அழைத்துக்கொண்டு வந்திருக்கிறார். அவர் வந்திறங்கி இருக்கிற குன்னூரில் இருக்கிற பச்சையும் பசுமையும்போல அவர் வாழ்விலும் வசந்தம் வந்துவிடும் என்கிற நம்பிக்கை அவருடைய முகத்திலும் அவருடைய மனைவியின் முகத்திலும் தெரிகிறது. ஆனால் யதார்த்தம் என்னவென்று அவருக்குத் தெரியாது. அதைச் சொல்லி அவரை நாங்கள் பயமுறுத்தவும் விரும்பவில்லை. காலம் அவருக்கு எல்லா

வற்றையும் கற்றுக் கொடுக்கும். ஒருநாள் அவர் தமிழகத்திற்கு வந்திறங்கியது குறித்துச் சிந்தித்து ஆளில்லாத வெற்று நிலத்தில் காறி உமிழ்வார். அதைப் பார்ப்பதற்கு அங்கு யாரும் இருக்க மாட்டோம். கடவுள் இருக்கிறார் என பகவான் நம்புவார்.

ஜார்கண்டிலிருந்து பகவானைப்போல யதார்த்தம் தெரியாமல், இன்னும் பலர் வடக்கிலிருந்தும் வட கிழக்கிலிருந்தும் புற்றீசல் போல தெற்கு நோக்கிக் கிளம்பி வந்துகொண்டே இருக்கிறார்கள். ஓர் அதிகாலை நேரத்தில் சென்னை சென்ட்ரல் ரயில் நிலையத்திலோ கோவை ரயில் நிலையத்திலோ நின்று பார்த்தாலே இவர்கள் சாரை சாரையாக வந்து குவியும் காட்சிகள் காணக் கிடைக்கும். பகவானைப்போல மூட்டை முடிச்சுகளோடு சேர்த்து குழந்தை களையும் சேர்த்து இழுத்தபடி குறைந்தது மூவாயிரம் பேராவது தினம் தோறும் வந்திறங்குகிறார்கள். அப்போதும் மனைவிகள்தான் மூட்டை தூக்குகிறார்கள். ஜார்கண்ட், பீகார், அஸ்ஸாம், திரிபுரா, மேற்கு வங்கம், ஒடிஸா, மேகாலயா, மணிப்பூர், நாகாலாந்து, உத்தரப் பிரதேசம் போன்ற பிரதேசங்களில் இருந்து பிழைப்பிற்காக தெற்கு நோக்கிக் கிளம்பி வரும் மக்களின் எண்ணிக்கை நாளுக்கு நாள் பல்கிப் பெருகியபடி இருக்கிறது.

அதிலும் குறிப்பாகத் தமிழகம் நோக்கி வரும் எண்ணிக்கை முன்பைக் காட்டிலும் இரண்டு மடங்காகப் பெருகியிருக்கிறது. அரசுத் தரப்பில் கிட்டதட்ட பத்து லட்சம் பேர் தமிழகத்தில் குவிந்திருப்பதாகச் சொல்கிறார்கள். ஆனால் இருபது லட்சம் பேருக்கு மேல் இருப்பதாக அதிகாரபூர்வமற்ற ஒரு புள்ளி விவரம் சொல்கிறது. இருபத்தைந்து ஆண்டுகளுக்கு முன்பு தமிழகத்திலிருந்து சாரை சாரையாக மக்கள் வடக்கு நோக்கி சாலைப் பணிகள் போன்ற வேலைக்காக இடம் பெயர்ந்து கொண்டிருந்தார்கள். மும்பை போன்ற நகரங்களுக்கு அப்போது போனவர்களுக்குத் தெரியும். அங்கு நடக்கும் சாலைப் பணிகளில் தமிழர்கள் கொத்துக் கொத்தாய் இடம்பெற்று இருந்தார்கள். இப்போது வடக்கிலிருந்து தெற்காக அந்த இடப் பெயர்வு நடக்கிறது. ஒரு வரலாறு திரும்புவதைப்போல என இந்த இடப் பெயர்வை வர்ணிக்கலாம். சுதந்திரத்தின்போது இந்தியாவி லிருந்து பாகிஸ்தானிற்கும், பாகிஸ்தானில் இருந்து இந்தியாவிற்கும் நடந்த இடப்பெயர்வை வரலாற்றின் மிகப் பெரிய மனித இடப் பெயர்வாகச் சொல்வார்கள். தற்போது நடந்து வருவதும் கிட்டதட்ட அப்படிப்பட்ட ஒன்றுதான். இதை ஒற்றைச் சொல்லால் குறிப்பிடலாம் என்றால், எப்படிக் குறிப்பிடுவது? உள்ளூர் அகதிகள். ஆம்... இவர்களை இப்படிதான் அழைக்க வேண்டியிருக்கிறது.

தெற்கில் இருக்கிற ஹைதராபாத், பெங்களூர் போன்ற பெருநகரங் களுக்கும் பிழைப்பு நிமித்தமாக அதிகமாகக் கிளம்பி வருகிறார்கள். மற்ற இரண்டு நகரங்களை ஒப்பிடுகையில் தமிழகத்தில்தான் இவர்களின் எண்ணிக்கை அதிகம். தமிழகத்தில் சென்னை, கோவை, திருப்பூர், திருச்சி, குன்னூர் என பரவலாக எல்லா ஊர்களிலும் எல்லாத் தொழில்களிலும் வட மாநிலத் தொழிலாளர்கள் குவிந்துள்ளனர். இப்படி வருபவர்களில் 27 சதவிகிதம் பேர் உற்பத்தித் துறைகளிலும் 14 சதவிகிதம் பேர் பின்னலாடைத் தொழிற்சாலைகளிலும் 12 சதவிகிதம் பேர் கட்டுமானத் துறையிலும் பணிபுரிகிறார்கள். இப்படி வருபவர்களில் பெரும்பாலும், பல்வேறு தொழிற்சாலைகளில் அடிநிலை வேலைகளில் பணியமர்த்தப்படுகின்றனர். சொந்த மண்ணில் வாழ வழியில்லாமல் கிளம்பி வரும் இவர்கள் தங்கள் கைப்பைகளுக்குள் கனவுகளைப் புதைத்து எடுத்து வருகிறார்கள். ஒரே இந்தியாதானே என்கிற நம்பிக்கைதான் அவர்களைக் குறுக்கும் நெடுக்குமாய் பயணிக்க வைக்கிறது. பறவைகளுக்கு எதற்கு பாஸ்போர்ட் என்று ஒரு பாடல் உண்டு. அதைப்போல வாழ வழியில்லாத ஏழைகளுக்கு எல்லைக் கோடுகள் கிடையாது. எங்கு சோறுண்டோ, எங்கு வாழ்வுண்டோ அங்கு அவர்கள் பெட்டி படுக்கையுடன் கிளம்பிப் போகிறார்கள். தங்களுக்கு உரிய நியாயம் போகிற இடங்களில் வழங்கப்படும் என்ற தீவிர நம்பிக்கையையும் உடன் சுமந்தே அவர்கள் இடம்பெயர்கிறார்கள்.

ஆரம்பத்தில் ராஜஸ்தான் போன்ற மாநிலங்களில் இருந்து டைல்ஸ் மற்றும் மார்பிள்ஸ் தொழில்நுட்பத்திற்காகதான் வடமாநிலத் தொழிலாளர்கள் தமிழகத்திற்குள் வந்தார்கள். இங்கு வேலை வாய்ப்பு இருப்பதை அறிந்துகொண்ட பிறகு அவர்கள் பிறரையும் அழைத்து வர ஆரம்பித்தார்கள். இரண்டாயிரம் ஆண்டிற்குப் பிறகு, தொழில் வளர்ச்சி அபரிமிதமாகப் பெருக ஆரம்பித்தபோது, தமிழகத்தில் நிலவும் தொழிலாளர் தட்டுப்பாட்டை ஈடுகட்ட இங்கு குவிய ஆரம்பித்தார்கள். ஏன் தமிழகத்தில் வேலைக்கு ஆட்கள் கிடைப்பதில்லை? அடிமட்ட வேலைகளில் ஈடுபட்டுக் கொண்டிருந்த தமிழ்ச் சமூகம் பொருளாதார வளர்ச்சியின் காரணமாக மேல்மட்ட வேலைகளுக்கு பெருமளவில் நகர ஆரம்பித்தது. ஆரம்பத்தில் கட்டுமானத் தொழிலுக்காக மட்டுமே கிளம்பி வந்த இவர்கள் தற்போது தேயிலைத் தோட்டங்களில் பணிபுரிய வருகின்றனர். விவசாயத் தொழிலிலும்கூட ஈடுபடுத்தப்படுகின்றனர். தமிழகத்தில் ஹோட்டல்கள், டீக்கடைகள், சலூன் கடைகள், விபசாரத் தொழில் என இவர்கள் இல்லாத இடமே இல்லை.

கோவையில் விபசாரத் தொழிலில் இருந்த அந்தப் பெண் அஸ்ஸாமில் இருந்து கிளம்பி வந்திருக்கிறார். அவருக்கு அங்கே குடும்பம் இருக்கிறது. சரியாகச் சொல்ல வேண்டுமெனில் என்னுடைய தோள்பட்டை உயரம்தான் இருந்தார். உண்மையான வயதென்ன என்று கேட்டபோது, இருபத்தேழு என்றார். ஆனால் பதினைந்து வயதுப் பெண்ணைப்போல இருந்தார். புரோக்கர்கள் சின்னப் பெண் என்று சொல்லி ஏமாற்றி கைமாற்றி விடுகின்றனர். உண்மை தெரிந்த சில கஸ்டமர்கள் அடிக்கவும் செய்திருக்கிறார்கள் என்று சொன்னார். ஒருநாள் இரவிற்கு இவர்களை வைத்து பத்தாயிரம் ரூபாய் சம்பாதிக்கும் புரோக்கர்கள் கொடுப்பதென்னவோ, வெறும் ஆயிரம் ரூபாய்தான். அதற்கே ஒரு இரவில் மூன்று ஷிஃப்ட் பார்க்க வேண்டுமாம். அவருடைய கனவெல்லாம், திருமணம் செய்வதற்காகப் பணம் சேர்க்கவேண்டும். ஊரில் உள்ள வீட்டை எடுத்துக் கட்ட வேண்டும். அண்ணன் தம்பி என்று யாரும் அந்தப் பெண்ணிற்கு இல்லையென்பதால், அவர் கிளம்பி வந்திருக்கிறார். அவருடைய அண்ணனோ தம்பியோ கிளம்பி வந்திருந்தால், அவர்கள் வேறு மாதிரியான கஷ்டங்களை அனுபவித்திருப்பார்கள் என்பதும் அந்தப் பெண்ணிற்குத் தெரிந்தே இருக்கிறது. ஏனெனில் அவர் அப்படித் துயரமுறும் அவர் மாநிலத்தைச் சேர்ந்த இளைஞரைக் காதலித்துக் கொண்டிருக்கிறார். ஆனாலும் பொருளாதார ரீதியாகத் தான் சந்தோஷமாக இருப்பதாகச் சொல்கிறார். இங்கு வந்துதான் அந்த இளைஞர் பழக்கமானார் என அவர் சொல்லும்போது முகம் பிரகாசமானது. துயரத்தின் வாசலில்கூட வீணை மீட்டி வரும் வசந்தம் அது.

அந்தப் பெண்ணினுடைய காதலரின் வாழ்வு அவரைப் போலவான பிறரை ஒப்பிடுகையில், மெச்சத்தகுந்ததாகவே இருக்கிறது. பல்வேறு வேலைகளைக் கடுமையாகச் செய்து நாளொன்றிற்கு ஆயிரம் ரூபாய் சம்பாதிக்கிறார். நாள் தவறாமல் வேலைக்குச் சென்றுவிடுகிறார். 'என்னுடைய ஊரில் எனக்கு இந்த மாதிரி வருமானம் கிடைக்க வில்லை. அதனால் இங்கு வந்தேன்' என்கிறார். அவர் தங்கியிருப்பது ஒரு சிறிய புறாக் கூண்டில். அந்தப் புறாக் கூண்டில் அவருடைய ஜோடியான மணிப்புறாவைத் தங்க வைக்க மணிப்புறாவைக் குத்தகைக்கு எடுத்திருக்கிற புரோக்கர்கள் அனுமதிக்கவில்லை. இருவருக்கும் அதில் வருத்தங்கள் ஏதும் இல்லை. விரைவில் சொந்த மண்ணில் நிலை கொண்டுவிடலாம் என்கிற நம்பிக்கையில் நாட்களை நகர்த்திக் கொண்டிருக்கின்றனர். அவர்கள் தமிழ்நாட்டில் சம்பாதித்து செலவுகள் போக மிஞ்சும் பணத்தை ஊருக்கு அனுப்பி வைக்கின்றனர். குறிப்பிட்ட அளவு பணம் சேர்ந்ததும், அந்தப் பெண்ணையும் அழைத்துக்கொண்டு மொத்தமாக ஊருக்குப்

போய்விடுவேன் என்கிறார் அந்த இளைஞர். இந்த இணையரைப் போல லட்சக்கணக்கானோர் நம்பிக்கையோடு தமிழகத்தின் பெரும் நகரங்களிலும் இரண்டாம் மட்ட நகரங்கள் எங்கும் வலம் வருகின்றனர். ஆனால் எல்லோருக்கும் துயரங்களைத் தாண்டி இந்த மகிழ்ச்சி வாய்த்திருக்கிறதா? எல்லோரும் இத்தகைய திருப்தியான மனநிலையில் இருக்கிறார்களா? இல்லை என்பது என்னுடைய பதில் மட்டுமல்ல.

கட்டுமானத் துறையில் ஓரளவு பணம் சம்பாதித்தாலும் வாழும் முறையில் அவர்கள் படும் சங்கடங்கள் சொல்லி மாளாது. இந்தத் துறையில் அவர்கள் படும் துயரங்களைச் சொல்வதற்கு முன்னால், இந்தத் துறைக்கு ஏன் அதிகமாக அழைத்து வரப்படுகிறார்கள்? இந்தத் துறை சார்ந்த முன்னோடி ஒருவரிடம் இருந்து கேட்டு வாங்கிய பதிலைச் சொல்கிறேன். ''தமிழ்நாட்டில் கட்டுமானத் தொழிலுக்கு வருபவர்களின் எண்ணிக்கை குறைந்துகொண்டே இருக்கிறது. கட்டுமானத் தொழிலாளர்களின் இரண்டாம் தலைமுறை இந்தத் தொழிலைப் பார்க்கவும் விரும்பவில்லை. அதைமீறி வருபவர்களும் எட்டுமாடி பத்துமாடி கட்டடங்களில் ஏறி வேலை பார்க்க முடியாத உடல்தகுதியுடன் இருக்கிறார்கள். டாஸ்மாக் குடியால் இரண்டாவது மாடிக்குப் போவதற்கு முன்பே அவர்கள் கால்கள் நடுங்கத் துவங்கி விடுகின்றன. வட மாநிலத் தொழிலாளர்களை விட்டால் இந்தத் தொழிலுக்கு கதிமோட்சமே கிடையாது. வருபவர்களில் கணிசமானவர்கள் கட்டுமானத் தொழிலில்தான் ஈடுபடுத்தப்படுகிறார்கள்'' என்றார் அவர். ஆபத்பாந்தவர்களாக வந்த இவர்களை இந்தத் துறை எப்படி நடத்துகிறது? கட்டுமானத் துறையில் வழங்கப்படும் குடியிருப்பு களை, குடியிருப்புகள் என்றே சொல்ல முடியாது. அவை, மனிதர்கள் வாழவே தகுதி இல்லாதவையாக இருக்கின்றன. மலங்காட்டிற்குள் தான் பெரும்பாலும் இவர்களுடைய குடியிருப்புகள் உருவாக்கப் பட்டிருக்கின்றன. குடியிருப்பு என்றால் வேறு எதையும் கற்பனை செய்து கொள்ளாதீர்கள். தலைக்கு மேல் ஒரு ஆஸ்பெஸ்டாஸ் கூரை. ஒரு மஞ்சள் பல்ப். அவ்வளவுதான். மழைபெய்தால் அதிலும் ஒழுகும்.

தங்களுக்கு இப்படி ஓர் அநியாயம் இழைக்கப்படுகிறது என்பதைக் கூட அவர்களால் வெளிப்படுத்த முடியவில்லை. முறையான கழிப்பிட வசதிகள் இல்லை. பெண்களுக்குக் குளிக்கும் வசதிகூட கிடையாது. நான் சென்ற ஓர் இடத்தில் ஆண்களும் பெண்களும் ஒரே இடத்தில்தான் குளித்துக் கொண்டிருக்கிறார்கள். முழு உடையில் குளிக்கவேண்டிய நிர்ப்பந்தம் அந்தப் பெண்களுக்கு இருக்கிறது. ஆனால் இதுகுறித்து இவர்களால் எந்த எதிர்க் குரலையும் எழுப்ப

இயலாது. ஒரு அமைப்பாகவும் திரள முடியாது. தொழில்சங்கங்களே தேடிவந்தாலும் பயத்தால் அதில் பங்கெடுக்கவே முடியாது. ஏனெனில் அடுத்த நிமிடத்தில் வேலையை விட்டு அனுப்பப்படு வார்கள். நம்மிடம் பேசும்போதுகூட மெல்ல பயந்தபடியேதான் பேசுகிறார்கள். குடியிருப்புகளில் பாம்பு போன்ற விஷ ஜந்துக்களின் தொல்லை அதிகமாக இருக்கிறது. அதைவிட இவர்களை மிரட்டிப் பணம் பறிப்பவர்களின் தொல்லையும் அதிகம். அந்தப் பெண்களை மிரட்டி பாலியல் ரீதியாகப் பயன்படுத்திக் கொள்பவர்களும் அதிகம். குறைந்த விலையில் கிடைக்கும் உணவுப் பொருட்களை மொத்த மாக வாங்கி வந்து வயிற்றுப்பாட்டைத் தீர்த்துக் கொள்கின்றனர். அழுகிய காய்கறிகளை வாங்கி வந்து அழுகல் பக்கத்தை வெட்டி விட்டு மீதம் உள்ளதை பயன்படுத்துகின்றனர். இருபது ரூபாய்க்கு சல்லிசான விலையில் மீன் கிடைத்தால் அவர்களைப் பொறுத்தவரை அது பெருவிருந்து.

ஓர் இரவில் எனக்கான விருந்தை அப்படி இவர்கள் தயார் செய்து கொடுத்தார்கள். என்னுடைய பிறந்தநாளுக்கு முந்தைய தினத்திற்கான உணவாக அது அமைந்ததில் பேரதிர்ஷ்டம் என்பதாக உணர்ந்தேன். இன்று நள்ளிரவு என்னுடைய பிறந்தநாள் என்று சொன்னவுடன் மகிழ்ந்து போனார்கள். ஊரற்ற இன்னொருத்தன் தங்களது விருந்தாளியாக வந்ததைத் தற்காலிக மகிழ்ச்சியாக எடுத்துக் கொண்டார்கள். உழைத்துக் களைத்த ஒரு முழுமையான நாளிற்குப் பிறகு வரும் இரவுகளை இப்படியான எதிர்பாராத தற்காலிக மகிழ்ச்சியைத் துணைக்கழைத்துக் கொண்டுதான் கொண்டாடு கின்றனர். அந்த நாளின் துயரத்தை இரவின் இருளோடு பேசிச் சிரித்து கடந்து செல்ல முயற்சிக்கின்றனர். பட்டியில் அடைக்கப் பட்ட ஆடுகள் தங்களுக்குள் பேசிக்கொள்ளும் என்பதைப்போல, தாங்கள் மனிதர்களாகக் கூட நடத்தப்படாத துயரத்தைக் கண்ணீருடன் பகிர்ந்து கொள்கின்றனர். ஆயிரக்கணக்கான கிலோமீட்டர்கள் தள்ளி கவலைகளோடு இருக்கும் தங்கள் குடும்பத்தினரிடம் கவலைகளை மறைத்துக்கொண்டு உரையாடுகிறார்கள். பொய்யாகவேனும் நம்பிக்கையான வார்த்தைகளை குடும்பத்தினரிடம் விதைக்கிறார்கள். இந்தக் காட்சியைப் பார்த்தபோது எனக்கு உடனடியாக ஆடுஜீவிதம் நாவல்தான் நினைவிற்கு வந்தது.

உணவிற்கே திண்டாடும் நிலை ஏன் இவர்களுக்கு வருகிறது என்கிற கேள்வியைக் கேட்டால், பல இடங்களில் இவர்களுக்கு முறையான ஊதியம் வழங்கப்படுவதில்லை. கோவையில் சம்பளம் தரவில்லை என்பதற்காக கலெக்டர் அலுவலகத்தின் வாயிலில் அழுது புரண்டு ஒப்பாரி வைத்த இளைஞர்களை, காவல்துறையினர் அடித்து

விரட்டினார்கள் என்ற செய்தியைப் பார்த்திருப்பீர்கள். அந்த இளைஞர்களைச் சந்தித்தபோது, அவர்கள் அது குறித்து எந்தச் சலனத்தையும் எழுப்பாமல் அமைதியாக அமர்ந்திருந்தனர். அவர்கள் வாய் ஒரு நாயைப்போல கட்டப்பட்டிருந்தது. ஒப்பீட்டளவில் தேயிலைத் தோட்டங்களில் குறைவாக இருந்தாலும் இவர்களுக்கு முறையான ஊதியம் கிடைத்துவிடுகிறது. தேயிலைத் தோட்டத் தொழிலாளர்களுக்கான தொழிற்சங்க அமைப்புகள் வலுவாக இருப்பதால், அது சார்ந்த போராட்டங்கள் இவர்களது வாழ்விலும் ஊதிய விஷயத்தில் நல்ல விளைவுகளை ஏற்படுத்துகின்றன. ஆனாலும் தமிழ்த் தொழிலாளர்களை ஒப்பிடுகையில் இவர்களுக்கு பணி நேரம் அதிகம். ஊதியமும் குறைவு.

தமிழகத்திலேயே சென்னைக்கு நிகராக வடமாநிலத் தொழிலாளர்கள் நிறைந்திருக்கும் இடம் திருப்பூரும் கோவையும். மொத்த எண்ணிக்கையில் 51.3 சதவிகிதம் பேர் சென்னை, காஞ்சிபுரம், திருவள்ளூர் மாவட்டங்களில் பணிபுரிகின்றனர். திருப்பூரில் வட மாநிலத் தொழிலாளர்கள் இல்லாமல் ஓர் அணுவும் அசையாது. வடமாநிலத் தொழிலாளர்கள் சந்திக்கும் மிக முக்கியமான பிரச்சினை பணிபுரியும் இடங்களில் ஏற்படும் விபத்துகள். விபத்து ஏற்படும் சமயங்களில் தங்களுக்குப் போதிய இழப்பீடுகளோ மருத்துவ வசதிகளோ வழங்கப்படுவதில்லை என்பது இவர்களது முக்கியமான முறையிடல். இந்த முறையிடல்களில் உண்மைகள் மட்டுமே இருக்கின்றன. திருப்பூரில் ஒரு கெமிக்கல் தொழிற்சாலையில் ஆறு பேர் கருகிச் செத்தபோது, அந்நிறுவனம் வெறும் பத்தாயிரம் ரூபாயை மட்டுமே அவர்களது உறவினர் களுக்குக் கொடுத்திருக்கிறது. மேலேயிருந்து கீழே விழுந்து பலமான அடிபட்டவர் ஒருத்தருக்கு வெறும் ஐயாயிரம் ரூபாயை மட்டும் கொடுத்து அன்ரிசர்வ்டு பெட்டியில் ஏற்றி அனுப்பியிருக்கிறார்கள்.

இடம்பெயரும் தொழிலாளர் நலச் சட்டங்களை பெரிய நிறுவனங்கள் தவிர்த்த பிற நிறுவனங்கள் முறையாகப் பின்பற்றுவதில்லை என்பதை வலியோடு இவர்களின் நலன் நாடும் அமைப்புகள் பதிவு செய்கின்றன. திருப்பூர் பின்னலாடைத் தொழில், கோவை மற்றும் சென்னை கட்டுமானத் தொழில், அரசு மெட்ரோ ரயில் உள்ளிட்ட கட்டுமானத் திட்டங்கள் அனைத்தும் இவர்களை நம்பியே நடந்து கொண்டிருக்கின்றன. ஆனால் சட்டங்களை நிலைநாட்ட வேண்டிய அரசாங்கக் கட்டுமானத் திட்டங்களில்கூட இவர்களுக்கு உரிய வசதிகள் செய்து தரப்படுவதில்லை. நான் போய்ப் பார்த்த அரசு கட்டுமானக் குடியிருப்பில் பன்றிகளைக்கூட குடியமர்த்த முடியாது, கோபத்தில் கொத்திக் கிழித்துவிடும். செத்துப் போன குழந்தைகளை

அந்தக் குடியிருப்பிற்குள்ளேயே புதைத்திருக்கின்றனர் என சிலரும் சொல்கிறார்கள். காவல்துறைக்குத் தகவலாகக் கூட சொல்ல வில்லையாம். அவர்களுக்காகப் பணிபுரியும் அமைப்பைச் சேர்ந்தவர் களிடம் கேட்டால், அது சாதாரணமாக நடக்கும் நிகழ்வுதான் என உறுதிப்படுத்துகிறார்கள்.

சென்னையில் நடந்த மௌலிவாக்கம் கட்டட விபத்தில்கூட பல வடமாநிலத் தொழிலாளர்கள் உயிரிழந்தனர். குரோம்பேட்டை மெட்ரோ திட்டத்தில் பணிபுரிந்த வடமாநிலத் தொழிலாளர்களில் பத்திற்கு மேற்பட்டவர்கள் ஒரே நாளில் விபத்தில் மரண மடைந்தனர். திருவள்ளூர் பக்கத்தில் சுவர் இடிந்து ஒரே நாளில் இருபது பேருக்கும் மேல் செத்துப் போனார்கள். இதெல்லாம் வெளியில் தெரிந்தவை. இந்தத் தொழிலாளர்களை நேரில் பார்த்த போது அவர்கள் சொன்ன கணக்கையெல்லாம் சித்திரகுப்தன் மாதிரி எழுதத் துவங்கினால் அவை ஆயிரக்கணக்கைத் தொடும். இவற்றை எல்லாம் கவனித்து ஒழுங்கு செய்யவேண்டிய அரசாங்கம் கண்களை மூடிக் கொண்டிருப்பதாக இவர்களது நலனிற்காக இயங்கும் அமைப்புகள் குற்றம் சாட்டுகின்றன.

இடம்பெயரும் தொழிலாளர் நலச் சட்டங்கள் போன்ற போதிய சட்டங்கள் இருக்கின்றன. ஆனாலும் அவை பின்பற்றப்படவில்லை என்பதுதான் நடைமுறை உண்மை. வட மாநிலத் தொழிலாளர்கள் முறைப்படி பதிவு செய்யப்படாததால் இவர்களுக்கான இழப்பீடுகள் கிடைப்பதில்லை. அதுதான் மேலே சொன்ன பல விபத்துகளிலும் நடந்தது. அதிகாரபூர்வ புள்ளி விவரப்படி 10 லட்சம் வட மாநிலத் தொழிலாளர்கள் இருந்தாலும், பல்வேறு நிறுவனங்களின் வழியாக அதிகாரபூர்வமாக பதிவு செய்யப்பட்ட வட மாநிலத் தொழிலாளர் களின் எண்ணிக்கை வெறும் 15 ஆயிரம் பேர் மட்டுமே. பல இடங்களில் இவர்கள் புரோக்கர்களின் கட்டுப்பாட்டிலேயே கைகழுவி விடப்படுகின்றனர். இவர்களது ஊதியத்தில் பத்து சதவிகிதத்தை புரோக்கர்கள் எடுத்துக் கொள்கிறார்கள். நிறுவனங்கள் புரோக்கர்களின் தலையில் பொறுப்பைக் கட்டிவிட்டு ஒதுங்கி நின்று வேடிக்கை பார்க்கின்றன.

வட மாநிலங்களில் இருந்து வந்து குவியும் பெண் தொழிலாளர்களின் நிலை இன்னும் பரிதாபம். அவர்கள் பல்வேறு சுரண்டல்களுக்கு ஆளாவதை நேரில் சந்தித்தபோது கதை கதையாகச் சொன்னார்கள். அவர்கள் வீட்டு ஆண்களுக்கே இங்கே மதிப்பில்லாத போது, பெண்களை இரண்டாம்பட்சமாக நடத்தும் இந்தச் சமூகத்தில் வேறு எதை எதிர்பார்த்துவிட முடியும்? இன்னொருபுறம் இவர்களின்

குழந்தைகள் எங்கு படிக்கிறார்கள், கல்விக்கு என்ன செய்கிறார்கள் என்பது இன்னொரு முக்கியமான கேள்வி. குன்னூரில் மட்டும் ஜார்கண்டிலிருந்து அவரது வார்த்தையிலேயே சொல்ல வேண்டுமெனில், தீவிரவாத அச்சுறுத்தல் காரணமாக இங்கு கிளம்பி வந்த ஆசிரியை ஒருத்தர் அங்குள்ள குழந்தைகளுக்குப் பாடம் நடத்துகிறார். அந்த எஸ்டேட் நிர்வாகம் அதை முறையாக அனுமதிக்கிறது. ஆனால் அதைத் தவிர பிற இடங்களில் படிப்பே இல்லை. அடிமாடுகளாக இன்னொரு தலைமுறையும் தயாராகிக் கொண்டிருக்கிறது. அதற்கான பதிலைச் சொல்லவேண்டிய அரசு இந்த விஷயத்தில் மௌனமாக வேடிக்கை பார்த்துக் கொண்டிருக்கிறது. குழந்தைகளைப் புதைப்பதையே கண்டுகொள்ளாத அரசு கல்வியையா கண்டுகொள்ளப் போகிறது?

வட மாநிலத் தொழிலாளர்கள் வேலைக்காக தமிழ்நாட்டில் குவிவதால், உள்ளூர்த் தமிழர்களின் வேலை வாய்ப்பு பறிபோவதாக அரசியல் ரீதியில் புதிய முழக்கம் ஒன்று தமிழ்த் தேசியர்கள் சிலரால் முன் வைக்கப்படுகிறது. வேலைவாய்ப்பு பறிபோகிறது என்ற கோணத்தைப்போல, பாதுகாப்பு என்ற அம்சத்தில் இன்னொரு கோணமும் முன்வைக்கப்படுகிறது. அதற்கு உதாரணமாக மென்பொருள் பணியாளர் உமாமகேஸ்வரி கொலை, பேங்க் கொள்ளை சம்பவம் போன்றவற்றையெல்லாம் துணைக்கழைத்துச் சொல்லி, இவர்கள் வருவதைத் தடுக்கவேண்டும் என தமிழ்த் தேசியர்கள் சொல்கிறார்கள். ஏனெனில் அவர்கள் வருவதற்கு முன்பு இங்கு எந்தக் குற்றங்களும் நிகழவில்லையாம். தமிழகம் அமைதிப் பூங்காவாக இருந்ததாம். ஒரு பெருவாரியான ஜனத்திரளின் நடுவே சில கறுப்பு ஆடுகளும் இருக்கதான் செய்யும். அவர்களை ஒழுங்காக முறைப்படுத்திப் பதிவு செய்தால், அவர்கள் ஏன் அப்படி இருக்கப் போகிறார்கள்? தாங்கள் கண்காணிப்பு வளையத்தில் இருக்கிறோம் என்கிற உணர்வை அந்தப் பதிவு செய்யும் நடைமுறையே தந்துவிடுமே? அதைச் செய்யாமல் அவர்களை வெளியேற்றுவதில் மட்டுமே குறியாக இருப்பதால் எந்தப் பயனும் ஏற்படப் போவதில்லை. ஏனெனில் இவர்களை வெளியேற்றினால் தமிழகத் தொழில்துறை ஸ்தம்பித்துவிடும். அதுதான் நிதர்சனம்.

இந்தியா என்பது ஒரே தேசம் என்கிறார்கள். அது உண்மையாக இருக்கும்பட்சத்தில், எல்லோருக்கும் எல்லா இடங்களிலும் வாழ்வதற்கான உரிமை இருக்கிறது. நம்பி வந்தவர்களுக்கு ஒரு பாதுகாப்பான சூழலை உருவாக்கித் தரவேண்டிய கடமை எல்லோருக்கும் இருக்கிறது. இன்றைய தேதியில் உலகை உலுக்கக்கூடிய மிக முக்கியமான பிரச்சினை அகதிகளின் இடப்பெயர்வு. உலகம் முழுக்க

அவர்கள் நிம்மதியான வாழ்வுக்காக கருணையைத் தேடி அலைந்து கொண்டிருக்கின்றனர். அவர்கள் கேட்பதெல்லாம் தலைக்கு மேல் ஒரு கூரை. வயிற்றுக்குச் சோறு. அதைக்கூட கொடுக்க மனமில்லாமல், நடுவழியில் அவர்கள் மரித்துப் போகும் செய்திகள் நாள்தோறும் வந்தபடியே இருக்கின்றன. கடற்கரையில் செத்து மிதந்த பாலகனின் படம் நினைவில் இருக்கிறதுதானே?

அகதிகளாக இருக்கும் இவர்களை உள்ளூர் குடிமக்களாக மாற்றவேண்டிய கடமை அரசுக்கும் இவர்களால் ஆதாயமடையும் நிறுவனங்களுக்கும் இருக்கின்றன. அவர்களின் சொந்த இடத்தில் வாழ்வதற்கான வாய்ப்புகள் இல்லை என்பதால்தான் தமிழகம் நோக்கி வருகிறார்கள். கிளம்பும்போது அவர்கள் தாங்கள் செல்லப் போகும் நிலத்தில் உள்ள மனிதர்கள் குறித்து எப்படியெல்லாம் கற்பனை செய்திருப்பார்கள்? நிச்சயம் இரக்கமான மனிதர்களாகதான் நினைத்திருப்பார்கள். தங்களது வாழ்க்கையை வளப்படுத்தப் போகும் தேவதூதர்களாகதான் கற்பனை செய்திருப்பார்கள். கருணையை வழங்குவார்கள் என்று நம்பிதான் அவர்கள் கிளம்பி வந்திருப்பார்கள். அப்படிதான் பகவானும் ஜார்கண்டிலிருந்து கிளம்பி வந்திருக்கிறார். அவருக்கு முன் கிளம்பி வந்தவர்களின் நிலை குறித்து அவருக்கும் ஓரளவு தெரிந்திருக்கும். ஆனாலும் அதையும் மீறி அவர் எதற்காக வந்திருக்கிறார்? வயிற்றுப் பாட்டைத் தீர்க்க வேண்டும்; வாழ வேண்டும். அவருடைய குழந்தைகளின் எதிர்காலம் சிறப்பாக அமைய வேண்டுமென்கிற கனவு அவரை ஒரு நிலத்திலிருந்து இன்னொரு நிலத்தை நோக்கி உந்தித் தள்ளியிருக்கிறது.

நாம் இந்த நிலத்தின் பூர்விகக் குடிகளாகவே இருக்கலாம். ஆனால் நம்பி வந்தவர்களின் வாழ்க்கையில் ஒளியேற்ற வேண்டிய கடமையிலிருந்து நாம் விலகிவிடவே கூடாது. இருபத்தைந்து வருடங்களுக்கு முன்பு நாமும் வயிற்றுப் பாட்டிற்காக தமிழகத்தில் இருந்து வடக்கு நோக்கிக் கிளம்பிப் போனவர்கள்தான். இன்னும் சொல்லப் போனால், தமிழர்களும் இதைப்போல அகதிகளாக வெளிநாடுகளுக்குப் பெருவாரியாகச் செல்பவர்கள்தான். சி.டி.எஸ் (Center for Development Studies, Thiruvananthapuram) அமைப்பு மேற்கொண்ட ஒரு ஆய்வில், தமிழ்நாட்டில் பத்து வீடுகளுக்கு ஒரு வீட்டிலிருந்து வெளிநாடுகளுக்கு தமிழர்கள் வேலைக்குச் செல்வதாகத் தெரிய வந்திருக்கிறது. அப்படி இப்போதும் வளைகுடா நாடுகளிலும், சிங்கப்பூர் போன்ற நாடுகளிலும் லட்சக்கணக்கான தமிழர்கள் உழைத்துக் கொண்டிருக்கின்றனர்.

அங்கே எதுவும் இல்லை என்று புலம்பும் நாம், நம்மை நம்பி வந்தவர்களை எப்படி நடத்திக் கொண்டிருக்கிறோம்? திரைகடல்

ஓடி திரவியம் தேடுவது ஏதோ ஓர் இனத்துக்கு மட்டும் சொந்தமல்ல. வாழ்வில் வயிற்றுக்கான பொருளியல் தேவை எல்லோரையும் எட்டுத் திசைகளிலும் ஓட வைக்கிறது. யாதும் ஊரே, யாவரும் கேளீர் என்று ஒட்டுமொத்த உலக மனிதர்களையும் தன் சொந்தங்களாக அறிவித்த தமிழ் நிலத்தில் இப்போது வட நாட்டு சொந்தங்கள் உழைக்க வந்துள்ளனர். அவர்களை கௌரவமாக நடத்துவதும், சக மனிதர்களுக்கு உரிய மதிப்பை வழங்குவதும் அடிப்படை கடமை. அதைதான் பகவான் போன்றவர்கள் நம்மிடம் எதிர்பார்க்கிறார்கள். கருணையுள்ள ஒரு நிலமாக தமிழகத்தை வரலாற்றில் பதிவு செய்வோம்.

# 3

## பங்களாதேஷ் முத்தலிப்பும் கோயம்புத்தூர் ஜார்ஜ் மற்றும் நீங்களும் நானும்!

**பா**வ்லோ கொய்லா எழுதிய அல்கெமிஸ்ட் நாவலில் வரும் சிறுவன் சாண்டியாகு அரபு நிலங்களில் தன்னுடைய புதையலைத் தேடியலையும் போது கூடவே வரும் பேரிச்சம்பழங்கள் வெறும் பழங்கள் மட்டுமல்ல. அது நம்பிக்கையின் குறியீடு. சாண்டியாகுவை நன்னம்பிக்கையின் தூதுவன் என்றே நான் சொல்லுவேன். அதனால்தான் அந்த நாவல் பைபிளுக்கு அடுத்தபடியாக உலக மொழிகளில் அதிகமாக மொழிபெயர்க்கப்பட்டிருக்கிறது. உலகம் முழுக்க உள்ள சாண்டியாகுகள் அதில் வரும் சாண்டியாகுவோடு தங்களை அடையாளப்படுத்திக் கொள்கிறார்கள். அதனால்தான் அந்த நாவல் எந்த நூற்றாண்டிற்குமான நாவலாகவும் இருக்கும் என துணிந்து சொல்வேன். இந்தக் கட்டுரைகளில் அப்படியான சாண்டியாகுகளைப் பற்றிதான் பேசப் போகிறேன். சினிமாத் துறையில் அந்த சாண்டியாகுக்கு தனுஷ் என்று பெயர். ஓவியத் துறையில் சந்தோஷ் நாராயணன் என்று பெயர். விவசாயத் துறையில் ஜார்ஜ் ஆண்டனி என்று பெயர். இவர்கள் தனித்தனி பெயர்களாக இருக்கலாம். ஆனால் எல்லோரும் ஒன்றுதான். இப்படித் தங்களது துறைகளில் புதையலைத் தேடிப் புறப்பட்ட சாண்டியாகுகள் புதிய புதிய மேய்ச்சல் நிலங்களைத் தேடி அலைந்தபடியே இருக்கிறார்கள். அப்படியானவர்களைப் பற்றியும் அவர்கள் அவர்களது மேய்ச்சல் நிலங்களைக் கண்டறிவதைப் பற்றியுமே சொல்லப் போகிறேன்.

உலகில் 2500 வகையான பேரிச்சம் பழ வகைகள் இருக்கின்றன. அதில் அஜ்வா என்கிற வகை பேரிச்சம் பழம் அரிதானதும் விலை அதிகமானதும் ஆகும். அது நபிகள் நாயகம் சாப்பிட்ட பழமாக இஸ்லாமிய நம்பிக்கை சொல்கிறது. ஒரு கிலோ அஜ்வா வகை பேரிச்சம் பழம் இந்திய ரூபாய் மதிப்பில் 3000 ரூபாய்க்கும் மேல். பங்களாதேஷிலிருந்து முத்தலிப் என்கிற கூலித் தொழிலாளி வேலைக்காக அரபு தேசத்திற்குச் சென்றார். அங்கு கஷ்டப்பட்டு வேலை செய்தபோதும் அவரால் தாக்குப் பிடிக்க முடியவில்லை. எல்லா வகைகளிலும் அவர் அழுத்தங்களைச் சந்தித்ததால், ஊர் திரும்ப முடிவெடுக்கிறார். அழுதுபுரண்டு அவருக்கு வரவேண்டிய 75000 ரூபாய் சம்பளத்தை வாங்கிக்கொண்டு ஊர் திரும்பத் திட்டமிட்ட அவர் ஏதோ உள்ளுணர்வு உந்தித் தள்ளியதால் அந்தப் பணத்திற்கு பேரிச்சம் விதைகளை வாங்கிக்கொண்டு தன்னுடைய சொந்த ஊரான பங்களாதேஷிற்குத் திரும்புகிறார். ஊரார் அவரைத் தூற்றுகிறார்கள். அவருடைய மனைவி இப்படி ஒரு பைத்தியக்காரனுக்கு வாக்கப்பட்டோமே என கோபித்துக்கொண்டு அவருடைய அம்மா வீட்டிற்குச் சென்றுவிடுகிறார். சொந்தப் பெற்றோரும் வெறுத்து ஒதுக்குகின்றனர். விடாப்பிடியாக அவர் தன்னுடைய நம்பிக்கையை விதைத்தார். விளைந்தது அத்தனையும் அஜ்வா ரக பேரிச்சம் பழ மரங்கள். இன்றைய நிலையில் பங்களாதேஷின் பேரிச்சம் பழத் தூதுவர் அவர்தான். அவர்தான் இன்றைய தேதியில் பங்களாதேஷில் மாற்று விவசாயத்தை நோக்கி நகர்பவர்களுக்கான திசைகாட்டி. அவர் விதைத்த நம்பிக்கையிலிருந்து கொத்துக் கொத்தாக விலையுயர்ந்த அஜ்வா பேரிச்சம் பழங்கள் கொட்டியபடியே இருக்கின்றன.

பங்களாதேஷ் முத்தலிப்பிற்கு மட்டும் இந்தப் பிரச்சினை இல்லை. கலிஃபோர்னியாவில் தான் பார்த்துக் கொண்டிருந்த சாஃப்ட்வேர் வேலையை ராஜினாமா செய்துவிட்டு திண்டுக்கல் முள்ளிப்பட்டிக்கு வந்து நான் பேரிச்சம்பழத் தோட்டத்தை உருவாக்கப் போகிறேன் என்று சொன்ன அன்பழகனுக்கும் அந்தப் பிரச்சினை இருந்திருக் கலாம் என்கிறார் கோவையை மையமாக வைத்து புதிய புதிய விவசாய முயற்சிகளை மேற்கொண்டு வரும் ஜார்ஜ் ஆண்டனி. ஜார்ஜ் தமிழ்நாடு அரசின் விவசாயப் பல்கலைக் கழகங்களின் விவசாய விஞ்ஞானிகளைப் போய்ப் பார்த்தார். இருபது வருடங்களுக்கு முன்பு இதே ஜார்ஜ் தேயிலையிலிருந்து எண்ணெய் எடுக்க என்னால் முடியும் என்று சொன்னபோது இதே அரசு விவசாய விஞ்ஞானிகளால் கிண்டலாகப் பார்க்கப்பட்டவர் என்பது குறிப்பிடத்தக்கது. இருபது வருடங்களுக்கு முன்பு ஏளனம் செய்யப்பட்டவராக இருந்தாலும் மனம் தளராமல் அவர் தனது புதையலைத் தேடிக்கொண்டே

இருக்கிறார். இருபது வருடங்கள் கழித்தும் பேரிச்சம் விஷயத்தில் அதே கேள்வியை அவர் விவசாய விஞ்ஞானிகளை நோக்கிக் கேட்டபோது, அவர்கள் அனைவரும் நமது சீதோஷ்ண நிலைக்கு அந்தப் பழம் வரவே வராது என்றார்கள். குஜராத்தில் வருகிறது. ராஜஸ்தானில் வருகிறது. இங்குமட்டும் வராதா என எதிர்க் கேள்வி கேட்டார் ஜார்ஜ். ஏற்கெனவே இதைப் பயிர் செய்து நொடித்துப் போனவர்களின் கதைகளைப் பற்றிச் சொன்னார்கள் அவருக்கு. புதையலைத் தேடிய பயணத்தில் உயிரிழந்தவர்கள் குறித்த கதைகளைச் சொன்னார்கள். ஆனால் உள்ளுணர்வு உந்தித் தள்ளிய ஒருத்தனின் கதையைக் கேட்க யாரும் தயாராகயில்லை. இந்த உலகத்தில் அவர்களிடம் சொல்வதற்கு அப்படியான உலகத்தில் தோற்றுப் போனவர்கள் குறித்த கதைகள் மட்டுமே இருக்கின்றன. இந்த உலகத்திற்கு நீங்கள் முன்மாதிரியாக இருக்க முடியாது. உங்களுக்கு முன்னால் உள்ள மாதிரிகளை நீங்கள் காட்டியே ஆகவேண்டும். நீங்கள் ஏதாவது ஒன்றின் தொடர்ச்சியாய் மட்டுமே தொடர முடியும். புதிய மேய்ச்சல் நிலங்கள் என்று சொன்னால் இங்குள்ள புத்தி மந்தமுள்ள செம்மறியாடுகள்கூட உங்களை நம்பாது. அதேமாதிரியான சிக்கல் இங்கு மட்டுமில்லை. உலகம் முழுக்க இருக்கிறது. எல்லாத் துறைகளிலும் இருக்கிறது. அதனால்தான் பங்களாதேஷில் முத்தலிப் ஆரம்பத்தில் செருப்படி களை வாங்கினார். கிட்டதட்ட இங்கும் ஜார்ஜூம் அதையேதான் வாங்கினார். இங்குள்ள தொடர்ச்சியை அறுத்து அல்லது எதிர்த்து அன்பழகன் மற்றும் ஜார்ஜ் போன்றவர்கள் போரிட்டே ஆகவேண்டும். அவர்களும் அதையேதான் செய்தார்கள். உலக பேரிச்சம்பழ உற்பத்தியில் 36 சதவிகிதத்தை இந்தியா மட்டுமே தனது பயன்பாட்டிற்காக இறக்குமதி செய்கிறது. ஆனால் தமிழ்நாட்டில் அந்தப் பழத்தை விவசாயம் செய்யப் போகிறேன் என்று சொன்ன ஒரு சாண்டியாகுவைக் கிண்டலடித்தார்கள். ஆனால் விடாத ஜார்ஜ் அடுத்தடுத்து என முன்னேறினார். ஏற்கெனவே தமிழ்நாட்டில் இரண்டாயிரம் ஏக்கரில் பேரிச்சம் பழத்தை விவசாயம் செய்து நட்டமடைந்தவர்களைத் தேடித் தேடிப் போய்ப் பார்த்தார். அவர்களிடம் அவர்களது உள்ளுணர்வு என்ன சொன்னது என்று கேட்டார். ஆனால் அவர்களுக்கெல்லாம் உள்ளுணர்வு குறித்த சாண்டியாகுவின் கதைகள் தெரிந்திருக்க வாய்ப்பில்லையே...

அன்பழகன் துணிந்து அரேபியாவிலிருந்து விதைகளை எடுத்துப் போய் லண்டனில் வைத்து 'டிஷ்யூ கல்ச்சர்' பண்ணப்பட்ட செடிகளை திண்டுக்கல் முள்ளிப் பட்டியில் நட்டார். அது அவரைக் கைவிடவில்லை. அவரை முத்தலிப்பின் உயரத்திற்கு அது உயர்த்தியது. அவரும் முத்தலிப்பைப் போலவே தமிழ்நாட்டின்

பேரிச்சம்பழத் தூதுவர் ஆனார். இன்று அவரைத் தொடர்ந்து பலரும் பேரிச்சம் பழக் கனவுகளோடு அரேபிய பாலைவனத்தில் சாண்டியாகு போல புதையலைத் தேடி அலைய ஆரம்பித்திருக்கின்றனர்.

நான் ஆரம்பத்திலே சொன்ன மாதிரிதான். இங்கு பேரிச்சம்பழம் என்பது வெறும் பழமல்ல. அது பணம் கொழிக்கும் விவசாயம் என்றும் சொல்லப்போவதில்லை. பேரிச்சம்பழம் என்பது நன்னம்பிக்கையின் குறியீடு இங்கே. அதுபற்றி இங்கு சொல்லப்படும் கதைகளெல்லாம் நன்னம்பிக்கையின் தூதுவர்களைப் பற்றிய கதைகள். அவர்கள் வேறுவேறு பெயர்களில் இருந்தாலும், ஒரே நோக்கத்திற்காகதான் தங்களை அர்ப்பணித்திருக்கின்றனர். அந்தத் தூதுவர்கள் இன்று எல்லாத் துறைகளிலும் நுழைந்துவிட்டார்கள். பார்த்துக் கொண்டிருந்த மீடியா வேலையை விட்டுவிட்டு மரபு மருத்துவத்திற்குச் சேவை செய்யப் போகிறேன் என்று சொல்லிக் கிளம்பிய செம்மை வனத்தைச் சேர்ந்த செந்தமிழனும் கலாநிதியும் கூட அப்படியான நன்னம்பிக்கையின் தூதுவர்கள்தான். ஆனால் அவர்களை அவர்களுடைய தொடர்ச்சி என்ன செய்கிறது? அவர்களைக் கிண்லடிக்கிறது. அவர்கள் என்ன சொல்கிறார்கள் என்பதைக் காதுகொடுத்துக் கேட்கவும் தயாராகயில்லை. ஒரு ஹிப்பாப் தமிழன் முகநூல் என்ற ஒன்று இல்லாமல் போயிருந்தால், அடையாளமே தெரியாமல் கடந்து போயிருந்திருப்பார். நடிகர் சங்கத் தேர்தல் குறித்து ஆயிரம் விமர்சனங்கள் இருக்கலாம். ஆனால் அங்கு இந்த சாண்டியாகுகள் தங்களது புதையலைக் கண்டடைந்தார் கள். நடிப்பு மட்டும்தான் எங்களது வேலை, வேறு அரசியல் செயல்பாடுகளை எங்களிடம் எதிர்பார்க்காதீர்கள் என நேர்மையாக அவர்கள் சொல்லும்போது, அதன் பின்னால் உள்ள நல்லெண்ணம் குறித்து இங்கு யாரும் கவனம் கொள்ளவில்லை. மாறாக அவர்கள் ஏற்கெனவே இருந்ததுபோல அல்லாமல் புதிய தவறான மாதிரியை இங்கு உருவாக்க முயல்வதாகக் குற்றம் சாட்டுகிறார்கள். முத்தலிப்பும் ஜார்ஜூம் அன்பழகனும் செய்ததைதானே அவர்கள் தங்களது துறையில் செய்ய முயன்றார்கள்?

இப்படி இன்று சினிமா, இசை, பத்திரிகை, இலக்கியம், வணிகம் என எல்லாத் துறைகளிலும் இந்த நன்னம்பிக்கையின் தூதுவர்கள் புறப்பட ஆரம்பித்துவிட்டார்கள். அவர்கள் தங்களுக்குத் தோதான வகையில் தாங்கள் சார்ந்த மேய்ச்சல் நிலங்களைச் செப்பனிடும் பணியை மேற்கொள்ள ஆரம்பித்துவிட்டார்கள். அந்த மாற்றத்தை கவனிக்கத் தவறாதீர்கள் என்றுதான் உங்களைப் பார்த்துக் கேட்கிறேன். அவர்கள் முட்பாதைகளைக் கடக்கும் வித்தையைக் கற்றுக்கொண்டு விட்டார்கள். அவர்களைக் கைப்பிடித்து அழைத்துச்

சென்றதால் அத்தனை புயல்களையும்கூட கடக்கும் வல்லமையை அவர்கள் பெற்றுவிட்டார்கள். உதாரணத்திற்கு இரண்டு விளம்பரங் களைச் சொல்கிறேன். இங்கு ஆங்கிலம் பேசும் மேனேஜர்கள் கிடைப்பார்களா என்று ரின் விளம்பரத்தில் கேள்வி கேட்கும் அதிகாரியிடம், 'Don't judge a book by its cover' என்று துடுக்குத்தனமாகத் துணிச்சலாகப் பதில் சொல்லும் இடத்திற்கு தங்களை நகர்த்திக் கொண்டுவிட்டனர். அதே பொருளின் இன்னொரு விளம்பரத்தில் ஆட்டோவில்தான் வந்தாயா என்று கேட்கும் அதிகாரியிடம் துணிச்சலாக, 'சார், இந்த ஆட்டோக்காரர் என்னுடைய அப்பா' என அறிமுகப்படுத்தும் பக்குவமான மனநிலைக்கு வந்து விட்டார்கள். அவர்கள் அவர்களது துறையில் செய்வதற்கென்று ஆயிரம் புதிய யோசனைகளை வைத்திருக்கிறார்கள்.

புதிய விஷயங்களை எதற்காகக் கண்மூடித்தனமாக எதிர்க்க வேண்டும்? கொஞ்சம் காது கொடுத்துக் கேட்கலாமே? பேரிச்சம்பழத்தையே எடுத்துக் கொள்ளுங்கள். அரேபியாவில் இருந்து வருகிறது என்பதற்காகவே கண்மூடித்தனமாக ஒரு அரசு விவசாய விஞ்ஞானி ஜார்ஜிடம் எதிர்த்துப் பேசியிருக்கிறார். மோடி ஆண்ட குஜராத் மாநிலத்திலேயே இவற்றைப் பயிரிடுவதற்கு ஐம்பது சதவிகிதம் அரசு மானியமாகத் தருகிறார்கள் என்று சொன்னபிறகும்கூட அந்த அதிகாரி அந்த அரேபிய பழத்தைச் சபித்திருக்கிறார். ஆனால் அந்தச் சபிக்கப்பட்ட பழம்தான் இன்று ஜார்ஜின் அடையாளமாய் மாறி நிற்கிறது. தன் துறையில் வெற்றி பெற்றதும் அப்படியே முடங்கிப் போய், அது தரும் புகழிலேயே மயங்கிப் போய் தேங்கி நின்று விடுவதுதானே இங்கே வழக்கமாக இருக்கிறது. அதைத் தாண்டி, அதிலிருந்து வெளியேறி இன்னொரு துறையில் நான் கால் வைக்கப் போகிறேன் என்று சொல்லி ஒருத்தன் வந்தால் நாம் என்ன சொல்வோம்? வசதியான இருக்கையை விட்டெழுந்து புதிய பயணத்திற்குத் தயாராகுபவர்களைப் பார்த்து நாம் என்ன சொல்வோம்? உங்களுக்குத் தெரிந்த அதே பதிலைதான் உலகம் முழுக்க சொல்லிக் கொண்டிருக்கிறார்கள் இன்னமும். ஆனால் இதற்கெல்லாம் சலிக்காமல் புதிய துறைகளைச் சுவைக்கக் கிளம்பிய படியே இருக்கும் கலாநிதி, முத்தலிப், அன்பழகன் போன்றவர்கள் என்ன சொல்ல எத்தனிக்கிறார்கள் என்பதைப் புரிந்துகொள்ள முயற்சிப்போம். அவர்கள் ஏற்கெனவே இருக்கும் மருத்துவத்திற்கு மாற்றாக புதிய மருத்துவத்தைப் பரிந்துரை செய்கிறார்கள். புதிய விவசாயத்தை, இசையை, திரைப்படத்தை, அரசியலைப் பற்றிச் சொல்ல ஆரம்பித்திருக்கிறார்கள். முதலில் அவர்கள் சொல்வதைக் காது கொடுத்துக் கேளுங்கள். அப்புறம் குறைகளையும்

சொல்லுங்கள். திருத்திக்கொள்ளத் தயாராகவே இருக்கிறார்கள். அவர்கள் ஒரு இடத்தில் தங்கிப் போகும் குட்டையாக இருக்க விரும்புவதில்லை. தக்கையாகத் தங்களை மாற்றிக்கொண்டு காட்டாற்றில் நீந்துவதற்குதான் பிரியப்படுகிறார்கள்.

உதாரணமாக இன்னொரு விஷயத்தையும் சொல்லலாம் என்று தோன்றுகிறது. லிபியாவில் ஒரு குடும்பம் அரிய வகை 100 பேரிச்சம் மரங்களைப் பொத்திப் பாதுகாத்து வருகிறது. அந்த மரத்தின் பழங்களை தன்னுடைய நாட்டின் முதல் குடிமகனுக்கு மட்டுமே படையலிடுகிறது அந்தக் குடும்பம். அந்த அரசின் விருந்தினர்களாகச் செல்பவர்களுக்கு அந்தப் பழங்களை விருந்தாகத் தருகின்றனர். விருந்தாளிகள் சாப்பிட்டு முடிகிற வரை காத்திருக்கும் அந்த அரசு ஊழியர்கள் அந்தக் கொட்டைகளை விருந்தாளிகளிடமிருந்து வாங்கிக் காப்பாற்றுகின்றனர். கொட்டைகூட வெளியில் சென்று விடக் கூடாது என்பதில் குறியாக இருக்கின்றனர். இப்படிப் பொத்திப் பொத்திப் பாதுகாக்கும் அந்தப் புதையலைத் தேடியும் சாண்டியாகுகள் ஒருநாள் புறப்படுவார்கள் என்றுதான் தோன்றுகிறது. விதை எல்லோருக்கும் சொந்தம். அது உனக்கு மட்டும் சொந்தமில்லை. இந்த நிலப்பரப்பில் வாழும் அத்தனை முத்தலிப்பு களுக்கும் அது சொந்தம் என ஒரு உலகளாவிய புரிதலோடு எதிர்த்து நின்று கேள்வி கேட்க ஆரம்பித்துவிட்டார்கள். அவர்கள் ஒருநாள் அந்த விதையை எப்பாடுபட்டாவது கவர்ந்து வருவார்கள் என்பதைச் சொல்லித் தெரியவேண்டியதில்லை. ஏன் பாகிஸ்தானில் இருந்து பாசுமதியைக் கவர்ந்து வந்த வரலாறு கண் முன்னே இருக்கதானே செய்கிறது? லிபியாவில் கைப்பற்றப் போகும் விதைகள் வெறும் பேரிச்சம்பழ விதைகள் மட்டுமல்ல!

# 4

## சாக்கடையில் மிதக்கும் ஜேக் டானியல் விஸ்கி போத்தல்களும் ஸ்மார்ட் ஃபோன்களும்!

குப்பை பொறுக்குகிற பையன்கள் மற்றும் பையன்களின் குடும்பம் பற்றிதான் பேசப் போகிறோம். வசதிக்காக சின்னக் காக்கா முட்டையையும் பெரிய காக்கா முட்டையையும் துணைக்கு அழைத்துக் கொள்கிறேன். சத்தியமாக காக்கா முட்டை படம் பற்றிப் பேசவே போவதில்லை. அதனால் தயங்காமல் மேலே செல்லலாம். நானும் சின்ன வயதில் ஒரு காக்கா முட்டை அனுபவத்தைச் சந்தித்திருக்கிறேன். எங்களூர் கோவில்பட்டியில் நகைப் பட்டறைகள் அதிகம். அங்குள்ள நகைப் பட்டறைகளில் உருவாகும் கழிவுகளைச் சல்லடையில் போட்டு ஆட்டி அதிலிருக்கும் தங்கத் துகள்களைப் பொறுக்கிக் கொண்டிருப்பார்கள். செண்பகவள்ளியம்மன் கோயிலை ஒட்டிப் பெருகி ஓடிக் கொண்டிருக்கும் சாக்கடையில் அமர்ந்து சல்லடையில் போட்டு மண்ணை அலசிக் கொண்டிருப்பார்கள். அதில் ஏதேனும் தங்கத் துகள்கள் கிடைத்தால் அதிசயம். அந்தச் சிறு துகளுக்காக நாள் முழுவதும் சாக்கடையில் அமர்ந்து டீ குடிப்பார்கள். சாப்பிட்டுக்கொண்டு இருப்பார்கள். சின்ன வயதிலேயே ஏதாவது பிஸினஸ் பார்க்க வேண்டுமென நினைத்து நானும் நண்பர்களும் சல்லடையைக் கைகளில் ஏந்திப் பிடித்தபோது முதுகில் ஒரு அறை விழுந்தது. எங்கள் தெருக்கார அண்ணன் ஒருத்தர் ''இந்த வேலையச் செய்யுறதுக்கா உங்க அப்பன் ஆத்தாள் களெல்லாம் உங்களைப் படிக்க வைக்கிறார்கள்?'' என எங்களைக் கண்டித்துவிட்டு அங்கிருந்து எங்களை அப்புறப்படுத்தினார்.

பொருளாதாரம் பெரியளவில் திரளாத துறையாக குப்பை பொறுக்கும் தொழில் அப்போது இருந்தது என்பதைச் சொல்லித் தெரிய வேண்டியதில்லை.

அந்த அனுபவத்திலிருந்து என்னைத் தொடர்ந்து ஏதோ ஒரு வகையில் குப்பைகளும் கழிவுகளும் தொடர்ந்தபடியே இருக்கின்றன. அதை நான் எழுதும் கட்டுரைகளில்கூட ஆங்காங்கே காணலாம். காக்கா முட்டை படம் பார்த்தபோது அதில் சின்னக் காக்கா முட்டையோடு மனதளவில் நெருங்கிப் போனேன். குப்பை என்றாலே அசிங்கம். அது நாம் செய்யக்கூடாத தொழில் என்றளவிலான புரிதலிலேயே வளர்ந்து வந்திருக்கிறோம். அதேபோல் குப்பை பொறுக்குகிறவர் களின் வாழ்க்கையை இதே வகையான புரிதல் கொண்டே அணுகியும் வந்திருக்கிறோம். ஒரு முறை ரயிலில் டெல்லி செல்லும் போது நண்பர் ஒருவரைச் சந்தித்து பேசிக்கொண்டே போனோம். அவர் அந்த ரயிலில் தொழில் நிமித்தமாக அவருடைய நிறுவனத்தில் வேலை பார்க்கும் பையன்களோடு பயணித்தார். அவருடைய தொழில் வேறு ஒன்றுமில்லை. ரயிலில் நாம் பிரியாணியோ சப்பாத்தியோ சாப்பிட்டுவிட்டு தூக்கிப் போடும் சில்வர் ஃபாயில் பேப்பர் சீட்டுகளைப் பொறுக்க வேண்டும். ரயிலில் இவ்வாறு பல கிலோமீட்டர் தூரங்கள் பயணித்தபடி அந்தக் குப்பைகளைப் பையன்கள் பொறுக்குவதை இவர் கண்காணித்துக்கொண்டே வருவார். இது என்ன வித்தியாசமான தொழிலாக இருக்கிறதே என நண்பரிடம் பேச்சுக் கொடுத்தபிறகுதான் இதற்குப் பின்னால் உள்ள பிரம்மாண்டம் உறைத்தது. அந்த சில்வர் ஃபாயில் பேப்பர் சீட்டுகளின் விலை கிலோ ஒன்று சில ஆயிரம் ரூபாய்க்கும் மேல். அதில் அவர் சில கோடிகளைச் சம்பாதித்துவிட்டதாகச் சொன்னார்.

அந்தப் பையன்களின் நாள் வருமானம் பற்றிக் கேட்கவே இல்லை. அது வெகு சொற்பமான தொகையாகதான் இருக்கும் என்பதைச் சொல்லித் தெரியவேண்டியதில்லை. குப்பையிலிருந்து கோபுரத்திற்குப் போகும் பொருளாதாரம் பற்றி நான் அப்போதுதான் தெரிந்து கொண்டேன். செண்பகவள்ளியம்மன் கோயிலுக்கு அருகில் உள்ள சாக்கடைகளில் இருந்து திரளும் பொருளாதாரமும் ரயிலில் சில்வர் ஃபாயில் சீட்டுகளில் இருந்து உருவாகும் பொருளாதாரமும் ஒன்றா, இரண்டிற்கும் ஒற்றுமை இருக்கிறதா என்று கேட்டால், அப்போது அது குடிசைத் தொழிலாக இருந்தது. இப்போது அது மிகப்பெரிய துறையாக வளர்ந்து இருக்கிறது என்றுதான் சொல்வேன். ஆனால் இருக்கிறது என்பதைப் பற்றிய புரிதல் இன்னமும் இல்லாமல் இருக்கிறது என்றுதான் சொல்லத் தோன்றுகிறது. அவர்கள் செய்யும் தொழிலில் திரண்டு வரும் பொருளாதாரம் குறித்த கதைகளை

அவர்களிடம் பெருமுதலைகள் மறைக்கிறார்கள் என்றுதான் தோன்றுகிறது. குப்பையில் என்ன கிடைத்துவிடப் போகிறது என்கிற மனநிலையை வேண்டுமென்றே வளர்த்தெடுத்து வருகிறார்களோ என்றுகூட தோன்றுகிறது.

2014-15 ஆம் ஆண்டிற்கான இந்தத் துறையின் இந்திய மதிப்பீட்டின் படி 2025 ஆம் ஆண்டிற்குள் இந்தத் துறையில் 13.62 பில்லியன் அமெரிக்கன் டாலர் வருமானம் வரும் என கணிக்கப்பட்டிருக்கிறது. குப்பைப் பொருளாதாரம் என்கிற பிரிவொன்றே வணிகத் துறையில் உருவாகியிருக்கிறது. மும்பை, சென்னை உள்ளிட்ட 9 இந்தியப் பெரு நகரங்களில் இருந்து நாளொன்றிற்கு 23,000 டன் குப்பைகள் உருவாக்கப் படுகின்றன. இவை அகற்றவும் படுகின்றன. இப்படி அகற்றப்படும் குப்பைகள் எங்கு போகின்றன. கடலிலா கொண்டு போய் வெட்டியாகக் கொட்டுகிறார்கள்? இந்தியாவில் உள்ள அகோரா ஃபைபர்ஸ் என்கிற நிறுவனம் ஆண்டொன்றிற்கு இந்தத் துறையில் 100 கோடி வருவாய் ஈட்டுகிறது. சில்வசா ப்ளான்ட்ஸ் என்கிற நிறுவனம் கிட்டதட்ட 120 கோடி ரூபாய் வருவாயாக ஈட்டுகிறது. குப்பைக் கழிவுகளில் இருந்து மின்சாரம் தயாரிக்கும் க்ரீன் பவர் என்கிற நிறுவனம் 2013ஆம் ஆண்டில் மட்டும் 410 கோடி ரூபாயை வருவாயாக ஈட்டியிருக்கிறது. சிங்கப்பூரைத் தலைமையிட மாகக் கொண்டு செயல்படும் நிறுவனம் ஒன்று ‘இ வேஸ்ட்’ தொழிலில் இந்த ஆண்டு 500 கோடி ரூபாய் வருவாய் வரும் என எதிர்பார்க்கிறது. இதைப்போல் இந்தியாவில் மட்டும் நூற்றுக்கணக்கான நிறுவனங்கள் வெறும் குப்பைகளையும் கழிவுகளையும் மட்டுமே குறிவைத்து களத்தில் குதித்திருக்கின்றன. இவர்களுக்குக் குப்பைகளும் கழிவுகளும் கிடைத்துக்கொண்டே இருக்கவேண்டும். அதற்காக காக்கா முட்டைகளை உற்பத்தி செய்துகொண்டே இருக்கிறார்கள். அரசாங்க ஆதரவு கண்டிப்பாக எல்லாத் தொழிலுக்கும் வேண்டுமல்லவா? இருக்கவே இருக்கிறது, ‘சுவாட்ச் பாரத்’ மற்றும் ‘க்ளீன் இந்தியா மூவ்மென்ட்ஸ்’ எல்லாமும். குப்பைப் பொருளாதாரத்தை இதுபோன்ற திட்டங்கள்தான் தாங்கிப் பிடிக்கின்றன என்று சொன்னால் உங்களிடம் மறுப்பதற்குப் புள்ளி விவரங்கள் ஏதேனும் இருக்கின்றனவா? தூய்மையான இந்தியா என்கிற காந்தியின் கனவை நக்கலடிப்பதாகக் கூட விமர்சிக்கலாம். சுத்தமான இந்தியா என்பது அவசியம்தான். அதேசமயம் இந்தக் குப்பைகள் எங்கே போகின்றன, அவற்றால் எப்படி ஒரு பெரிய பொருளாதாரம் இயங்கிக் கொண்டிருக் கிறது என்பதைப் பற்றியும் சொல்லித் தரவேண்டுமா இல்லையா?

2008ல் உலகளவில் ஒருமுக்கியமான மாநாடு ஒன்று நடந்தது. முதல் சர்வதேச குப்பை பொறுக்குபவர்களுக்கான மாநாடு மற்றும் மூன்றாம் லத்தீன் அமெரிக்க கருத்தரங்காக அது நடந்தது. உலகில்

உள்ள குப்பை பொறுக்குபவர்களின் பிரதிநிதிகள் அம்மாநாட்டில் கலந்து கொண்டார்கள். இந்தியாவில் இருந்து குப்பை பொறுக்குபவர்களின் பிரதிநிதிகளாக அதிகாரிகள் மட்டும் கலந்து கொண்டனர். நியாயமாய்ப் பார்த்தால், சின்னக் காக்கா முட்டையும் பெரிய காக்கா முட்டையும்தானே கலந்து கொண்டிருந்திருக்க வேண்டும்? ஏன் கலந்து கொள்ளவில்லை என்கிற கேள்வியைக் கேட்டுப் பாருங்கள். நான் சொன்னதன் அர்த்தம் விளங்கும். அந்த மாநாட்டில் உலகமெல்லாம் இருக்கும் குப்பை பொறுக்குபவர்களுக்குத் தரமான உபகரணங்களை அரசும் இந்தத் தொழிலில் கோடிகளைக் குவிக்கும் நிறுவனங்களும் வழங்கவேண்டும் என்று வலியுறுத்தி இருக்கிறார்கள். குப்பைகளுக்கும் கழிவுகளுக்கும் நியாயமான விலை கொடுக்கவேண்டும் என்றும் வலியுறுத்தி இருக்கிறார்கள். குப்பை பொருளாதாரத்தினால் குவியும் கோடிகளைப் பற்றி அந்த மாநாட்டில் விவாதித்து இருக்கிறார்கள்.

நேஷனல் ஜியாக்ரஃபி விருது பெற்ற புகைப்படக் கலைஞருமான செந்தில் குமரனும் நானும் சேர்ந்து குப்பை பொறுக்குபவர்கள் குறித்த புகைப்படக் கட்டுரையை இந்தியாடுடே பத்திரிகையில் எழுதினோம். அதில் பெரும்பாலும் நாங்கள் சந்தித்தவர்கள் எல்லாம், ஒரேவிதமான கோரிக்கையை மட்டுமே வைத்துக் கொண்டிருந்தனர். உபகரணங்கள் வேண்டும். பாதுகாப்பான உபகரணங்கள் வேண்டும் என்பதையே திரும்பத் திரும்பச் சொல்லிக் கொண்டிருந்தனர். அவர்களுக்கு தங்கள் துறையைச் சார்ந்தவர்கள் கூடி உலகளவில் ஒரு மாநாட்டை நடத்தி முடித்த விஷயம் தெரியவே இல்லை. அவர்களுக்குத் தாங்கள் பொறுக்கும் குப்பைகளும் கழிவுகளும் எங்கே போகின்றன என்கிற தெளிவும் இல்லை. அவர்களைப் பொறுத்தவரை இந்தத் தொழில் அவர்களுக்கு விதிக்கப்பட்ட தலைவிதி. தலைவிதியை கடவுள்கூட மாற்ற முடியாது என ஒற்றை வரியில் சொல்லி முடித்துவிட்டனர். அந்தக் கட்டுரை வெளியான போது அவர்கள் என்ன மாதிரியான எதிர்வினைகளைத் தந்தார்களோ, அதை வேறு வேறு வார்த்தைகளில் படிப்பவர்கள் வெளிப்படுத்தினார்களே தவிர, இந்தத் துறையில் ஆழப் புகுந்து வெளிவரவில்லை.

குப்பை பொறுக்குபவர்கள் குறித்து பல்வேறு கோணங்களில் பேசிக் கொண்டிருக்கின்றனர். அவர்கள் பீட்சா தின்ன ஆசைப்படுவதாக, குற்றச் செயல்களில் ஈடுபடுகிறார்கள் என்றெல்லாம்கூட படங்கள் வெளி வருகின்றன. ஆனால் குப்பைகள் மற்றும் கழிவுகளில் இருந்து மிகப் பெரிய பொருளாதாரம் ஒன்று 2000த்திற்குப் பிறகு உருவாகி யிருக்கிறது என்பதை மறந்தும்கூட சொல்வதில்லை. அதைச் சொல்லியிருக்க வேண்டுமா இல்லையா? ஆட்டோமொபைல், உணவு,

தகவல் தொழில்நுட்பம் உள்ளிட்ட பிற துறை சார்ந்த பொருளாதாரத்தைப் பற்றியெல்லாம் வியாக்கியானம் செய்யும்போது இந்தத் துறை சார்ந்தும் வெளிப்படையாகப் பேசவேண்டுமில்லையா? குப்பை பொறுக்குகிறவர்கள்தானே... அவர்களுக்கு எங்கே தெரியப் போகிறது என்று நினைத்துக் கொண்டார்களோ என்னவோ?

ஒரு நவீன விலையுயர்ந்த செல்ஃபோன் கழிவில் அனுமதிக்கப்பட்ட அளவில் சில மில்லி கிராம் தங்கம் இருக்கும் என்கிற விஷயம் எத்தனை பேருக்குத் தெரியும்? அந்தக் குப்பையை அள்ளிக்கொண்டு வந்து அந்த அக்காவிடம் கொடுக்கும் காக்கா முட்டைகளுக்கு அந்த விஷயம் தெரியுமா? அல்லது குடிகாரக் கணவனுடன் வாழ்ந்து கொண்டிருக்கிற, குப்பைகளை வாங்குகிற சிறு கடை நடத்தும் அந்த அக்காவிற்குதான் தெரியுமா? பத்து ரூபாயில் அவருக்கான பேரத்தை முடித்துவிடுகிறார். அவருக்கு பதினைந்து ரூபாய் கிடைக்கலாம். பொதுவாகவே இந்த மாதிரி பரிதாபம் மட்டும் பார்த்துக் கொண்டிருப்பதை நிறுத்த வேண்டும் என்றுதான் தோன்றுகிறது. பரிதாபம் பார்த்தவுடனேயே நம்முடைய வேலை முடிந்துவிட்டதாகவே கருதிவிடுகிறோம். நம்முடைய குற்றவுணர்வை உடனடியாகத் தீர்த்துவிட வேண்டும். முடிந்ததா? அடுத்த வேலையைப் பார்க்கப் போய்விடலாம். அது அவர்கள் கஷ்டம். அவர்கள் வாழ்க்கை. அதில் புகுந்து கருத்துச் சொல்ல நமக்கு என்ன உரிமை இருக்கிறது என்றெல்லாம்கூட கேட்கலாம். ஆனால் அவர்களுக்கு அவர்களது துறையில் கொழிக்கும் கோடிகளைப் பற்றி எடுத்துச் சொல்ல வேண்டும். காக்கா முட்டைகள் கைகளில் கிடைக்கும் அந்த செல்ஃபோன் வேஸ்ட்டில் பொதியப்பட்டிருக்கிற துகள் அளவிலான தங்கத்தைப் பற்றி எடுத்துச் சொல்லவேண்டும். அதை வெறும் பத்து ரூபாய்க்குக் கொடுக்காதே என கைகளைப் பிடித்துத் தடுக்க வேண்டும். 500 கோடி ரூபாய் வருவாய் ஈட்டும் அந்தத் தொழில் நிறுவனத்தைப் பற்றி எடுத்துச் சொல்ல வேண்டும். வெறும் குப்பைகள்தானே என்று நினைக்கும் நம்முடைய மனநிலையை மாற்ற வேண்டும். அவர்கள் செய்யும் தொழில் தாழ்ந்தது என்று சொல்லிச் சொல்லி இதன் பொருளாதார மதிப்பு எதையும் சிந்திக்காதவர்களாக அவர்களை மாற்றி வைத்திருக்கிறோம். அந்தத் தொழிலை விட்டு அவர்கள் வெளியேற வேண்டும் என்பதில் மாற்றுக் கருத்தில்லை. ஆனால் அந்தத் தொழிலில்தான் வேறுவழி யில்லாமல் இருக்கப் போகிறோம் என்று சொல்பவர்களிடம் இந்தத் துறை சார்ந்த பொருளாதாரம் பற்றி எடுத்துச் சொல்வதில் என்ன தவறு வந்துவிடப் போகிறது? ராஜாஜிபோல குலக் கல்வியைப் பற்றியா இந்த இடத்தில் சொல்லிக் கொண்டிருக்கிறோம்?

அதுமாதிரி ஏதாவது தோன்றினால் அதை நீங்கள் அமர்ந்து படித்துக் கொண்டிருக்கும் நாற்காலிக்கு அடியிலேயே குழி தோண்டிப் புதைத்துவிடுங்கள். அதுதான் எனக்கும் நல்லது. அவர்களை அவர்கள் பலம் பொருந்தியவர்களாக நினைக்கும் துறையில் தொழில் முனைவோர்களாக மாற்ற வேண்டும் என்றும் ஒரு கோணம் இருக்கதானே செய்கிறது.

ஏன் சுவாட்ச் பாரத் பற்றிப் பேசும் அதிகாரத்தில் இருப்பவர்கள், அந்தத் தொழிலில் சுழலும் பொருளாதாரம் குறித்துப் பேசுவதில்லை என்று அவர்களைக்கொண்டே கேள்வி கேட்க வைக்கவேண்டும். காக்கா முட்டைகளிடம் கனிவு கொண்டிருக்கிற அதே சமயம் காக்கா முட்டைகளின் பொருளாதார மதிப்பு குறித்து அவர்களுக்கு உணர்த்த வேண்டும். காக்கா முட்டைகள் கண்டிப்பாக பள்ளிக்கூடத்திற்கு இந்தத் தொழிலை விட்டொழித்துவிட்டுப் போகவேண்டும். அதில் மாற்றுக் கருத்து எதுவும் இருக்க முடியாது. அதேசமயம் வேறுவழி யில்லாமல் குப்பை பொறுக்கும் தொழிலில் அவர்கள் ஈடுபட்டுக் கொண்டிருந்தால், இதையெல்லாம் சொல்லிக் கொடுப்பதில் என்ன தவறு வந்துவிடப் போகிறது? வெறும் குப்பை பொறுக்குகிறவர் களாகவே வறுமையோடு போட்டியிட்டு அவர்கள் செத்துப் போய் விடக்கூடாது. நகைத் துகளை சாக்கடையில் அள்ளி அள்ளி அதன் மதிப்பைப் பற்றித் தெரியாமல் தங்களது வாழ்வை முடித்துக் கொண்டவர்கள்போல காக்கா முட்டைகளும் இருந்துவிடக் கூடாது. இனிமேல் குப்பையில் அந்த நவீன ரக செல்ஃபோன் வேஸ்ட் கிடைத்தால் அதை முன்னூறு ரூபாய்க்கு விற்கச் சொல்லிக் கற்பிக்க வேண்டும். பீட்சா கடைக்காரனிடம் எதற்காக கன்னத்தில் அடிவாங்க வேண்டும்? கால் மேல் கால் போட்டுக்கொண்டு, ஹோம் டெலிவரி ஆர்டர் செய்யலாம். பணம் கொடுத்தால் பீட்சாக்காரர்கள் கூவத்தில் கூட குதிப்பார்கள். எது தம்முடைய பலவீனமோ அதை தம்முடைய பலமாக மாற்றிக்கொள்ளச் சொல்லிக் கொடுத்தால், அதைக் கேட்பதற்கும் அதை முன்னெடுத்துச் செல்வதற்கும் காக்கா முட்டைகள் தயாராகிவிட்டார்கள் என்பதை எப்படிச் சொல்லிப் புரிய வைப்பது?

# 5

## அப்பாவிகளும் அல்ப ஆயுசுடைய மனசாட்சிகளும்!

இங்கு எண்ணிக்கையும் பெரும்பான்மையும்தான் எந்தவொரு விஷயத்தையும் தீர்மானிக்கின்றன. கும்பகோணம் பள்ளி தீ விபத்தில் மூன்று குழந்தைகள் மட்டும் இறந்திருந்தால், திருப்பதி துப்பாக்கிச் சூட்டில் 2 பேர் மட்டும் கொல்லப்பட்டிருந்தால், சாவகாசமாக அதைக் கடந்து போயிருப்போம். ஒரு பத்து சதவிகித மாநில மனசாட்சியை உலுக்குவதற்கே, இத்தனை பேர் சாகவேண்டிய, கொல்லப்பட வேண்டிய தேவை இருக்கிறது. தேசத்தின் மனசாட்சியை உலுக்க வேண்டுமானால், குறைந்தது நூறு பேராவது சாக வேண்டும் அல்லது கொல்லப்பட வேண்டும் என்கிற நிலை இருப்பதைப் பற்றி யோசிக்கவே அச்சமாக இருக்கிறது. நிறைய நேரங்களில், ஸ்கோர் எவ்வளவு என்கிற கேள்விக்கும் எத்தனை பேர் செத்திருக்கிறார்கள் என்கிற கேள்விக்கும் பெரிய வித்தியாசம் இல்லாமல் போகிறது. இங்கு எல்லாமே எண்ணிக்கை விளையாட்டுதான். தர்க்கங்கள், ஒரு பிரச்சினையின் பின்னால் உள்ள மறுகோணங்கள் இவையெல்லாம் தேவையேயில்லை. பிரச்சினையின் ஆணிவேரையறிந்து அதைத் தடுப்பதற்கான எத்தனிப்புகள் பற்றியெல்லாம் கவலைகொள்ள யாருக்கும் நேரமில்லை. நமக்குத் தேவையெல்லாம் நாம் இருக்கிறோம் என்பதை உலகத்திற்கு உணர்த்த ஒரு சிறு தெறிப்பு மற்றும் ஒரே நாள் மட்டுமே நீடிக்கும் அளவிலான மனசாட்சியின் அறச்சீற்றம் அவ்வளவுதான். அந்த அறச்சீற்றம் நமது குறைபாடுடைய ஆன்மாவை ஏதேதோ சொல்லி சரிக்கட்டி விடுகிறதா? உண்மைகளை

உணர்ந்து நல்விளைவுகளை ஏற்படுத்தும் கவலைகள் ஏதும் இல்லாமல், ரத்தம் உலர்வதற்கு முன்பு டீச்சரோடு ஓடிப்போன பள்ளி மாணவன் என அடுத்த கட்டத்திற்குத் தாவி விடுகிறோம்.

மாநிலத்தின் மனசாட்சிக்குத் தேவையெல்லாம் ஒரு ஒற்றைப் படையான கோஷமோ முழக்கமோ மட்டும்தான். அப்படிதான் நாம் சிந்திக்க பழக்குவிக்கப்பட்டிருக்கிறோம். எதிர்முழக்கமோ எதிர்கருத்தோ நம்மைப் பதற்றமடைய வைக்கின்றன. 'அப்பாவிகள் - அவர்களைப் பயன்படுத்திக்கொண்ட செம்மரக் கடத்தல்காரர்கள் - பின்னால் உள்ள அரசியல்வாதிகள்' என எளிதாக சுருக்கப்பட்ட வடிவம், எந்த வகைப்பட்ட வினையாற்றுதலுக்கும் ஏதுவானதாக இருக்கிறது. இன்னும் சுருக்க வேண்டுமெனில், 'கொல்லப்பட்ட தமிழர்கள்'. இன்னும் அதற்கு மேலும் சுருக்க வேண்டுமானால், கொல்லப்பட்ட இருபது பேரில் இவரிவர் இன்னின்ன சாதிகளைச் சேர்ந்தவர்கள். இந்த வகை புரிதல்களை வைத்துக்கொண்டு என்ன செய்யப் போகிறோம்? ஆணி வேரைக் கண்டடையாவிட்டால் மீண்டும் இதுபோல் கொலைகள் தொடர்ந்து நடக்கதான் செய்யும். அப்போது மீண்டும் 'கூகிளிட்டு' தேடி மறந்து போன இந்த இருபது கொலைகளை ஞாபகப்படுத்திக் கொள்வோம். அவ்வளவுதான். உண்மைகளை நேருக்கு நேர் நின்று சந்திக்கும்போதுதான் ஆக்கபூர்வ மான பின்விளைவுகள் சாத்தியமாகும். நம்மை நாமே ஏமாற்றிக் கொண்டிருப்பதால் நமக்கு மட்டுமல்ல நாம் நம்பிக் கொண்டிருக்கும் அந்த 'அப்பாவி'த் தொழிலாளர்களுக்கும் அவர்களுடைய குடும்பங் களுக்கும்கூட எந்த வகை நல்விளைவுகளும் ஏற்படப் போவதில்லை.

தமிழகம் முழுக்க பல ஊர்களில் வறுமை தாண்டவமாடிக் கொண்டுதான் இருக்கிறது. ஏன் குறிப்பிட்ட திருவண்ணாமலை, வேலூர் மாவட்டங் களைச் சேர்ந்த தொழிலாளர்கள் மட்டும் செம்மரம் வெட்ட திருப்பதி சேஷாசலம் வனப் பகுதிகளுக்குச் செல்கிறார்கள்? இயல்பிலேயே, மிகச் சிறந்த தொழில்முறை மரம் வெட்டிகள் அவர்கள் என விவரமறிந்தவர்கள் சொல்கிறார்கள். ஆந்திரத் தொழிலாளர்கள் இரண்டு மணி நேரத்தில் வெட்டுகிற மரத்தை, இவர்கள் ஒரு மணி நேரத்திலேயே வெட்டுவதில் வல்லவர்கள் என்பதால்தான் புரோக்கர்கள் இம்மாவட்டங்களில் குவிகிறார்கள். செம்மரத்தின் சர்வதேச மார்க்கெட் நிலவரம், தேவை குறித்து மிகச் சிறப்பாக அறிந்தவர்கள். எத்தனை அடி சுற்றளவு மரம் எவ்வளவு விலை போகும், அதன் தரம் சர்வதேசச் சந்தையில் செல்லுபடியாகுமா என்பதெல்லாம் விரல் நுனியில் அறிந்தவர்கள். புரோக்கர்கள் என்றால் ஏதோ வானத்தில் இருந்து குதித்தவர்கள் அல்ல. இங்குள்ள அரசியல் கட்சிகளின் ஒன்றியங்களும் மண்டலங்களும்தான்.

செம்மரம் வெட்டதான் செல்கிறோம் என தெரிந்தேதான் 90 சதவிகிதத்திற்கு மேற்பட்ட தொழிலாளர்கள் ஆந்திரக் காடுகளுக்குள் நுழைகிறார்கள். மூட்டை முடிச்சுகளுடன் குறைந்தது ஒருவார காலமாவது காடுகளுக்குள்ளேயே தங்கித் தொழில் செய்கிறார்கள். அந்த ஒரே வாரத்தில் ஒரு வருடத்திற்கான ஊழியப் பிரதிபலன்களைப் பெற்று விடுவதற்கான வாய்ப்பு, மிஞ்சி கைது செய்யப் பட்டாலும் நான்கே நாட்களில் பெயில், தண்டனையென்றால்கூட அதிகபட்சம் இரண்டு மாதங்கள்தானே... இவைதான் இவர்களை ஈர்க்கிற விஷயங்கள். தவிர, இன்று நேற்றல்ல கடந்த இருபது வருடங்களாகவே இந்தத் தொழில் தங்குதடையில்லாமல் நடக்கதான் செய்கிறது. சங்கர்ராமன் கொலை வழக்கில் சம்பந்தப் பட்ட அப்பு தொடங்கி போலீஸ் என்கௌன்டரில் சுட்டுக் கொல்லப் பட்ட பல சென்னையைச் சேர்ந்த தாதாக்கள் எல்லோரும் இந்த செம்மரக் கடத்தலில் சம்பந்தப்பட்டவர்களே. அவர்களது முக்கிய தொழிலே செம்மரக் கடத்தல்தான். ஆள் கடத்தல், அடிதடி இவை யெல்லாம் செம்மரக் கடத்தல் சார்ந்த சார்புத் தொழில்களே. இந்தச் செம்மரக் கடத்தலில் இவர்கள் ஈடுபடுவதற்கு முன்பு என்ன செய்தார்கள் தெரியுமா? திருவண்ணாமலையிலிருந்து தும்பல் வழியாக வாழப்பாடி செல்லும் சாலையில் இப்போது சென்று பாருங்கள். இரண்டு பக்கமும் செடி கொடிகள் மட்டுமே உண்டு. ஆனால் ஒரு காலத்தில் இந்த வழியில் இரண்டு பக்கமும் 'அரிய வகை சந்தன மரங்கள்' இருந்ததற்கான சுவடே இருக்காது. இவையனைத்தையும் வெட்டிக் கூறுபோட்டவர்கள் இதே 'அப்பாவிகள் - அவர்களைப் பயன்படுத்திக்கொண்ட செம்மரக் கடத்தல்காரர்கள் - பின்னால் உள்ள அரசியல்வாதிகள்'தான்.

காலம் காலமாக நடந்து வரும் இந்த செம்மரக் கடத்தல் விஷயத்தில், இப்போது மட்டும் ஏன் ஆந்திர அரசு இத்தனை கெடுபிடிகளைக் காட்டுகிறது என்பதற்கான பின்னணிக் காரணம் ஒரு பழிவாங்கும் படலத்தில் இருந்து துவங்குகிறது. தமிழ்நாட்டைச் சேர்ந்தவர்களுக்கு மட்டுமல்ல, ஆந்திராவின் முக்கிய அரசியல்வாதிகள் பலரின் மொத்த வருவாய் ஆதாரமும் நேரடி செம்மரக் கடத்தலாலும் அக்கடத்தலுக்கு மறைமுகமாக உடந்தையாக இருப்பதன் மூலமுமே வருகிறது. 2003 ஆம் வருடம் ஆந்திர முதல்வராக இருந்த சந்திரபாபு நாயுடு மீது திருப்பதியில் வைத்து கண்ணிவெடித் தாக்குதல் நடைபெற்றபோது, எல்லோரும் அதை நக்சல்களின் தாக்குதல் வேட்டை என்றே வர்ணித்தார்கள். ஆனால் உண்மையில் இந்தத் தாக்குதலில் பின்னணியில் செயல்பட்டது கொல்லம் கெங்கி ரெட்டி என்கிற சர்வதேச செம்மரக் கடத்தல்காரர்தான். அப்போது தன்னுடைய

உயிருக்கு ஆபத்திருப்பதாக சந்திரபாபு நாயுடு ஆந்திர கவர்னரைச் சந்தித்துக் கடிதமெல்லாம் கொடுத்தார். இடையில் நாயுடு ஆட்சியில் இல்லாத காலத்தில் இந்த செம்மரக் கடத்தல்காரர்கள் தமிழ்நாடு மற்றும் ஆந்திர உள்ளூர் அரசியலின் துணையோடு கோலோச்சினார்கள். இந்தத் தொழிலில் மேல் மட்டம் துவங்கி கடைசி மரம் வெட்டி வரை அவரவர் தகுதிக்கேற்ப சம்பாதித்துக் கொண்டுதானிருந்தனர். தன்மீது ஏவப்பட்ட அந்தத் தாக்குதலையடுத்து 'கெங்கிரெட்டியின் தொழில் சாம்ராஜ்ஜியத்தை அழித்தே தீருவேன்' என நாயுடு மேற்கொண்ட சபதம்தான் இப்போது இந்த இருபது பேர் கொல்லப் பட்டதற்கும் காரணம். ஏனெனில் இங்கு எத்தனை பேர் வேண்டு மானாலும் மரம் வெட்டலாம். ஆனால் சர்வதேச சந்தை என்பது கெங்கிரெட்டி மற்றும் சென்னையைச் சேர்ந்த துபாயில் முகாமிட்டிருக்கிற ஒரு 'பாய்' ஆகிய இருவரைச் சுற்றிதான் சுழல்கிறது. இதே கெங்கி ரெட்டி கைது செய்யப்பட்டு ஆந்திர அரசால், வெளிநாடுகளுக்குத் தப்பிக்க விடப்பட்டவர்தான். ஏற்கெனவே மொரீசியஸில் கைது செய்யப்பட்டிருக்கிற கெங்கி ரெட்டி மற்றும் இப்போது கைது செய்யப்பட்டிருக்கிற மஸ்தான், இன்னும் கைது செய்யப்படாமல் உலவுகிற பெருந்தலைகள் எல்லோரும் ஒரு வகையில் ஆந்திராவின் முக்கிய கட்சிகள் அனைத்திற்கும் புரவலர்கள் மற்றும் தொழில் கூட்டாளிகள்தாம்.

இந்த உள் அரசியல் தெரிந்த ஆந்திர செம்மர சிறு கடத்தல்காரர்கள் மற்றும் மரம் வெட்டும் தொழிலாளர்கள், ஆந்திர அரசின் தீவிரம் உணர்ந்து தற்போது கொஞ்சம் அடக்கி வாசித்துக் கொண்டிருக் கின்றனர். எனவே சந்தையின் தேவைக்கேற்ப சரக்குகளை சப்ளை செய்யமுடியாத பெரும் கடத்தல்காரர்கள், மரம் வெட்டுவதற்கான கூலியை கிலோ 200லிருந்து 350 ரூபாயாக உயர்த்தியதன் விளைவாகவும் சில இடங்களில் வெட்டுக்கூலி தாண்டி லாபத்தில் பங்கு என்கிற தூண்டில் காரணமாகவும் பெருமளவில் தமிழக புரோக்கர்கள் மற்றும் தொழிலாளிகள், அளவுக்கதிகமாகவே இந்த விஷயத்தில் ஈடுபாடு காட்ட ஆரம்பித்தனர் என விவரம் அறிந்தவர்கள் சொல்கிறார்கள். அடித்துப் பார்த்தாயிற்று, கைது செய்து பார்த்தாயிற்று, ஆனாலும் நுழைந்துகொண்டே இருக்கிறார்கள். என்னதான் செய்வது என்று நினைத்த சந்திரபாபு நாயுடு தலைமையிலான ஆந்திர அரசு, தேசியளவில் பிரச்சினைகள் வருமென்று தெரிந்தும் இப்போது சுட்டுக் கொன்றிருக்கிறது. கெங்கி ரெட்டியின் சாம்ராஜ்ஜியத்தையும் சாய்த்த மாதிரி ஆயிற்று, செம்மரக் கடத்தலையும் தடுத்த மாதிரி ஆயிற்று!

ஒரு வகையில் இந்த விஷயத்தில் ஒரு பத்து சதவிகித மாநில மனசாட்சியாவது வீறு கொண்டதில் சந்தோஷமே. அதேசமயம் ஒரு சார்புத் தன்மையோடு செயல்படுவது, சிந்திப்பது மனசாட்சிக்கு உகந்ததல்ல. இந்த உண்மைகளை உணர்ந்து, இதன் அடுத்த கட்டத்தை நோக்கி நகர்வதுதான் இப்போதைய தேவை. 'தமிழன் சுடப்பட்டான்' என்கிற கோஷமெல்லாம் முகநூல் அறச்சீற்றங்களுக்கு வேண்டுமானால் உதவலாம். பாதிக்கப்பட்டவர்களுக்கு இதனால் எந்தப் பயனும் இல்லை.

# 6

## ஊழியின் தினங்கள்

இந்தத் தலைப்பிற்கு ஒரு வலுவான காரணம் இருக்கிறது. கடந்த டிசம்பர் மழை வெள்ளம் குறித்து மனுஷ்யபுத்திரன் எழுதிய கவிதைகள் அடங்கிய தொகுப்பின் தலைப்பு இது என்பதைச் சொல்லித் தெரிய வேண்டியதில்லை. கடந்த மழை வெள்ளத்தின் போது எங்கள் பகுதியில் மின்சாரம் பதினொரு நாட்கள் நின்று போயிருந்தது. ப்ரெட் இல்லை. பால் இல்லை. ஒரு தீவில் குடியிருந்த போது மெழுகுவர்த்திகள் உமிழ்ந்த ஒரு மஞ்சள் வெளிச்சத்தில் இந்தத் தொகுப்பைப் படித்தேன். அப்போதே அதைப் பற்றி எழுதவும் செய்திருந்தேன். சென்னையில் அப்போது நான் சுற்றியலைந்தபோது பார்த்த காட்சிகள் அத்தனையும் அந்தக் கவிதைகளில் இருந்தன. விஷயம் என்னவெனில் அந்தத் தொகுப்பில் உள்ள அத்தனை கவிதைகளும் சேர்த்து எனக்கு ஒரு சித்திரத்தைத் தோற்றுவித்தது. கைவிடப்பட்ட புராதன நகரம் என்கிற சித்திரம்தான் அது. மலை முகட்டின் மேலே நின்று ஒருத்தன் தன்னுடைய கைவிடப்பட்ட நகரத்தைப் பார்ப்பதுபோல ஒரு காட்சி கிடைத்தது. கைவிடப்பட்ட இந்த நகரத்தில் நடக்கும் துயரங்களைப் பயணம் செய்து பார்த்த போது, இப்படிதான் உலகெங்கும் பேரழிவுகளின்போது கைவிடப் பட்ட நகரங்கள் செயல்படுகின்றனவா என்கிற யோசனையும் வந்து போனது. ஒரு நகரம் வீழ்ந்து எழுந்த கதையை வரலாறு நெடுகிலும் படித்திருக்கிறோம். வீழ்ச்சி என்பது வேறு. அழிவு என்பது வேறு. எல்லா நகரங்களும் தன்னை வீழ்ச்சியிலிருந்து தட்டியெழுப்பிக் கொண்டிருந்திருக்கின்றன என்பதைச் சில உதாரணங்களோடு

நிறுவிவிடவும் முடியும். பேரழிவிற்குப் பிறகும் அசமந்தமாக ஒரு நகரம் இருந்துவிட முடியுமா? இந்த ஒரு வருட இடைவெளியில் இந்த நகரம் இந்தப் பேரழிவிலிருந்து எதைக் கற்றுக்கொண்டது?

இந்த நகரம் நூறாண்டுகள் கழித்து தான் ஒரு மீளவே இயலாத பேரழிவைச் சந்தித்தாக தன்னைத்தானே ஏமாற்றிக் கொண்டிருக்கிறது. உலகில் உள்ள தொன்மையான பிற நகரங்களைப் போலவே சென்னையும் புராதனமானதுதான். வரலாறு நெடுகிலும் இப்படியான பேரழிவுகளை உலகில் பல நகரங்கள் சந்தித்திருக்கின்றன. ஒவ்வொரு நாட்டிலும் ஏதோ ஒரு மூலையில் இன்றளவும் ஏதேனும் ஒரு நகரம் புயலாலும் பூகம்பத்தாலும் வெள்ளத்தாலும் பாதிக்கப் பட்டபடியே இருக்கிறது. உதாரணமாக ஜப்பானையும் பூகம்பத்தை யும் பிரிக்க முடியாது. அதைப்போல ஃபிலிப்பைன்ஸையும் வெள்ளத்தையும் பிரிக்க முடியாது. ஒவ்வொரு வருடமும் அந்த நாடுகளைத் தொட்டுத் தொடரும் துயரங்கள்தான் அவை. ஆனால் அந்நாடுகள் அந்தப் பேரழிவோடு சேர்ந்து வாழப் பழகிக்கொண்டன. அந்தப் பேரழிவுகள் தரும் பாதிப்புகளில் இருந்து தங்களைத் தற்காத்துக் கொள்ளும் வித்தையைக் கற்றுக்கொண்டன. எட்டு ரிக்டர் பூகம்பம் வந்தால்கூட உயிரிழப்புகளே இல்லாத மாதிரி ஜப்பான் தன்னைத் திட்டமிட்டுக் கொண்டுவிட்டது. பேரழிவின் தாக்கங்களைச் சந்திக்கும் நகரங்களை நிர்வகிப்பவர்களிடம் அதன் குடிமக்கள் இதைதான் எதிர்பார்க்கிறார்கள்.

வரலாற்றுப் பாரம்பரியம் கொண்ட சென்னை மாநகரமும் கடந்த 2015 டிசம்பரில் ஒரு பேரழிவைச் சந்தித்தது. அதை நூறாண்டுகள் கழித்து வந்த அழிவின் சக்தியாக அதை வர்ணித்தது. ஆனால் உண்மையை நேருக்கு நேர் கண்கொண்டு சந்திக்க சென்னையும் அதன் ஆட்சியாளர்களும் அதன் மக்களும் மறுத்து விட்டதாகவே தெரிகிறது. 2005 ஆம் ஆண்டிலும் இப்படி ஒரு பெருமழை வெள்ளத்தை இதே சென்னை சந்தித்தது. இதற்கிடையே சில பூகம்ப அச்சுறுத்தல்களைச் சந்தித்தது. 2004ல் சுனாமி என்கிற ஆழிப் பேரழிவைச் சந்தித்தது. இந்தப் பெருமழை வெள்ளப் பாதிப்புகளில் இருந்தும்கூட சென்னை எந்தப் பாடங்களையும் கற்றுக் கொள்ள வில்லை என்பதை இந்த ஓராண்டு இடைவெளியில் பார்க்க முடிகிறது. சென்னையில் நீர் சென்ற பாதைகளில் மறுபடி ஒரு பயணம் செய்தபோது அதைக் கண்கூடாகவே பார்க்க முடிந்தது.

2015, டிசம்பர் 2 ஆம் தேதி சென்னையைப் புரட்டிப் போட்ட அந்தப் பெருமழைக் காட்சிகளை எல்லோரும் பார்த்திருப்பார்கள். எல்லோருடைய செல்ஃபோன்களிலும் அப்படி ஒரு காட்சியாவது

சேகரித்து வைக்கப்பட்டிருக்கும். அதில் ஒரு காட்சியை யாரும் மறந்திருக்கவும் முடியாது. ராணுவத்தினர் தீப்தி என்கிற பெண்ணை பறந்து வந்து காப்பாற்றினார்கள். அதைப் போலவே இன்னொரு சம்பவமும் நடந்தது. சென்னையின் முடிச்சூர் பகுதியில் குடியிருந்த நித்யா நிறைமாத கர்ப்பிணி. அந்தப் பகுதியை வெள்ளம் சூழ்ந்த போது அவர் தனது உயிருக்கு மட்டுமல்லாமல் தன் வயிற்றில் வளரும் இன்னொரு உயிருக்கும் சேர்த்துக் கவலைப்பட்டார். எப்படியாவது அந்த நீர் சூழ்ந்த தீவை விட்டு வெளியேறிவிட வேண்டும் என துடித்துக் கொண்டிருந்தார். நாங்கள் போகாவிட்டாலும் பரவாயில்லை. எப்படியாவது அந்தக் கர்ப்பிணிப் பெண்ணையாவது காப்பாற்றிச் செல்லுங்கள் என நல்ல இதயங்கள் கவலைப்பட்டன. அவர்கள் இதுவரை பக்கத்தில் நின்றுகூட பார்த்தேயிராத ஹெலிகாப்டர் வடிவத்தில் அவர்கள் நம்பிய சக்தி கைகொடுத்தது. அவர் பெங்களூர் சென்றார். அவர் காப்பாற்றப்பட்ட அடுத்த நான்கு நாட்களில் அவருக்கு பெண் குழந்தையொன்று பிறந்தது.

இதுபோல் தப்பிப் பிழைத்தவர்களின் கதைகளைப்போல அழிந்து போனவர்களின் கதைகளும் இருக்கின்றன. சென்னை ஐடிபிஎல் காலனியில் 37 வயதான விஜயா என்கிற மாற்றுத் திறனாளி பெண் ஒருவர் தன் தாய் தந்தையோடு வாழ்ந்தார். எட்டடி வெள்ளம் வந்தபோது அந்தப் பெண்ணின் அம்மாவும் அவரும் அவருடைய தந்தையை வெளியேறச் சொன்னார்கள். தந்தை வெங்கடேசன் வெளியேற மறுத்துவிட்டார். கையறு நிலையில் அந்த வீட்டில் முடங்கிக் கிடந்த அந்த மூன்று பேரும் 12 அடி வெள்ளம் வந்தபோது மரித்துப் போனார்கள். டிபன்ஸ் காலனியில் ஓய்வு பெற்ற 78 வயது ராணுவ அதிகாரி ஒருவர், 68 வயதான தன்னுடைய மனைவியோடு நீருக்குள் மூழ்கி இறந்து போனார். இதுபோல் 400க்கும் மேற்பட்ட மக்கள் தங்கள் உயிரை அந்த வெள்ளத்திற்குப் பலி கொடுத்தனர். நீர் போன பாதைகளில் கால்நடைகளுக்கு நிகராக மனிதப் பிணங்களும் மிதந்து போயின.

இந்த ஒரு வருட இடைவெளியில் நித்யா சென்னைக்கு வரவில்லை. அந்தக் குழந்தைக்கு இப்போது சரியாக ஒரு வயது பூர்த்தியாகி யிருக்கிறது. தன் குழந்தைக்கு இது பாதுகாப்பான நகரமாக இருக்கும் என்று நினைத்துதான் மறுபடி கிளம்பி வந்திருக்கிறார். ஆனால் அவர் இங்கிருந்து வெளியேறும்போது இந்த நகரம் எப்படியிருந்ததோ, இப்போதும் அப்படியே இருக்கிறது. அது பாடங்கள் எதையும் கற்றுக் கொள்ளவில்லை என்பதை நித்யா மட்டுமல்ல, அவரைப் போல பாதிக்கப்பட்ட அத்தனை பேரும் உணர ஆரம்பித்திருக் கிறார்கள்.

இந்தச் செயற்கைப் பேரிடர் எதனால் உருவானது என்று கேள்வி எழுப்பினால் எல்லோரும் சந்தேகத்திற்கே இடமில்லாத வகையில் செம்பரப்பாக்கம் ஏரியைக் கை காட்டுவார்கள். ஒரே இரவில் அறுபதாயிரம் கன அடி நீரைத் திறந்துவிட்டதுதான் இந்த நகரத்தின் பெரும்பாலான பகுதிகள் மூழ்கிப் போனதற்குக் காரணம் என்பதை எல்லோரும் அறிவோம்.

அதே செம்பரப்பாக்கம் இன்னமும் அதேமாதிரியான ஆக்கிரமிப்பு களுடன் இன்னமும் நீர் வெளியேற முடியாத பிரதேசமாகதான் காட்சியளிக்கிறது. செம்பரப்பாக்கத்திலிருந்து வெளியேறும் நீர் அதன் முகத்துவாரத்தைச் சென்று சேரும் வழியெல்லாம் இப்போதும் அடைபட்டே கிடக்கிறது. நீர்ப் பிரவாகம் தன் இயல்புப்படி ஓட இன்னமும் வழியில்லை. அரசு அதில் ஒரு துரும்பைக்கூட கிள்ளிப் போடவில்லை. செம்பரப்பாக்கம் என்றில்லை. சென்னையின் இதயப் பகுதியான கிண்டியில் மழை பாதித்த இடங்கள் இன்னமும் அப்படியே இருக்கின்றன. கிண்டியில் அழிவைச் சந்தித்த தொழிற் பேட்டை இன்னமும் அதன் பாதிப்பிலிருந்து மீளவேயில்லை. அங்கிருந்த குடியிருப்புவாசிகளை முறையான ஏற்பாடுகள் செய்து கொடுத்து வெளியேற்றவில்லை. வெளியேற்ற முயன்ற இடங்களில் மக்கள் வெளியேறவில்லை. மழை வெள்ள நிவாரணப் பணமான அந்த ஐந்தாயிரம் ரூபாய்கூட இன்னமும் தங்களுக்குக் கிடைக்க வில்லை என்கிறார்கள் அந்தப் பகுதி மக்கள்.

செம்பரப்பாக்கம் ஏரித் தண்ணீர் திறந்து விடப்பட்டதால் உடனடியாகப் பாதிக்கப்பட்ட ஜாபர்கான் பேட்டை பகுதியில் வசித்து வந்த குடிசைப் பகுதி மக்கள் வேறு பகுதிகளுக்குப் போக மறுக்கிறார்கள். அவர்கள் விரும்புகிற மாதிரியான ஒரு வாழ்க்கையை வடிவமைத்துத் தர அவர்களை ஆள்கிறவர்களும் தயாராக இல்லை. சென்னையில் கடுமையாகப் பாதிக்கப்பட்ட சூளைமேடு, ராமாபுரம் உள்ளிட்ட அத்தனை பகுதிகளும் இன்னமும் அப்படியேதான் இருக்கின்றன. அடுத்த பேரழிவை விடுங்கள். அடுத்த பெரு மழைக்குக்கூட அவை தயாராக இல்லை. உதாசீனமும் அக்கறையற்ற தன்மையும் பிறவிச் சொத்துக்கள் என்பதைப்போல ஒரு நகரமே இன்னமும் செயல்பட்டுக்கொண்டிருப்பதைக்காண்பது வேதனையானது.

மக்கள் பேரழிவின்போது கலங்கிப் போனார்கள். அவர்களுக்குள் இருந்த துயரங்களைத் தாண்டி அவர்களுடைய அற உணர்ச்சி விழித்துக்கொண்டது. அரசின் பேரிடர் மீட்புத் துறைகள் இதய சுத்தியோடு களமிறங்கிச் சேவை செய்தார்கள் என்பதையும் மறுக்க முடியாது. அரசின் மீது மட்டும் இடர்ப்பாடுகள் சார்ந்த சில

சமயங்களில் பொறுப்புகளைச் சுமத்திக் கொண்டிருந்த பாதிக்கப் பட்ட குடிமக்கள் எல்லோரும் யாராவது ஒருத்தருக்கு உதவவாவது களத்தில் இறங்கினார்கள். வரதராஜபுரத்தில் வெள்ளம் பாதித்த பகுதியில் இருந்து 300 பேரை ஒரே நேரத்தில் காப்பாற்றினார் அந்தப் பகுதியைச் சேர்ந்த கவுன்சிலர் செல்வமணி. இந்துக் கோயில்களைச் சுத்தப்படுத்த இஸ்லாமிய குல்லாக்கள் களமிறங்கின. மதம் கடந்து மரித்துப் போனவர்களைத் தோளில் சுமந்தார்கள். இந்த நகரம் இதுவரை இப்படியான காட்சிகளைப் பார்த்ததே இல்லை.

மீனவர்கள் கடலிலிருந்த படகுகளை நகரத்திற்குள் கார்கள் போன பாதைகளில் ஓட்டினார்கள். முகநூலில் வெறும் வெட்டி அரட்டை களை மட்டுமே செய்து கொண்டிருப்பார்கள் என்கிற குற்றச் சாட்டைப் பொய்யாக்கினார்கள் இளைஞர்கள். எல்லா தகவல் தொடர்புகளும் முடங்கிப் போனபோது, முகநூல் வழியாக அவர்கள் ஒன்று திரண்டார்கள். இந்த நகரத்திற்கு வெளியே இருந்த எல்லா பக்கங்களில் இருந்தும் உதவிகள் குவிந்தன. அவர்கள் மக்களோடு மக்களுக்காக நின்றார்கள். மனிதாபிமானம் என்பதற்கு புது வரையறையை வரைந்து காட்டினார்கள். கேட்டதற்கு அதிகமாகவே உதவிகள் கிடைத்தன. ஆனால் இன்னொரு பேரழிவிலிருந்து தப்பிக்க விழையும் வித்தையை யாரும் கற்றுத் தரவில்லை.

இதே சென்னை ஒரு காலத்தில் முறையாக தன்னை இயல்பாகவே வடிவமைத்து வைத்திருந்தது. இந்த நகரில் 1980களில் 650 ஏரி குளங்கள் இருந்தன என்று சொன்னால் நம்ப முடிகிறதா? மழைத் தண்ணீரை உறிஞ்சி வைத்துக்கொண்டு வெள்ளத்தைத் தடுக்கும் சதுப்பு நிலக் காடுகள் நிறைந்திருந்தன என்பதை இப்போது பழைய மேப்பில்தான் சுட்டிக் காட்ட வேண்டியிருக்கிறது. இப்போது வெறும் 30 நீர் வழித்தடங்கள் மட்டுமே இருக்கின்றன. கடந்த டிசம்பர் மாதத்தில் பொழிந்ததைப்போல இன்னொரு பெருமழை வந்தால் சென்னை சின்னாபின்னமாகிவிடும் என்பதுதான் இப்போதைய நிலைமையும்.

ஏராளமான உயிர்களைச் சூறையாடிய ஏராளமான சொத்துக்களை உடைமைகளைச் சூறையாடிய இந்தப் பேரழிவில் இருந்து எதையும் கற்றுக்கொள்ள மாட்டோம் என்கிற நிலையில் செயல்படும் அரசைக் குறை சொல்லாமல் எப்படிக் கடந்து போவது? நித்யா இந்த நகரம் தன்னுடைய குழந்தைக்குப் பாதுகாப்பான கரமாக இருக்கும் என்ற நம்பிக்கையில்தான் கிளம்பி வந்திருக்கிறார். அந்த நம்பிக்கையை இந்த நகரமும் தரவில்லை. இந்த நகரத்து மக்களும் தரவில்லை. பொறுப்பற்ற தன்மை என்பது பேரழிவை விட கொடுமையானது.

பொய்யைக் கட்டிக்கொண்டு தூங்கும் இந்த நகரம் உண்மையை உணர்ந்து விழித்தெழ வேண்டும். அதைதான் உலகத்தில் இருக்கிற எல்லா நகரங்களும் பேரழிவுகளுக்கு அடுத்து செய்திருக்கின்றன. இந்தச் சென்னை நகரம் அதைச் செய்யத் தவறுகிறது. இன்னொரு பேரழிவு வராது என்கிற நம்பிக்கையில் உறங்குகிறது இந்நகரம். சித்தன் ஒருத்தன் மலை முகட்டில் நின்றுகொண்டு அதை மௌனமாய் வேடிக்கை பார்த்துக் கொண்டிருக்கிறான்.

# 7

## தூங்காத விழிகள் ரெண்டு!

**எ**ல்லோரையும் போலவே தனக்கும் ஒரு நிம்மதியான வாழ்க்கை கிடைத்திருக்கக்கூடாதா என ஏங்கும் அந்த இளைஞரின் பெயர் ஆனந்த். அவரை ஒரு ரயில் பயணத்தில் சந்தித்தேன். நியூஸ் 18 செய்தித் தொலைக்காட்சியில் விரைவில் வெளிவரவிருக்கும் ஒரு ஆவணப்பட நிகழ்ச்சிக்காகச் சந்தித்தேன். அந்த ரயிலில் அவருக்கு இதற்கு முன்பு நடந்த ஒரு சம்பவம் குறித்துச் சொன்னபோது ஆடிப் போய்விட்டேன். ஒருமுறை இரவில் தூக்கத்தில் நடந்து போய் ஓடும் ரயிலின் கதவைத் திறக்க முயற்சித்திருக்கிறார். தற்செயலாகக் கழிவறைக்குச் செல்ல வந்தவர் தடுத்ததால் அவர் உயிர் அன்றைக்குக் காப்பாற்றப்பட்டிருக்கிறது. ஆனந்த் ஊடகம் ஒன்றில் வேலை பார்க்கிறார். இருட்டுபோல அந்தத் துயரம் அவரைத் தொட்டுத் தொடர்கிறது. ஞாபகம் தெரிந்த தன்னுடைய ஐந்தாவது வயதில் இருந்து அந்தத் துயரம் தன்னைத் தொடர்வதாகச் சொல்கிறார் ஆனந்த். ஆனந்திற்குத் தூக்கத்தில் நடக்கிற பழக்கம் இருக்கிறது. தூக்கத்தில் நடப்பது சாதாரணமானதுதானே என்று கடந்து போய்விட முடியாது. ஏனெனில் இந்தப் பழக்கம் அவரைப் பல நேரங்களில் மரணத்திற்கான பாதைக்குக்கூட அழைத்துச் சென்றிருக்கிறது. அயர்ந்து போயிருந்தால் அவர் மரணத்தைக்கூட தொட்டிருப்பார். இன்னொரு முறை அவர் வீட்டின் மாடியிலிருந்து தவறி விழப் பார்த்திருக்கிறார். அதனால் இப்போதெல்லாம் தூங்கும்போது தன்னுடைய கால்களைக் கயிறு கொண்டு எதிலாவது இணைத்துக் கட்டிவிட்ட பிறகே தூங்குகிறார். இதன் காரணமாக அவரை நித்தமும்

மதிகெட்டான் சோலை | 57

கொடுங்கனவுகளும் அலைக்கழிக்கின்றன. அடிக்கடி மேலேயிருக்கிற காற்றாடி அறுந்து விழுவதைப்போல தனக்குத் தோன்றிக்கொண்டே இருப்பதாகச் சொல்கிறார். அந்தத் துயர் குறித்து அவர் பெரும்பாலும் யாரிடமும் பகிர்ந்து கொள்வதில்லை என்பதால் எப்போதும் ஒரு மன அழுத்தத்திலேயே அலைகிறார். இதனால் அவருடைய வேலைகள் பாதிக்கப்படுகின்றன. மகிழ்ச்சியை இழந்திருக்கிறார்.

இது ஆனந்தின் பிரச்சினை மட்டுமல்ல. தூக்கம் இப்போது ஒரு மிகப் பெரிய பிரச்சினையாக உருவெடுத்திருக்கிறது. இதயநோய், நீரிழிவு, புற்றுநோய் போன்ற நோய்களைப்போல தூக்கமின்மை என்பதும் பொதுவான இந்தியப் பிரச்சினையாகவும் மாறியிருக்கிறது. இந்தியர்களை எதிர்காலத்தில் மிரட்டப் போகிற ஒரு பாதிப்பாகவும் தூக்கமின்மை என்பது இருக்கப் போகிறது என எச்சரிக்கை மணியை அடிக்கத் துவங்கியிருக்கின்றனர். தூக்கம் என்பது வெறும் ஓய்வு மட்டும் இல்லை. மனிதன் இயங்குவதற்கான அடிப்படையான உயிரியல் தேவை. ஆனால் பொருள் தேடும் மனிதக் கூட்டத்தின் ஓட்டம் தூக்கம் என்கிற அடிப்படைத் தேவையை மெல்ல மெல்ல புறக்கணிக்கத் தொடங்கியிருக்கிறது. அதனால் ஏற்படப் போகும் பின்விளைவுகள் குறித்த அறியாமையில் இருக்கிறது அந்தக் கூட்டம். உலகம் முழுக்க வளர்ந்து வரும் நாடுகளில் 150 மில்லியன் மக்கள் தூக்கமின்மை பாதிப்பால் பீடிக்கப்பட்டிருப்பதாகப் புள்ளி விவரம் ஒன்று சொல்கிறது. 2030 ஆம் ஆண்டில் இந்த எண்ணிக்கை இரட்டிப்பாகும் எனவும் எச்சரிக்கை விடுக்கின்றனர். இந்திய மக்கள் தொகையில் பத்து சதவிகிதம் இந்தியர்கள் தீவிரத் தூக்கமின்மையால் அவதிப்படுவதாக எய்ம்ஸ் மருத்துவமனை மருத்துவர்கள் நடத்திய ஆய்வில் கிடைத்த புள்ளி விவரம் சொல்கிறது.

இந்தப் பத்து சதவிகிதத்தில் ஆண்களை விட பெண்களே அதிகம் பாதிக்கப்பட்டிருப்பதாக அந்தப் புள்ளி விவரம் சொல்கிறது. பொதுவாகவே 93 சதவிகித இந்தியர்கள் 8 மணி நேரத்திற்கும் குறைவாகவே தூங்குவதாகவும் அந்தப் புள்ளி விவரம் சொல்கிறது. 11 சதவிகித இந்தியர்கள் தூக்கமின்மை காரணமாக அலுவலகத்திற்கு விடுப்பு எடுக்கிறார்களாம். 33 சதவிகித இந்தியர்கள் குறட்டை நோயால் பாதிக்கப்பட்டிருக்கின்றனர். 14 சதவிகிதம் பேர் மிக மோசமான குறட்டை நோயால் பாதிக்கப்பட்டிருக்கின்றனர். 0.30 சதவிகிதம் பேர் தூக்கமின்மையால் வந்த மன அழுத்தத்தால் தற்கொலை செய்து கொள்கிறார்களாம்.

அது எதிர்காலத்தில் மிகப்பெரிய அச்சுறுத்தலாக அமையும் என அலாரம் அடிக்க ஆரம்பித்திருக்கிறது இந்திய மருத்துவத் துறை.

இயந்திரமயமாக்கல் மற்றும் தகவல் தொழில்நுட்பம் சார்ந்த பரபரப்பான வாழ்க்கை முறை இந்தப் பெருவாரியான ஜனத் திரளுக்கு ஏராளமான நல்ல விஷயங்களை வாரி வழங்கியிருக்கிறது. அதில் மாற்றுக் கருத்தில்லை. அதே சமயம் அது ஏராளமான தீங்குகளையும் சரிக்குச் சமமாய் வாரி வழங்கியிருக்கிறது. அப்படி அது அளித்த தீங்குகளில் முக்கியமானது தூக்கமின்மை என்கிற பெரும்பாதிப்பு. கடந்த முப்பது வருடங்களுக்கு முன்பெல்லாம் தூக்கமின்மை என்பது ஒரு தீவிரமான பிரச்சினையாக மாறும் என்று சொல்லியிருந்தால் யாரும் நம்பியிருக்கவே மாட்டார்கள். ஆனால் இன்று நம்பித்தான் ஆகவேண்டியிருக்கிறது. சென்னையில் மட்டுமல்லாமல் தமிழகத்தின் பெருநகரங்கள் எல்லாவற்றிலும் தூக்கமின்மைக்கான மருத்துவ மையங்கள் பல உருவாகிவிட்டன. அதில் ஒருகூட்டம் படையெடுக்கவும் ஆரம்பித்திருக்கிறது. வயிற்றுவலி வந்தால் டாக்டரிடம் போவதைப்போல, முறையான தூக்கம் இல்லா விட்டாலும் போய்தான் ஆகவேண்டும் என்கிற சிந்தனை வரவேண்டும் எனவும் மருத்துவத் துறை சொல்ல ஆரம்பித்திருக்கிறது. போகாமல் விட்டால், அது பல்வேறு பின்விளைவுகளைக் கொண்டுவரும் என மருத்துவர்கள் சொல்கிறார்கள்.

தூக்கமின்மையில் பல்வேறு வகைகள் இருந்தாலும், குறட்டை, தூக்கத்தில் நடப்பது உள்ளிட்ட ஐந்து முக்கியமான பிரச்சினைகளை மருத்துவ உலகம் தீவிரமானவைகளாக முன்னிறுத்துகிறது. தூக்கமின்மை ஒரு தீவிரமான பிரச்சினை என்பதையே அறியாத ஒரு தலைமுறை இந்தப் பாதிப்பால் தத்தளித்துக் கொண்டிருக்கிறது. ஆனந்த் அந்தத் தலைமுறையின் ஒரு அடையாளம். இளைஞர்கள் மட்டுமல்லாமல் முதியவர்கள், பெண்கள், குழந்தைகள் என பலரும் இந்தத் தூக்கமின்மையால் பாதிக்கப்படும் போக்கு மெல்ல உருவாகிக் கொண்டிருக்கிறது.

மேலைநாடுகள் என்று சொல்லப்படும் நாடுகளில் மட்டுமே இதுமாதிரியான தூக்கமின்மை பிரச்சினைகள் இருக்கின்றன என செய்திகளில் படித்திருக்கிறோம். ஆனால் அது இந்தியாவிலும் வேர்விட ஆரம்பித்துவிட்டது என்பதை மருத்துவர்கள் அழுத்தமாகச் சொல்ல ஆரம்பித்திருக்கிறார்கள். இந்தியாவில் அதிலும் குறிப்பாக தமிழகத்தில் தூக்கமின்மை குறித்த ஆராய்ச்சிகளும் அது சார்ந்த மருத்துவமனைகளும் அது சார்ந்த மருந்துகளும் அது சார்ந்த உபகரணங்களும் கலந்த ஒரு பெரிய சந்தை உருவாகியிருக்கிறது. நல்ல தூக்கத்தை வரவழைக்கும் மெத்தைகள், தலையணைகள் என அது சார்ந்த வணிகமும் கோடிக்கணக்கான ரூபாய் மதிப்பில் விரிவடைந்தபடி இருக்கிறது. தவிர்க்கவே முடியாத மருத்துவத்

துறையாக தூக்கமின்மை குறித்து ஆராய்ச்சி செய்யும் துறை வளர்ந்திருக்கிறது.

தூக்கமின்மையில் இன்னொரு வகையான குறட்டை பாதிப்பிற்கு மிகச் சரியான உதாரணமாக சென்னைக்கு அருகில் இருக்கிற கோயில் நகரமான திருக்கழுங்குன்றத்தில் நான் சந்தித்த வழக்கறிஞராக இருக்கிற பாண்டியராஜனையே எடுத்துக்கொள்வோம். அவருக்குத் தீவிரமான குறட்டைப் பிரச்சினை. குறட்டையென்றால் சாதாரண மானதல்ல. எதிர் வீட்டிற்குக் கேட்கும். இரவு முழுக்கத் தூங்குவதில்லை. மூச்சு சீராக இல்லாததால் ஒவ்வொரு முறையும் சாவின் விளிம்பிற்கே சென்று திரும்புவதாகச் சொல்கிறார். இந்தப் பிரச்சினை அவரது வாழ்வில் மற்றும் தொழிலில் பல்வேறு சங்கடங் களைக் கொண்டுவந்திருக்கிறது. ஒரு தடவை வழக்கு நடந்து கொண்டிருக்கும்போது நீதிபதிக்கு முன்னால் அமர்ந்தவாறே தூங்கி விட்டாராம். எப்போதும் அவர் தூங்கிக்கொண்டே இருப்பதைக் கண்ட உறவினர்களும் சுற்றத்தினரும் அவரை ஒரு நகைச்சு வைக்கான பொருளாகவே பார்த்திருக்கின்றனர். பாண்டியராஜன் தன்னுடைய தூக்கமின்மை என்பது ஒருவித பாதிப்பு மட்டுமே என்பதைப் புரிந்துகொண்டார். அதை அவரது குடும்பத்தினரும் புரிந்து கொண்டார்கள். தூக்கமின்மையைப் போக்கும் கருவிகளோடு இப்போது அவர் வாழப் பழகிவிட்டார். அதேசமயம் தான் இப்போது சந்தோஷமாக இருப்பதாகவும் சொல்கிறார். அவரை விட தான் இப்போது நன்றாகத் தூங்குவதாக அவருடைய மனைவி சொல்லும் போது அந்த வார்த்தைகளில் நிம்மதி தெரிகிறது.

பாண்டியராஜன் தன்னை வாட்டியெடுத்த தூக்கமின்மையிலிருந்து தப்பித்துவிட்டார். அது சம்பந்தமான தெளிவு அவருக்கு இருந்ததால் அதிலிருந்து அவரால் தப்பிக்க முடிந்தது. ஆனால் அந்தத் தெளிவு பலருக்கு இல்லை என்றுதான் மருத்துவர்கள் சொல்கிறார்கள். பிலிப்ஸ் மற்றும் எய்ம்ஸ் நடத்திய ஆய்வில் வெறும் 2 சதவிகிதம் பேர் மட்டுமே இந்தப் பிரச்சினைக்காக மருத்துவர்களைச் சந்திப்பதாகத் தெரிய வந்திருக்கிறது. தங்களுக்கு வந்திருப்பது இன்னவிதமான பிரச்சினைதான் என்பதையே அவர்கள் உணராமல் இருப்பதாகச் சொல்கிறார்கள் மருத்துவர்கள். அதனாலேயே தூக்கத்தை வரவழைப்பதற்காக அவர்கள் போதை உள்ளிட்ட வெவ்வேறு தவறான பழக்க வழக்கங்களை நாடிச் செல்வதாகச் சொல்கிறார்கள்.

இப்படிதான் கரோலினும் தனக்கு வந்திருப்பது என்ன என்பது குறித்த அறியாமையில் இருந்தார். அவர் மென்பொருள் துறையில் இருந்தார் முதலில். இப்போது தொலைக்காட்சித் தொகுப்பாளினியாக

இருக்கிறார். அவர் தன்னுடைய துறையை மாற்றி இன்னொரு துறைக்குத் தாவியதே நிர்ப்பந்தம் காரணமாகதான். ஆரம்பத்தில் இரவுத் தூக்கம் இல்லாததை அவர் சாதாரணமாகவே எடுத்துக் கொண்டார். அவர் மென்பொருள் துறையில் இரவுப் பணியில் இருந்ததால் இரவுத் தூக்கம் அவருக்கு இல்லாமல் போயிருக்கிறது. பகலிலும் சரியாகத் தூங்குவதில்லை. இதன் விளைவாக அவர் ஒருநாள் கோமாவில் விழுந்தார். மீளவே முடியாது என்று நினைத்த இந்தத் தூக்கமின்மை பாதிப்பிலிருந்து அவர் சிகிச்சைக்குப் பின் மீண்டுவிட்டதாகச் சொல்கிறார். இப்போது அந்த இரவுப் பணியைத் தவிர்க்கிறார். அதனாலேயே அவர் தன்னுடைய துறையை மாற்றிக் கொண்டிருக்கிறார். இப்போது சந்தோஷமாகவே இருப்பதாகச் சொல்கிறார். தூக்கத்தை தான் இப்போது அனுபவிப்பதாகச் சொல்கிறார். தூக்கம் கண்களுக்குள் சொக்கும்போது ஒரு மஞ்சள் மலர் பூப்பதுபோல தனக்குத் தோன்றுவதாகச் சொல்கிறார். கரோலினைப் போலவே இன்று மென்பொருள் துறையில் பல்லாயிரக்கணக்கான இளைஞர்கள் பணிபுரிந்து கொண்டிருக் கின்றனர். அவர்களுக்கும் இந்தப் பிரச்சினை இருக்கக்கூட செய்யலாம். அதை எத்தனை பேர் உணர்ந்திருக்கிறார்கள் என்கிற கேள்வியும் எழுகிறது.

மென்பொருள் துறையினர் மட்டுமல்ல, தவிர்க்கவே முடியாமல் இரவுப் பணி செய்யும் ஒரு மிகப்பெரிய கூட்டமும் இங்கு இருக்கிறது. எல்லா துறையிலும் இன்று இரவுப்பணி என்பது தவிர்க்கவே முடியாததாக மாறிவிட்டது. அதிலும் குறிப்பாக இரவுகளில் வாகனங்களை இயக்குபவர்கள் இதனால் பெரும் சிரமத்திற்கு ஆளாகி வருகின்றனர். இதனால் விபத்துகள் ஏற்படும் போக்கும் இருக்கிறது. பகலைப் போலவே இரவு வாழ்க்கையும் பரபரப்பாக இயங்க ஆரம்பித்திருக்கிறது. விரைவில் பகலைப் போலவே இரவும் வெளிச்சமாக மாறக்கூடும். இதைத் தவிர்க்க முடியாது என்றுதான் எல்லோரும் சொல்கிறார்கள். ஆனால் இதனால் விளையும் பெரும் பாதிப்பான தூக்கத்தை யார் முறைப்படுத்துவது என்கிற கேள்வியும் எழுகிறது. எதற்காக இரவு இயங்கவேண்டும் என்கிற கேள்வியையும் சிந்தனையாளர்கள் எழுப்புகின்றனர். இரவு என்பதே ஓய்வுக்கானது தான். பிரபஞ்சத்தில் மனிதனைத் தவிர மற்ற விலங்குகள் இந்த ஓய்வுச் சங்கிலியை எந்தவிதத்திலும் தொந்தரவு செய்வதில்லை. ஓய்வுச் சங்கிலியை மனிதர்கள் மட்டுமே அதன் விபரீதம் தெரியாமல் அறுத்து எடுக்கத் துணிகின்றனர். தன் காலுக்குக் கீழேயே குழி வெட்டுவதைப் போல அது என்று சிந்தனையாளர்கள் சொல்ல ஆரம்பித்திருக் கிறார்கள். எட்டுமணி நேர வேலை, எட்டுமணி நேர

இளைப்பாறுதல், எட்டுமணி நேர ஓய்வு என்று வகுத்து வைத்திருந்ததை மீறியதாலேயே இந்தப் பிரச்சினை ஏற்பட்டதாகவும் சொல்ல ஆரம்பித்திருக்கின்றனர். தூக்கமின்மை சம்பந்தப்பட்ட இந்த வகை பிரச்சினைகள் எல்லாமும் முதலாளித்துவம் அளித்த கொடுங்கொடை என்றுதான் சொல்லவேண்டும்.

போட்டிகள் சூழ்ந்த உலகத்தில் ஓடியாக வேண்டிய தேவை இருக்கிறது என்பதை மறுப்பதற்கில்லை. அதே சமயம் தூக்கமின்மை என்கிற பாதிப்பால் பல்வேறு வகையான உபநோய்களும் உயிருக்கே ஆபத்தான நிலையும் வந்துவிடும் என்பதையும் உணரவேண்டிய தேவை இருக்கிறது. வாழ்க்கை முறையை மாற்றாவிட்டால், அது எதிர்காலத்தில் மிகப் பெரிய பிரச்சினைகளை உண்டு பண்ணிவிடும் என மருத்துவர்கள் எச்சரிக்கிறார்கள். மேற்கத்திய மருத்துவ முறைகளில் மட்டுமல்லாமல் சித்தா, அக்குபஞ்சர் போன்ற இந்திய மருத்துவ முறைகளும்கூட தூக்கத்தை முறைப்படுத்த வேண்டிய அவசியம் இருப்பதை வலியுறுத்தத் துவங்கியிருக்கின்றன. தூக்கம் சம்பந்தமான ஆய்வுகளையும் அவைகள் நிகழ்த்துகின்றன. முறையான தூக்கத்திற்கான பல்வேறு பயிற்சிகளையும் யோகா உள்ளிட்ட இந்திய மருத்துவ முறைகள் முன்வைக்கின்றன.

எல்லா மருத்துவ முறைகளும் வருத்தத்தோடு சுட்டிக் காட்டுவது நம்முடைய மாறியிருக்கிற வாழ்க்கை முறையைதான். பணம் சம்பாதிப்பது ஒன்றையே குறிக்கோளாக முன்னிறுத்திய இந்த வாழ்க்கை முறையால், நன்மைகளுக்கு நிகராகத் தீமைகளும் இருக்கின்றன. இப்போது அதன் நன்மைகள் மட்டுமே நம்முடைய கண்களுக்குத் தட்டுப்படுகின்றன. தீமைகள் மெதுவாகதான் தட்டுப்பட ஆரம்பிக்கும். தூக்கமின்மை என்பதுகூட அப்படிதான் இப்போது தட்டுப்பட ஆரம்பித்திருக்கிறது. உடனடியாகக் கவனத்தைக் குவித்து நம்முடைய வாழ்க்கை முறையை மாற்றா விட்டால், எதிர்காலத்தில் இது மிகப் பெரிய அச்சுறுத்தலாக அமையும். குழந்தைகள் ஒழுங்காகத் தூங்குகிறார்களா என்பதை கல்விக்கூடங்களில் இருந்து சோதனை செய்ய ஆரம்பிக்க வேண்டிய தேவை இருக்கிறது. 'தூங்காத விழிகள் ரெண்டு...' என காதல் கவிதை பாடினோம். தூங்காத விழிகள் ரெண்டு என்பது இனி அச்சத்திற்கான குறியீடாக மாறக்கூட செய்யலாம்.

# 8

## மாலைகளும் வசைகளும்

**எ**திர்ப்பு அரசியலில் புடம் போடப்பட்ட போர்க்குணமிக்க ஒரு தலைவன் காலப்போக்கில் மிதமான அணுகுமுறைக்கு மாறும்போது கிடைக்கும் தோற்றம்தான் தற்போதைய தமிழக முதல்வரும் தி.மு.க தலைவருமான மு. கருணாநிதியின் சித்திரம். எதற்காகவெல்லாம் அவர் ஆவேசப்பட்டு போராட்டத்தில் குதித்தாரோ, அதற்கெல்லாம் இப்போது அமைதி காக்கிறார். தன் கூடவே பிறந்த போர்க்குணத்தை நிகழ்கால அரசியல் யதார்த்தங்கள் மென்று விழுங்குவதைக் கண்டு புழுங்குகிறார் என்கிறார்கள் அவருடன் இருப்பவர்கள். அவரது அரசியல் வரலாற்றில் அவர் பெற்றதைவிட இழந்தது அதிகம். விடாப்பிடியாக மத்திய அரசால் அவரது ஆட்சி இரண்டு முறை கலைக்கப்பட்டிருக்கிறது. 1976 மிசா காலகட்டத்தில் கைதுசெய்யப் பட்டு அவருடைய இயக்கத்தின் தோழர்கள் பலர் சித்திரவதைக் குள்ளானார்கள்.

இடையில் 12 வருடங்கள் ஆட்சிப்பொறுப்பில் அவர் இல்லாமல், அரசியல் வனவாசம் இருந்தார். 1984, 1987, 1991 முறையே தலைவர்கள் இந்திராகாந்தி, எம்.ஜி.ஆர், ராஜீவ்காந்தி மறைவின்போ தெல்லாம் அவர் பழிச்சொல்லுக்கு ஆளாக்கப்பட்டார். அவருடைய தோழர்களான உடன்பிறப்புகள் தாக்கப்பட்டனர். இவ்வளவு நெருக்கடியான தருணங்களைக் கடந்து அவர் தன்னையும் தான் தலைமையேற்று நடத்தும் கட்சியையும் உயிர்ப்போடு வைத்திருப்பது தான் அவருடைய வெற்றியின் அடையாளம். பக்தவத்சலம், ராஜாஜி,

காமராஜர் போன்ற ஆளுமைகளோடு துணிந்து எதிர்த்து நின்று அரசியல் செய்தவர்.

அவரது எதிர்ப்பு அரசியலால்தான் தமிழ்நாட்டிற்கு நிறைய பயன்கள் கிடைத்திருக்கின்றன. மாறாக ஆட்சி அரசியல் என்று வரும்போது கடுமையான வசைகளையும் விமர்சனங்களையுமே சந்தித்திருக்கிறார். பிற தலைவர்களோடு ஒப்பிடுகையில் அவருடையது நீண்ட அரசியல் பயணம் என்பதால் நேர்மறையாகச் சொல்வதற்கும் எதிர்மறையாக அணுகுவதற்கும் நிறைய விஷயங்கள் கொட்டிக்கிடக்கின்றன. அவற்றில் சங்கட முரண்களும் அதிகம் தென்படுகின்றன.

விவசாயிகளின் தோழனாக அறியப்பட்ட கருணநிதியின் ஆட்சிக் காலத்தில்தான் (1971-72) மின் கட்டண உயர்வை எதிர்த்துப் போராடிய விவசாயிகளின்மீது துப்பாக்கிச் சூடு நடத்தப்பட்டது. தலித்துகளின் கனவு நாயகனாக அறியப்பட்ட கருணாநிதியின் ஆட்சிக் காலத்தில்தான் (1991) மாஞ்சோலை தோட்டத் தொழிலாளி களின் போராட்டத்தின்போது தாமிரபரணிப் படுகொலைகள் நடந்தன. இதுபோல பல முரண்கள் போராளியான கருணாநிதிக்கும் ஆட்சியாளரான கருணாநிதிக்கும் இடையே சங்கடமாக இடம் பெறுகின்றன. ஆனால் மொத்தத்தில் அவர் பல நேரங்களில் தமிழக மக்களின் குரலாக ஓங்கி ஒலித்திருக்கிறார். தமிழக மக்கள் எப்போதுமே உரத்துப் பேசுகிற தலைவரை தயக்கமில்லாமல் ஏற்றுக் கொண்டிருக்கிறார்கள். அப்படிப்பட்ட ஒரு தலைவர் கருணாநிதி.

கருணாநிதியின் அரசியல் வாழ்வை 1940லிருந்து 1949 வரை, 1949லிருந்து 1957 வரை, 1957லிருந்து 1967 வரை, 1967லிருந்து 1977 வரை, 1977லிருந்து 1989 வரை, 1989லிருந்து 2007 வரை என்று ஆறு கட்டங்களாகப் பிரித்தால் அரசியல் பயணத்தில் உள்ள அத்தனை வகை பரிணாம வளர்ச்சிகளையும்முகங்களையும் அவர் தொட்டு வந்திருப்பது தெரியும். மாணவப் பருவத்திலிருந்தே அவர் தலைவனாவதற்கான எத்தனங்களுடனேயே இருந்திருக்கிறார்.

அதனால்தான் கோலி விளையாடும் வயதில் நீதிக் கட்சித் தலைவர் அழகிரிசாமியின் பேச்சால் ஈர்க்கப்பட்டார். அமைப்பை உருவாக்குவது என்பது ஒரு சிலருக்கு மட்டுமே வாய்க்கக்கூடிய அற்புதக் கலை. அது கருணாநிதிக்கும் வாய்த்தது. அதனால்தான் அவரால் 1940ல் தமிழ்நாடு தமிழ் மன்றத்தை ஆரம்பிக்க முடிந்தது. பிற்பாடு 1969ல் அண்ணாவின் மறைவையடுத்து இரண்டாம், மூன்றாம் இடங்களில் இருந்த வி.ஆர். நெடுஞ்செழியன், கே.ஏ. மதியழகன் ஆகியோரைப் பின்னுக்குத் தள்ளி முதலிடத்திற்கு அவரால் வர முடிந்தது. இதுகுறித்த விமர்சனங்கள் பலரால் முன்வைக்கப்படலாம். ஆனால் தலைமைப்

பதவியை எட்டுவது மட்டும்தான் தலைவனுக்குரிய நீதி என்பது குறிப்பிடத்தக்கது.

மாணவப் பருவத்தில் கிடைத்த அரசியல் விழிப்புணர்வையும் தொடர்புகளையும் மிகச் சரியாகவே தனது அரசியல் இலக்கை அடைவதற்கு கருணாநிதி பயன்படுத்திக்கொண்டார். பெரியார், அண்ணா உடனான தொடர்புகளை ஒவ்வொரு படிக்கட்டாக மேலேறுவதற்கும் பயன்படுத்திக்கொண்டார். இரண்டாம் கட்டத்தில் அவர் அக்காலத்திய இளைஞர்களுக்கு கனவு நாயகனாகத் திகழ்ந்தார்.

போர்க்குணமிக்க ஒரு எதிர்க்கட்சி அரசியல்வாதியாகக் கடமை யாற்றினார். அண்ணா மிகச் சிறந்த சக்தியாக பரிமளிப்பார் என்பதை முன்னமே அவர் அறிந்துகொண்டார். அண்ணா எடுத்த நடவடிக்கை களுக்கு முழு ஆதரவைத் தந்தார் கருணாநிதி. இந்திய சுதந்திரத்தை துக்கநாள் என்று வர்ணித்த பெரியாருக்கு மறுப்பு தெரிவித்தார் அண்ணா. அப்போது கருணாநிதியும் அண்ணாவையே ஆதரித்தார். தனது சொந்த உழைப்பில் உருவாகி கட்சிக்கு அர்ப்பணிக்கப்பட்ட முரசொலி பத்திரிகையிலும் அண்ணாவை ஆதரித்து எழுதினார்.

மூன்றாம் கட்டத்தில் சட்டமன்ற அரசியல் வாழ்வைத் துவங்கிய கருணாநிதி, சட்டமன்றத்தில் பக்தவத்சலம், சி. சுப்பிரமணியம், காமராஜர் போன்ற பெரிய ஆளுமைகளுக்கு சிம்மசொப்பனமாக இருந்தார். தோழர்களுடன் இணைந்து விவசாயிகளுக்கு ஆதரவாகக் குரல் கொடுத்தார். 1967ல் தி.மு.க ஆட்சியைப் பிடித்தபோது பொதுப் பணித் துறை அமைச்சராகவும் ஆனார். அரசியல் பயணத்தில் நேரடியாகக் களமிறங்கிய கருணாநிதி, அதற்கான பகடைக் காய்களையும் சரியாக உருட்டினார்.

அதனால்தான் திருக்குவளையில் பிறந்த முத்துவேல் கருணாநிதி தமிழகத்தின் முதல்வராக 1969ல் வர முடிந்தது. இதற்கடுத்து 1972 வரை அவரது பயணம் மேலேறியே இருந்தது. 1972ல் கருணாநிதி ஒரு மிகப் பெரிய தவறைச் செய்தார். ‘விசிலடிச்சான் குஞ்சுகள்’ என வர்ணிக்கப்படும் ரசிகர் மன்றங்கள் எம்.ஜி.ஆரின் மிகப் பெரிய பலமாக இருக்கும் என்பதை கவனிக்கத் தவறினார்.

அப்படி கவனிக்கத் தவறியதற்காக அவர் 12 ஆண்டுகள் அரசியல் வனவாசம் இருக்க நேர்ந்தது. எம்.ஜி.ஆருக்கு எதிராக தனது மு.க. முத்துவை சினிமாவில் கதாநாயகனாக அறிமுகப்படுத்தினார் கருணாநிதி. இதுதான் எம்.ஜி.ஆருக்கும் கருணாநிதிக்கும் இடையில் பிளவு ஏற்படுவதற்கான முதல் படி என்கின்றனர். அந்தப் படத் துவக்க விழாவிற்கு எம்.ஜி.ஆரும் வந்திருந்து வாழ்த்தினார் என்பது

வேறு விஷயம். (1970களில் தி.மு.க பிளவுக்கு மு.க. முத்து காரணமாக இருந்தார் என்றால், 1993ல் மு.க. ஸ்டாலின் தி.மு.க.வில் இன்னொரு பிளவுக்குக் காரணமாக இருந்தார். மு.க. ஸ்டாலினை முன்னிறுத்துவதாகக் கூறிதான் வைகோ மறுமலர்ச்சி திராவிட முன்னேற்றக் கழகத்தை ஆரம்பித்தார்.)

எம்.ஜி.ஆர் அ.தி.மு.கவைத் துவக்கி 1977ல் ஆட்சியைப் பிடிக்கிறார். அதற்கடுத்து 1987ல் எம்.ஜி.ஆரின் மறைவிற்குப் பிறகு 1989ல்தான் மீண்டும் கருணாநிதியால் ஆட்சியைப் பிடிக்க முடிந்தது. இரண்டு ஆண்டுகளில் அவர் ஆட்சியை இழக்கவும் வேண்டியிருந்தது. இடையே அவரைவிட 24 வயது இளையவரான செல்வி. ஜெ. ஜெயலலிதாவிடம் 1991ல் ஆட்சியைப் பறிகொடுத்தார். 1996ல் த.மா.கா கூட்டணியுடன் மீண்டும் ஆட்சியைப் பிடித்தவர், 2001ல் தோல்வியைச் சந்திக்கிறார். 2004 தேர்தலில் காங்கிரஸுடன் கூட்டணி அமைத்து நாடாளுமன்றத் தேர்தலில் 40 இடங்களையும் கைப்பற்றினார். 2006 சட்டமன்றத் தேர்தலில் வெற்றிபெற்று பெரும் பான்மை பலம் இல்லாத (91 இடங்கள்) சூழலிலும் தமிழகத்தின் முதலமைச்சராகத் தொடர்ந்துவருகிறார்.

1969 தொடங்கி 2006 முடிய இடைப்பட்ட 37 வருடங்களில் அவர் அரசியல் ரீதியாக மிகச் சரியான முடிவுகளையும் மிகத் தவறான முடிவுகளையும் கலந்தே எடுத்திருக்கிறார். கருணாநிதி என்கிற அரசியல் தலைவரை எடைபோடும் தராசில் எந்தப் பக்கம் முள் அதிகம் என்கிற விவாதங்கள் தொடர்ந்து நடைபெறுவதற்கு சூழல்களை ஏற்படுத்தித் தந்தார். அவருடைய மிகச் சரியான முடிவு என்பது 1971 மற்றும் 1996 தேர்தல்களின்போது வெளிப்பட்டது. காங்கிரஸ் இந்திரா காங்கிரஸ் எனவும், காமராஜர் தலைமையில் ஸ்தாபன காங்கிரஸ் எனவும் பிளவுபட்டிருந்த நேரம். அந்த நேரத்தில் அவர் இந்திரா காங்கிரஸ் ஆதரவுடன் சட்டமன்றத் தேர்தலில் போட்டியிட்டு 184 இடங்களில் தி.மு.கவை வெற்றி பெறச் செய்தார். மறுபடியும் காங்கிரஸ் தமிழகத்தில் 1996ல் பிளவுபட்டிருந்தது. இந்த முறை மூப்பனார் தமிழ் மாநில காங்கிரஸ் என பிரிந்திருந்தார்.

சந்தேகமேயில்லாமல் மூப்பனாருடன் கூட்டணி சேர்ந்து 166 இடங்களில் வெற்றி பெற்று 1996ல் ஆட்சியைப் பிடித்தார் கருணநிதி. இவையெல்லாம் அவர் தேர்ந்த ஒரு அரசியல் கணக்கர் என்பதை வெளிக்காட்டின. அதேபோல்தான் அரசியலில் நிரந்தர நண்பர்களும் இல்லை, நிரந்தரப் பகைவர்களும் இல்லை என்பதை மற்றவர்களைக் காட்டிலும் கருணாநிதிதான் அரசியல் வரலாற்றுப் புத்தகத்தில் அதிகம் பதிவு செய்தார்.

அதனால்தான் 1976ல் மிசா கொடுமைகளைச் சந்தித்த அவர், 1979ல் 'நேருவின் மகளே வருக! நிலையான ஆட்சி தருக!' என இந்திரா காந்தியை வரவேற்க முடிந்தது. இன்றளவும் கூட்டணி மாறும் கட்சிகள் தங்களை நியாயப்படுத்தி சொல்லிக்கொள்ள இந்த உதாரணத்தைதான் பயன்படுத்துகின்றனர். 1999ல் தான் வளர்ந்து வந்த பகுத்தறிவுப் பாதைக்கு முற்றிலும் சம்பந்தமில்லாத, இப்போது அவரால் 'காந்தியைக் கொன்றவர்கள்' என்று வர்ணிக்கப்படும் பாரதிய ஜனதா கட்சியுடன் கூட்டணி வைத்தார்.

மத்திய அமைச்சரவையிலும், முழு ஐந்தாண்டு காலம் அவர் இடம்பெற்றார். தி.மு.க கொள்கையை முன்னிறுத்தி அரசியல் செய்யும் கட்சி என்பதால் இன்றளவும் கருணாநிதி மீதான விமர்சனப் பட்டியலில் அவரின் இந்த முடிவு முதன்மையான இடத்தைப் பெறுகிறது. அரசியலில் வெற்றி மட்டும்தான் நோக்கம் என்கிற விதி, பழைய பகுத்தறிவுக் கொள்கைகளைத் தூக்கி எறிந்தது. 2001 தேர்தலில் சரியாக கூட்டணி வைக்காததால் தோல்வியைத் தழுவினார். வெற்றிக்குக் கூட்டணி அவசியம் என்பதை இந்தத் தோல்வியே அவருக்கு எடுத்துக்காட்டியது.

கருணாநிதியின் அரசியல் வாழ்வில் அதிகமான சர்ச்சைக்குள்ளான விஷயங்களில் அவரின் விடுதலைப் புலிகள் ஆதரவு என்பது முக்கியமான இடத்தைப் பெறுகிறது. அவர் இந்த விஷயத்தில் ஏற்ற-இறக்கங்களோடு செயல்பட்டிருக்கிறார். 1983ல் ஈழத்தில் நடைபெற்ற 'கறுப்பு ஜூலை' பயங்கரத்தை எதிர்த்து தனது சட்டமன்ற உறுப்பினர் பதவியை ராஜினாமா செய்தார் கருணாநிதி. 2000ஆம் ஆண்டில் முதல்வராக இருந்தபோது மே 12ஆம் தேதி விடுதலைப் புலிகள் குறித்து இப்படிச் சொன்னார்: ''தி.மு.க தமிழ் ஈழத்தை ஆதரிக்கிறது. அது பேச்சுவார்த்தை மூலம் நடந்தாலும் சரிதான்'' என்றார். மே 13ஆம் தேதி ''தனி ஈழத்தை ஆதரிப்பதாகச் சொல்லவில்லை. இலங்கை இனப் பிரச்சினையில் தீர்வு ஏற்பட வேண்டும் என்று சொன்னேன்'' என்றார். மே 15ல் ''ஒரு காலத்தில் தி.மு.க விடுதலைப் புலிகளை ஆதரித்தது. அதற்காக அவர்களது எல்லா நடவடிக்கைகளையும் ஆதரிப்பதாக அர்த்தமில்லை'' என்றார்.

இந்தக் காலகட்டத்தில் மத்தியில் பா.ஜ.க ஆட்சியில் இருந்தது என்பது குறிப்பிடத் தக்கது. இது ஒரு உதாரணம்தான். விடுதலைப் புலிகள் விஷயத்தில் தி.மு.க தலைவருக்கு இன்னமும் தயக்கங்கள் பல இருக்கின்றன. 'தமிழினத் தலைவர்' என்கிற அழிக்க முடியாத அடையாளம் விடுதலைப் புலிகள் விவகாரத்தில் அவர் தயங்குவதற்கு மறைமுகக் காரணம் என்கின்றனர் அவரை விமர்சிப்பவர்கள்.

கருணாநிதியின் அரசியல் பயணத்தை விமர்சிப்பவர்கள் நான்கு விஷயங்களை முன்னிறுத்துகிறார்கள். காவிரிப் பிரச்சினை, கச்சத் தீவு, மாநில சுயாட்சி, மத்தியில் தமிழ் ஆட்சி மொழி என்பவையே அவை. இப்போது கூட அந்த நான்கு விஷயங்களின் மீதான விமர்சனத்தை அவரால் எளிதில் எதிர்கொண்டுவிட முடியும். அதற்கான அரசியல் சூழலும் சக்தியும் இப்போது அவருக்கு இருக்கிறது.

1971ல் மாநில சுயாட்சி குறித்து ராஜ மன்னார் குழு அமைத்து, சட்ட சபையில் அதை விவாதித்து அந்தக் குழுவின் அறிக்கையை இந்திரா காந்திக்கு அனுப்பிவைத்தார். அதன்பிறகு அதை அவர் வலியுறுத்தவேயில்லை (மத்தியில் கூட்டாட்சி என்பதற்கு பதிலாக கூட்டணி ஆட்சி என்கிற இலக்கை எட்டிவிட்டது தி.மு.க. ஆனால் அதற்குக் கொடுத்த விலை மாநில சுயாட்சி என்கிற கோஷமா?). 1972ல் காவிரிப் பிரச்சினை சம்பந்தமாக உச்சநீதிமன்றத்தில் தொடுத்திருந்த வழக்கை அவர் வாபஸ் பெற்றார்.

1974ல் தி.மு.க எதிர்த்தபோதும் கச்சத் தீவை இலங்கைக்கு இந்தியா தாரை வார்த்தபோதும் தி.மு.க தமிழகத்தில் ஆட்சிப் பொறுப்பில் இருந்தது என்பதால் விமர்சனங்கள் இந்த விஷயத்தில் எழுகின்றன (இன்றளவும் தொடரும் தமிழக மீனவர்களின் மீதான இலங்கை கடற்படையின் தாக்குதலுக்காக தமிழக மீனவர்கள் சார்பாக எம்.ஜி.ஆர் காலத்தில் மத்திய அரசு இலங்கையை நிர்ப்பந்தித்தது என்கின்றனர் கருணாநிதியை விமர்சிப்பவர்கள்). இப்போது அவர் கையில் வானளாவிய அதிகாரங்கள் இருக்கின்றன. அவர் நினைத்தால் தமிழகத்தின் சாபக்கேடுகளாகத் தொடரும் இந்தப் பிரச்சினைகளை முடிவுக்குக் கொண்டுவந்துவிட முடியும். தமிழை மத்திய ஆட்சி மொழியாகக் கொண்டுவர அவரால் நிர்ப்பந்திக்கவும் முடியும். ஏற்கெனவே தமிழ் செம்மொழி என்கிற மத்திய அரசின் அறிவிப்பிலும் விமர்சனங்கள் இருக்கதான் செய்கின்றன.

பயன்பாட்டிலேயே இல்லாத சமஸ்கிருதத்தைக் கல்விப் பட்டியலிலும் இன்றளவும் பயன்பாட்டில் இருக்கிற தமிழ் மொழியை கலாசாரப் பிரிவிலும் சேர்த்து மத்திய அரசு பகடைக்காய் உருட்டியிருக்கிறது. இதில் தமிழுக்கு உரிய மரியாதையை கருணாநிதி பெற்றுத் தரவேண்டும் என்பதுவே தமிழ் ஆர்வலர்களின் கருத்து. மக்கள் ஊழல்மயப்பட்ட அரசியலுக்கு கிளர்ந்தெழுவதை விடுத்து அரசியலையே புறக்கணிக்கத் துவங்கியிருக்கின்றனர். கருணாநிதி என்னும் சமூகப் போராளி இந்த விஷயத்தில் தன்னுடைய கவனத்தைக் குவித்தே ஆக வேண்டியிருக்கிறது.

ஏனெனில் எதிர்காலத் தலைமுறைக்கு அவர் நிறைய விஷயங்களைத் தந்திருப்பதைப்போல ஒரு நல்ல அரசியல் களத்தையும் உருவாக்கித் தரவேண்டும். கருணாநிதி என்கிற போராளி செய்யவேண்டிய வேலைகள் இன்னும் நிறைய மிச்சம் இருக்கதான் செய்கின்றன. 1967ல் தி.மு.க ஆட்சியைப் பிடித்தபோது, ''கூத்தாடிகள் ஆட்சியைப் பிடித்துவிட்டார்கள்'' என்றார் முன்னால் முதல்வர் பக்தவத்சலம். அப்போது ஒரு பிரிவு மக்களிடையே அப்படியான தவறான மனநிலை இருக்கவும் செய்தது. ஆனால் இந்த இடைப்பட்ட வருடங்களில் தி.மு.க.வை எல்லோருக்குமான கட்சியாக வளர்த்த பெருமை மற்ற தி.மு.க தலைவர்களுடன் ஒப்பிடுகையில் கருணாநிதியை மட்டுமே சாரும்.

இப்படியான மாற்றத்தை மக்கள் மத்தியில் கொண்டுவந்த அவரால் அவர் மீதான விமர்சனங்களையும் மிக எளிதாகவே சரிசெய்துவிட முடியும். தமிழகத்தின் நீண்ட கால பிரச்சினைகளான காவிரி, கச்சத்தீவு, முல்லைப் பெரியாறு போன்றவற்றைச் சரிசெய்யக்கூடிய சக்தியும் அக்கறையும் அவருக்கு அதிகம் இருக்கிறது என்பதை மக்கள் அறியாமல் இல்லை. அவர் அதைத் தீர்க்க களமிறங்குவதைதான் மக்களும் எதிர்பார்க்கிறார்கள். எனவேதான் தமிழர்கள் 'தமிழினத் தலைவர்' என்ற அடையாளத்தை அவருக்குத் தந்திருக்கின்றனர்.

(கலைஞரின் பொன்விழா கொண்டாட்டங்களின் போது எழுதிய கட்டுரை)

# 9

## மழை வெள்ளத்திற்கு அடையாளம் அற்ற உதிரிகளின் வீடுகளையும் தெரியும்!

**எ**ங்கள் பகுதியான சென்னை ராஜா அண்ணாமலைபுரத்தில் சத்யா நகர் என்றொரு பகுதி இருக்கிறது. ராஜா அண்ணாமலைபுரம் என்றாலே எல்லோரும் பிஎம்டபிள்யூ கார்களை மட்டுமே கற்பனை செய்து கொள்கிறார்கள். அதிகாரமிக்கவர்கள் மற்றும் நீதி வழங்கும் அமைப்பைச் சேர்ந்தவர்கள் அதிகம் வசிக்கும் அந்தப் பகுதிக்கு மிக அருகாமையில் இருக்கிறது சத்யா நகர். முற்றிலும் சமூகத்தில் பொருளாதார ரீதியிலாக பின்தங்கிய அடிமட்ட மக்கள் நிறைந்த இடம். கடந்த மழைவெள்ளத்தில் அங்கே கழுத்தளவிற்குத் தண்ணீர் ஓடியது. சென்னையில் மிக மோசமாகப் பாதிக்கப்பட்ட இடங்களுள் அதுவும் ஒன்று. அங்கு குடியிருந்த அத்தனை மக்களும் மழை வெள்ளத்திலிருந்து தங்களைப் பாதுகாத்துக்கொள்ள அருகிலிருந்த க்ரீன்வேஸ் சாலை ரயில் நிலையத்தில் தஞ்சம் புகுந்தார்கள். அப்படித் தஞ்சம் புகுந்தவர்களுள் ஈஸ்வரும் அவரது மாநிலத்தைச் சேர்ந்த தோழர்களும் அடக்கம். ஈஸ்வர் பீகார்க்காரர். ஒரு வருடத்திற்கு முன்பு ஒரு அதிகாலைப் பொழுதில் சென்னை சென்ட்ரலில் அவரும் அவரது தோழர்களும் வந்திறங்கி இப்போது தங்கியிருந்த இதே ரயில் நிலையத்திற்குதான் அழைத்து வரப்பட்டனர். புறப்பட்ட இடத்திலேயே பயணம் முடிவிற்கும் வந்துவிட்டது. தன்னுடைய பெண்ணின் திருமணத்திற்குக் கொஞ்சம் பணத்தைச் சேர்த்த பின்பு

ஊர் திரும்ப வேண்டும் என்கிற திட்டத்தோடும் கனவோடும் சென்னை மண்ணை மிதித்தார் ஈஸ்வர். அவரோடு வந்தவர்களுக்கும் இதுபோல் ஆயிரம் கனவுகள் இருந்திருக்கலாம். அவர்களை வேலைக்கு அழைத்த ஏஜென்ட் அந்த அதிகாலையில் ரயில் நிலையத்திற்கு வராததால் தவித்துப் போன அவர்கள் தற்செயலாகச் சந்தித்த இன்னொரு ஏஜென்டின் உதவியோடு ராஜா அண்ணாமலை புரத்தில் உள்ள ஒரு உணவகத்தில் சொற்ப சம்பளத்திற்கு வேலைக்குச் சேர்ந்தார்கள். ஆளுக்குக் கொஞ்சம் பணத்தை வேலை பார்க்கும் நிறுவனத்திடமிருந்து முன்பணமாக வாங்கிப் போட்டு சத்யா நகரில் வீடு மாதிரி ஒன்றை வாடகைக்குப் பிடித்தார்கள். ஆமாம் வீடுமாதிரி ஒன்றுதான். அது வீடில்லை.

ஈஸ்வர் தன்னுடைய ஊருக்கு விடுமுறையில் செல்லும்போது வீட்டிற்கு எடுத்துச் செல்வதற்காக ஒரு பழைய டிவிடி ப்ளேயரை வாங்கி வைத்திருந்தார். இதுபோல அவரது தோழர்களும் அவரவர் சக்திக்குத் தகுந்தமாதிரி சில பொருட்களை வாங்கி வைத்திருந்தார்கள். எல்லோரும் சேர்ந்து தாங்கள் பாடுபட்டுச் சேர்த்த பணத்தை சுருக்குப் பை மாதிரியான பையொன்றில் போட்டுக் கட்டிவைத்து அதைப் பாதுகாப்பாக வீட்டிற்குள் ஒளித்து வைத்திருந்தனர். ஏனெனில் ஏரியா ரௌடிகளின் கண்களில் அந்தப் பணம் பட்டால் மிரட்டி உருட்டி அவர்கள் குடிப்பதற்காகப் பறித்துக் கொள்வார்கள். சேர்த்து வைத்திருந்த பணம் உள்ளிட்ட அத்தனை பொருட்களையும் அந்த ரௌடிகளைப்போல அடித்துப் பிடுங்கிக் கொண்டு போய்விட்டது வெள்ளம். வீட்டிலிருந்து வெளியேறிய அவர்கள் தங்கியிருந்த ரயில் நிலையத்தில் நிவாரணப் பொருட் களைக் கொண்டுவருபவர்களிடம் மொழி தெரியாததால் வாய்பேச முடியாதவர்களைப்போல கண்களால் கெஞ்சியபடி கையேந்திக் கொண்டிருந்தார்கள். சில நேரங்களில் எங்களுக்கே கிடைக்க வில்லை என உள்ளூர் மக்களால் அடித்து விரட்டப்பட்டார்கள். வெள்ளம் வடிந்த பிறகு ஈஸ்வரும் அவரது தோழர்களும் திரும்ப வீட்டிற்குச் சென்றபோது உரிமையாளர் சிதிலமடைந்த வீட்டின் மூலம் தனக்குக் கிடைக்கப் போகும் வெள்ள நிவாரணப் பணத்தைக் குறிவைத்து வீட்டைத் தருவதற்கு மறுத்துவிட்டார்.

வீடு கடுமையாகச் சேதமடைந்திருப்பதாகச் சொல்லி அவர்கள் ஏற்கெனவே தந்திருந்த அட்வான்ஸ் தொகையையும் தர மறுத்து விட்டார். மனிதாபிமானம் கொண்ட மக்களிடமும் தன்னுடன் உணவகத்தில் பணியாற்றும் பணியாளர்களிடமும் கையேந்தி சொற்பப் பணத்தைத் திரட்டிய அவர்கள் இந்தச் சென்னை எங்களுக்கு வேண்டாமென்று திரும்பவும் ஊர் திரும்ப முடிவெடுத்துள்ளனர்.

அங்கே அவர்கள் ஊரில் பாலாறும் தேனாறும் ஒன்றும் ஓடவில்லை. ஆனாலும் அவர்களின் வயிற்றுப்பாட்டைத் தணித்த சென்னை அவர்களுக்கு வேண்டாமென்று ஏன் முடிவெடுத்தார்கள்? ஏனெனில் அவர்களால் இங்கு இழந்ததைத் திரும்பப் பெறமுடியாது. அவர்களது இழப்பை இங்கு யாரும் ஒரு பொருட்டாகக் கருதப் போவதில்லை என்பது அவர்களை அசைத்துப் பார்த்திருக்கிறது. அவர்கள் தங்களைப் புறக்கணிக்கப்பட்டவர்களாக உணரத் துவங்கி விட்டனர். ஏனெனில் அவர்களிடம் எந்த அடையாள அட்டையும் கிடையாது. அவர்களுக்காகச் சண்டை போட்டு நிவாரணத்தை வாங்கித் தர சங்கங்கள், கட்சிகள் கிடையாது. ஏனெனில் அவர்கள் இங்கே வாக்காளர்கள் கிடையாது என்பதால், உள்ளூர் மக்கள் பிரதிநிதிகளைப் பொறுத்தவரை அவர்கள் உதிரிகள் மட்டுமே. உதிரிகளான அவர்களுக்கு இந்த மாநகரத்தில் அடையாளமே கிடையாது. தங்களுக்கு இந்தச் சென்னையில் நீதியும் கிடைக்காது நிவாரணமும் கிடைக்காது என்பதை பல்வேறு சந்தர்ப்பங்கள் மற்றும் போலி என்கௌன்டர் போன்ற சம்பவங்களின் மூலமாகவெல்லாம் உணர்ந்திருந்தார்கள் என்றாலும் இந்த மழைவெள்ளம் அவர்களுக்கு புறக்கணிப்பின் உச்சகட்டத்தை உணர்த்தியிருக்கிறது.

ஈஸ்வர் மட்டுமில்லை. இதுபோல் தமிழகம் முழுக்க கிட்டதட்ட பத்து லட்சம் பேர் வடமாநிலங்கள் மற்றும் வடகிழக்கு மாநிலங் களில் இருந்து வேலைக்காக அகதிகளைப்போல குவிந்திருப்பதாக ஆங்கில ஹிந்து பத்திரிகை ஒரு கட்டுரையில் குறிப்பிட்டிருக்கிறது. தமிழகத் தொழில் தேவைகளுக்காக பீகார், அஸ்ஸாம், சிக்கிம், உத்தரப் பிரதேசம், ஒரிசா, கல்கத்தா, மணிப்பூர், நாகாலாந்து, நேபாளம் என பல பகுதிகளில் இருந்து சாரை சாரையாக தமிழகம் நோக்கி குவிந்தபடியே இருக்கின்றனர். இப்படி அழைத்து வரப்படு பவர்கள் சென்னை, திருப்பூர், பொள்ளாச்சி, கோவை, தூத்துக்குடி, கன்னியாகுமரி என தமிழகம் முழுக்கப் பரவியிருக்கின்றனர். சென்னையில் மட்டும் சுமார் நான்கு லட்சம் வெளிமாநிலத்தினர் குவிந்திருப்பதாக அதிகாரபூர்வமற்ற புள்ளி விவரம் ஒன்று தெரிவிக்கிறது. சந்தேகம் இருப்பவர்கள் ஒரே ஒரு நாள் அதிகாலையில் சென்னை சென்ட்ரல் ரயில் நிலையத்திற்குச் சென்று பாருங்கள். குறைந்தது ஒவ்வொரு நாளும் மூவாயிரம் பேராவது இந்தச் சென்னைக்குள் ஈஸ்வர்போல கனவுகளோடு நுழைந்தபடியே இருக்கின்றனர். புரோக்கர்கள் மற்றும் ஏஜென்ட்களால் அழைத்து வரப்படும் இவர்கள் சுமார் ஆறாயிரம் ரூபாய் சம்பளத்திற்கு கட்டுமானம், உணவகங்கள் மற்றும் பிற தொழில்களில் பணியமர்த்தப்படுகின்றனர். பெரும்பாலும் வடகிழக்குப்

பிராந்தியங்களில் இருந்து அழகு நிலையங்களின் தேவைகளுக்காகவும் பாலியல் தொழில் தேவைகளுக்காகவும் அழைத்து வரப்படும் பெண்களைப் பொறுத்தவரை தங்குமிடம் என்பது பிரச்சினையாக இருப்பதில்லை. அழைத்து வருபவர்களே ஓரளவிற்குத் தரமான தங்குமிடத்தையும் ஏற்பாடு செய்து தந்துவிடுகிறார்கள். ஆனால் அடிமட்டத் தொழிலுக்காக அழைத்து வரப்படும் தொழிலாளர்கள் பெரும்பாலும் தாங்கள் பணிபுரியும் இடங்களிலுள்ள இருட்டறைகளில் தங்கிக் கொண்டிருக்கின்றனர். நடைபாதை வியாபாரிகளான சிலர் கிடைக்கிற சாலைகளில் ஆரம்பத்தில் தங்கிக் கொண்டிருந்தனர். சாலைகளில் ஒதுங்குவதை இப்போதெல்லாம் காவல்துறை அனுமதிப்பதில்லை. தவிர, பெரிய நிறுவனங்களில் அல்லாமல் சிறு நிறுவனங்களில் வேலை பார்ப்பவர்கள் தங்களுக்கான தங்குமிடங்களைத் தாங்கள்தான் ஏற்பாடு செய்துகொள்ள வேண்டும்.

இப்படியான சூழலில் இருப்பவர்கள் போயஸ் கார்டனிலா வீடெடுத்துத் தங்குவார்கள்? அவர்கள்தான் சத்யா நகர் போன்ற சென்னையின் பல்வேறு குடிசைப் பகுதிகளை நோக்கியும் சென்னையின் புறநகர்ப் பகுதிகளை நோக்கியும் பரிதாபமாக ஓடுகிறார்கள். ஒரு சின்ன அறையில் பத்துப் பேர் வரை தங்கும் காட்சிகளை எளிதாகவே பார்க்க முடியும். சென்னை மழை வெள்ளத்தில் கடுமையாகப் பாதிக்கப்பட்ட அத்தனை பகுதிகளிலும் கணிசமாக இவர்களைப் பார்க்க முடியும். மற்றவர்களுக்கு நான்காயிரம் ரூபாய் வாடகையென்றால், இவர்களுக்கு ஆறாயிரம் ரூபாய் வாடகை. வீட்டில் தண்ணீர் வரவில்லையென்றால்கூட உரிமையாளர்களிடம் இவர்களால் கேள்வி கேட்க முடியாது. பணிபுரியும் இடத்தில் மட்டுமல்லாமல் வழக்கத்தை விட அதிகப் பணம் கொடுத்து வாடகைக்குக் குடியிருக்கிற வீட்டிலேயே அவர்கள் அடிமைகளைப்போல வாழ்ந்து கொண்டிருக்கின்றனர். சில இடங்களில் வீட்டு உரிமையாளர்களின் துணிகளைத் துவைத்துப் போட்டுக் கொண்டிருக்கின்றனர். பல இடங்களில் அடிகூட வாங்கிக் கொண்டிருக்கின்றனர். சில இடங்களில் மனிதாபிமானம் உள்ள மக்களால் அரவணைக்கப்பட்டு வருவதையும் இல்லையென்று மறுக்க முடியாது. இந்த மழைவெள்ளத்தின்போது இதுபோல அரவணைக்க ஆளில்லாதவர்கள் சாலைகளில் பரிதாபமாக அலைந்து கொண்டிருந்த காட்சியை எல்லோரும் பார்த்திருக்கக்கூடும். அண்ணா பல்கலைக் கழகத்திலிருந்து வெளியேறும் மான்கள் பயத்தோடு சாலையைக் கடப்பதுபோல இவர்கள் குறுக்கும் நெடுக்குமாய் யாரிடம் போய் உதவிகள் கேட்பதென தெரியாமல் அலைந்து கொண்டிருந்தார்கள். தொலைபேசி செய்து கேட்பதற்கு

ஆளில்லாமல், உணவு கொடுக்க ஆளில்லாமல், கையேந்துபவர்களாக அலைந்து கொண்டிருந்தார்கள். உள்ளூர் ஆட்களுடன் போட்டி போட்டு நிவாரண உணவுப் பொருட்களை வாங்க முடியாமல், அமைதியாக தங்களுக்குக் கிடைக்கும் வரை பசியோடு காத்திருந்தார்கள். அதில் ஒரு சிலர் நடைபெற்றுக் கொண்டிருக்கும் விபரீதத்தை அறியாமல் குட்டைப் பாவாடைகளுடன் சுற்றிக் கொண்டிருந்ததையும் பார்த்திருக்கலாம். பணிபுரியும் இடத்தில் மரணம் சம்பவித்தால், ஊர் கொண்டுபோகக் காசில்லாமல் இங்கேயே இறுதிச் சடங்குகளை நடத்த வேண்டிய உச்சகட்ட துர்பாக்கிய நிலையில்தான் அவர்களை இந்தச் சென்னை ஏற்கெனவே வைத்திருக்கிறது. இந்நிலையில் பேரிடர் சமயங்களில் நடைபெறும் அநீதிகள் குறித்தும் இழப்புகள் குறித்தும் அவர்களுக்காக யார் கேள்வி எழுப்பப் போகிறார்கள்? அவர்கள் பணிபுரியும் நிறுவனங்களும் இந்த மழை வெள்ளப் பாதிப்புகளால் கடுமையாகப் பாதிக்கப் பட்டிருக்கும் நிலையில் இவர்களுக்கான இழப்புகளைச் சரிக்கட்டுவது குறித்து யோசிப்பார்களா என்ன?

பொதுவாகவே சென்னையில் அறுபத்தைந்து சதவிகிதத்தினர் சொந்த வீடு இல்லாதவர்கள். மீதி முப்பத்தைந்து சதவிகிதத்தினர் மட்டுமே சொந்த வீடு வைத்திருப்பவர்கள். சொந்த வீடில்லாதவர்களுக்கும் அவர்களது வீட்டு உரிமையாளர்களுக்கும் இடையில் நிவாரண உதவிகளைப் பெறுவதில் போர் ஏற்கெனவே மூளத் துவங்கிவிட்டது. அரசு தரப் போகும் நிவாரண உதவிகள் யாருக்குச் சொந்தம்? வீட்டில் குடியிருந்து கஷ்டப்பட்டவர்களுக்கா? அல்லது வீட்டின் உரிமையாளர்களுக்கா? சில இடங்களில் வீட்டின் உரிமையாளர்களும் குடியிருப்பவர்களும் கிடைப்பதை பங்கிட்டுக் கொள்ளலாம் என்கிற சமாதான உடன்படிக்கைக்கும் வந்து கொண்டிருக்கின்றனர். பிஸ்கெட், பால் போன்ற நிவாரணப் பொருட்களைப் பெறுவதிலும் ஆங்காங்கே சண்டைகள் மூண்ட செய்திகளையும் பார்த்திருப்பீர்கள். என் தெருவிற்குக் கொடுக்காவிட்டால் அவன் தெருவிற்கும் கொடுக்கக்கூடாது என வண்டிகளை மக்கள் பெரிய மனதுடன் மறித்த நிகழ்வுகளைப் பற்றியும் செய்திகளில் பார்த்திருப்பீர்கள். கடலூரில் நிவாரணப் பொருட்கள் வழங்கும் விஷயத்தில் சாதிய உணர்வு அப்பட்டமாக வெளிப்பட்டதையும் தொலைக்காட்சிச் செய்திகளில் ஒளிபரப்பினார்கள். ஏற்கெனவே உள்ளூர் மக்கள் நிவாரணம் போதாமல் தங்களுக்குள் அடித்துக் கொண்டிருக்கும் இந்தப் பின்னணியில் நிவாரண உதவிகளைப் பெறும் விஷயத்தில் வட மாநில மற்றும் வடகிழக்கு ஏழைகளின் சொல் அம்பலம் ஏறுமா?

வடமாநிலத் தொழிலாளர்கள் என்றாலே கொள்ளைக்காரர்கள், செயின் பறிப்பவர்கள், பாலியல் பலாத்கார செயல்களில் ஈடுபடுபவர்கள் என கட்டமைத்திருக்கிறது பொதுப் புத்தி என்பதால் இந்த மழைவெள்ளத்தின்போது அவர்கள் ஒதுக்கப்பட்டவர்களாகவே நடமாடிக் கொண்டிருந்தனர். தங்கியிருக்கும் பகுதிகளில் எங்கேயாவது ஒரு சிறு திருட்டு நடந்தால்கூட உடனடியாக அடிவாங்குவது இவர்கள்தான் என்பதால் இப்போதும் சந்தேகக் கண்ணோட்டத்துடனேயே பார்க்கப்பட்டனர். வாதத்திற்காகவே வைத்துக் கொண்டாலும் அவர்கள் மட்டுமா செயினைப் பறிக்கிறார்கள்? இந்த வெள்ளச் சேதத்தில் வீடு வீடாகப் போய் கொள்ளையடித்த தமிழர்களைப் பற்றிய செய்திகளையும் பார்த்திருப்பீர்கள்தானே? ஏற்கெனவே உள்ளூர் சமூகத்தால் அதிக அழுத்தத்திற்கு ஆளாகும் இவர்களுக்கு இந்த மழைவெள்ளச் சேதம் இன்னொரு வகையில் மிகப் பாதுகாப்பற்ற மற்றும் மிகையான அச்சவுணர்வை உருவாக்கியிருக்கிறது என்கிறார் சினர்ஜி மனித வள நிறுவனத்தின் இயக்குநரான ஜெயச்சந்திரன். ''ஒரு நாளைக்கு சென்னையில் மட்டும் சுமார் மூவாயிரத்திலிருந்து நாலாயிரம் பேர் வரை வந்திறங்குவார்கள். இப்போது அந்த வரத்து கொஞ்சம் குறைந்திருக்கிறது. இருக்கிறவர்களும் தங்களுக்கு எந்த நிவாரண உதவிகளும் கிடைக்காது என்பதைப் புரிந்து கொண்டுவிட்டனர். உள்ளூர் மக்களால் ஏற்கெனவே அவர்கள் அதிகம் துன்புறுத்தப்பட்டுள்ளனர். இந்த மழைவெள்ளத்தில் நிறைய பண மற்றும் பொருள் இழப்புகளையும் சந்தித்திருக்கின்றனர். அதை எதையும் திரும்பப் பெற முடியாது என்கிற புரிதலுக்கு வந்துவிட்டனர். எனவே அதில் கணிசமானவர்கள் தங்களது ஊர்களுக்கே சென்றுவிடலாம் என்கிற மனநிலைக்கு வந்து வெளியேறத் துவங்கிவிட்டனர். தொழில் துறைக்கு இதனால் பாதிப்புகள் நிச்சயம் ஏற்படும். எனவே அரசு இவர்கள் விஷயத்தில் கருணையோடு செயல்பட வேண்டும். இழப்பீடுகள் தரும் விஷயத்தில் இவர்களையும் கணக்கில் எடுத்துக் கொள்ள வேண்டும்'' என்கிறார் அவர்.

ஈஸ்வரின் கதையும் அதுதானே? அவர் எதற்காக இந்தச் சென்னையை விட்டு வெளியேற வேண்டுமென்கிற முடிவிற்கு வந்தார்? அவர் ஊரிலும் இதுபோல் மழை பெய்திருக்கலாம். வெள்ளம் வந்திருக்கலாம். பேரிடர்களைச் சந்தித்திருக்கலாம். இருந்தாலும் அவர் ஏன் வெளியேறத் திட்டமிட்டார்? இங்கு அவர்களுக்கு மனித நல்லுணர்வுகள் ஓங்கியிருக்கிற பேரிடர் சமயத்தில்கூட நியாயமும் கிடைக்காது. நிவாரணமும் கிடைக்காது என்பதால்தானே? இந்த மழை வெள்ளத்தில் தெருவோர நாய்கள் மற்றும் பிற விலங்குகள்

உணவுக்கு என்ன செய்தன என்ற கேள்வி எத்தனை பேருக்கு எழுந்திருக்கும்? அதைப் போலதான் தமிழகத் தொழில் தேவைகளுக்காக வந்திறங்கியிருக்கிற இவர்களைப் பற்றிய கவலையும் இந்த மழை வெள்ளத்தில் யாருக்கும் எழவில்லை. அவர்கள் அரும்பாடு பட்டுச் சம்பாதித்த பொருட்களையும் அரும்பாடுபட்டு வாங்கி வந்த நிவாரணப் பொருட்களையும்கூட தட்டிப் பறித்த சம்பவங்களும் நடைபெற்றன என்பதை மன வருத்தத்துடன் பதிவு செய்கிறேன்.

கிட்டதட்ட நான்கு லட்சம் வெளி மாநிலத் தொழிலாளர்கள் குவிந்திருக்கிற சென்னையில் எத்தனை பேர் இந்த மழை வெள்ளத்தால் பாதிக்கப் பட்டிருக்கின்றனர் என்கிற கணக்கெடுப்பை யார் எடுப்பது? இந்த மழைவெள்ளத்தில் அவர்கள் இழந்தவைகளின் மதிப்பு என்ன? அந்த இழப்பை யார் ஈடு செய்யப் போகிறார்கள்? மொழி தெரிந்தாலாவது யாரிடமாவது சண்டை போட்டாவது நிவாரணம் கேட்கலாம். ஏற்கெனவே அகதிகளாய் அடிமைகளாய் வாழ்ந்து கொண்டிருக்கும் இவர்களால் குரல் எழுப்ப முடியுமா? அப்படியே எழுப்பினாலும் அது அரசாங்கத்திற்குக் கேட்குமா? அல்லது குரல் எழுப்புகிற தைரியம்தான் அவர்களுக்கு இருக்கிறதா? இதில் எத்தனை ஈஸ்வர்கள் தாங்கள் ஆசை ஆசையாய் ஊருக்குக் கொண்டு செல்வதற்காக வாங்கி வந்திருந்த பொருட்களையும் கட்டி வைத்திருந்த பணத்தையும் இழந்திருப்பார்கள் என்பதை யோசிக்கும் போதே வருத்தமாக இருக்கிறது. இவர்களுக்காகக் குரல் கொடுக்க எந்த அமைப்பும் இல்லை என்பதை நினைக்கையில் வெட்கமாகவும் இருக்கிறது. ஊர் திரும்பிய பிறகு ஈஸ்வர் தன்னுடைய குடும்பத்தினரிடமும் அவரது ஊர்மக்களிடமும் என்ன சொல்வார்? வெள்ளம் வந்த கதைகளைச் சொல்வாரா? அல்லது இந்தப் பேரிடர் சமயத்திலும் அறம் செய்ய விரும்பாதவர்கள் குறித்த கதைகளைச் சொல்வாரா?

# 10

## தொப்பைகளுடைய ஆடவரும் பெண்டிரும் சப்பாத்தி செய்கிற மெஷின்களும்

**தொ**லைக்காட்சி விளம்பரதாரர் நிகழ்ச்சிகளை அடிக்கடி பார்த்திருப்பீர்கள். ஒருமுறை தற்செயலாக அதைக் கடக்கும்போது வெளிநாட்டுப் பெண்மணி ஒருவர் நம்முடைய இந்தியப் பெண்களின் வாழ்க்கையில் புரட்சியைக் கொண்டுவருவது மாதிரியான ஒருவிஷயத்தை செயல்முறை விளக்கமாகக் காட்டிக் கொண்டிருந்தார். இந்தியப் பெண்களின் சமையலறை சிரமங்களைக் குறைப்பது மாதிரியான பொருட்களை விற்பதற்காக அவர் செயல்முறை விளக்கங்களைக் காட்டிக் கொண்டிருந்தார். உண்மையில் கிரைண்டர், மிக்ஸி கண்டுபிடித்த பிறகு அது பெண்களின் வாழ்வில் மிகப் பெரிய மாற்றத்தையும் அவர்களுக்கு ஆசுவாசத்தையும் கொண்டுவந்தது என்பதெல்லாம் நமக்குத் தெரிந்ததுதான். அந்தளவிற்கு இல்லா விட்டாலும், இப்போது அந்த மாதிரியான விளம்பரதாரர் நிகழ்ச்சிகளில் காட்டிக் கொண்டிருக்கும் சமையலறை சாதனங்கள் பெண்களின் வாழ்வில் சிறு மாற்றத்தையாவது கொண்டுவரும் என்று உறுதியாக நம்பலாம். ஆனால் இந்தச் சிந்தனை எழுவதற்குப் பதிலாக எதிர்மறையான சிந்தனைகளே அத்தகைய விளம்பரங்களைப் பார்க்கும்போது எழுகிறது. உடனடியாக அதை போலிப் பொருட்கள் என்கிற முடிவிற்கு நுகர்வு மனநிலை வருவது எதற்காக? நாம் ஒருவகையான ஆட்டுமந்தை நுகர்வு மனநிலையில் செயல் படுகிறோமோ என்கிற கேள்வியை இந்தப் போக்கு உணர்த்துகிறது.

அதை ஏன் உறுதியாக போலியானது என்று நம்புகிறோம்? தொலைக்காட்சி பார்ப்பவர் என்றால், சொல்லும் விளம்பரதாரர் நிகழ்ச்சிகளைப் பற்றி உங்களுக்கு நன்றாகத் தெரியும். தொப்பையைக் குறைப்பது, எக்ஸர்ஸைஸ் கருவிகள், சமையல் பாத்திரங்கள், வீட்டு கிளீனிங் பொருட்கள், மந்திரத் தகடுகள், ஜோதிடம், ஆபரணங்கள்... என விளம்பரதாரர் நிகழ்ச்சிகளை விரிக்கலாம். இப்போது கேள்விக்கு வரலாம். இந்த நிகழ்ச்சிகளையெல்லாம் பார்க்கும்போது, அல்லது கடந்து போகும்போது நமக்கெல்லாம் என்ன தோன்றும்? இவை போலிகள் என உடனடியாக எப்படி முடிவிற்கு வருகிறோம்? மந்திர தந்திர மற்றும் மனைவிளம்பரங்களை விட்டுவிடலாம். அதில் சில சமயம் நம்பிக்கைக்கு விரோதமாக அந்த விளம்பரத்தில் உள்ள ஆட்கள் நடந்துகொள்ளக்கூட செய்யலாம். அதே மாதிரி தாம்பத்யத்தை ஊற வைத்து பெருக்கும் மாத்திரை விளம்பரங்களையும் விட்டு விடுவோம். அவை நேரடியாக நமது உடல்நலத்தை ஒருவேளை பாதிக்கலாம். மற்ற விளம்பரங்களை ஏன் ஒரேயடியாகப் புறக்கணிக்கிறோம்? அதிலுள்ள நல்லது கெட்டதுகளை ஆராய்ந்து பார்ப்பதற்குக்கூட ஏன் நாம் தயாராக இல்லை?

அல்ட்ரா ஸ்லிம் என்ற நிகழ்ச்சியையே எடுத்துக் கொள்வோம். 1299 ரூபாயில் தொப்பையைக் குறைப்பதற்கான மேல் கீழ் நைலானால் ஆனதோ அல்லது ஏதோ ஒரு உடலுக்குத் தீங்கு விளைவிக்காத துணியால் ஆனதுமான இரண்டு செட் உள்ளாடைகளை விற்கிறார்கள். ஒன்று வாங்கினால் இன்னொன்று இலவசம். நாம் இலவசங்களை அனுபவித்ததே இல்லையா? தமிழ்நாடு அரசு கொடுத்த இலவசத் தொலைக்காட்சியை பயன்படுத்தாவிட்டாலும் வீட்டில் வாங்கி அதை ஒரு ஓரத்தில் வைத்திருப்பவர்களைக் கண்டிருக்கிறேன். தொப்பை நமக்கெல்லாம் மிகப் பெரிய பிரச்சினையாக இருந்ததில்லையா என்ன? பார்ட்டிதான் என்றில்லை. கல்யாணம், காதுகுத்து விசேஷ விழாக்களுக்கு இப்போதெல்லாம் சென்றால்கூட 'என்னங்க லைட்டா தொப்பை போட்டுருச்சு' என்று கேட்கத் துவங்கி விட்டார்கள். பெண்களைப் பார்த்து டயர் விழுந்துருச்சு என்று கிண்டல் செய்பவர்களும் இருக்கதானே செய்கிறார்கள். அதனால் தொப்பை ஒரு பிரச்சினைதான். அதைக் குறைக்கிறேன் என்று சொல்லி ஒருத்தன் வந்து அதற்கான பொருள்களை மார்க்கெட் செய்தால் என்ன பிரச்சினை? இதைவிட மோசமான உள்ளாடைகளை நாம் அணிந்ததே இல்லையா? அந்த மாதிரியான மோசமான உள்ளாடைகளின் விலையை விட குறைவான விலையில்தானே கொடுக்கிறார்கள். ஒருமுறை முயற்சி செய்து பார்த்தால் என்னவாம்? அது உடலுக்குத் தீங்கு விளைவிக்காத உள்ளாடைதானே. அதனால் நேரடியாக உடனடியாக உடலுக்கு

என்ன தீங்கு வந்துவிடப் போகிறது? கொஞ்சம் ஸ்லிம்மாகக் காட்டுகிறதே அந்த வகையில் சந்தோஷம்தானே. அந்த மாதிரியான கவர்ச்சியான பெண்களையும் ஆண்களையும்போல நாமும் ஸ்லிம்மாக இருப்பது நல்லதுதானே?

கிச்சன் ராணி என்ற விளம்பரதாரர் நிகழ்ச்சியையே எடுத்துக் கொள்ளுங்கள். 43 சிறியதும் பெரியதுமான சமையல் பாத்திரங்களை 1999 ரூபாய்க்குத் தருகிறார்கள். இந்த விலையில் பிரபலமான அந்த ஸ்டோர்ஸில் கூட தரமாட்டார்கள். என்றாவது ஒரு நாள் அந்த ஸ்டோர்ஸ் போகவேண்டும் என்று நினைத்தவர்கள்தானே நாம்? கௌரவத்திற்காகதானே இன்னமும் அங்கே காலடி எடுத்து வைக்காமல் இருக்கிறோம்? அதிக எண்ணிக்கையில் பாத்திரங்களை விற்கும்போது குறைந்தவிலையில் அதைத் தர முடியும் என்பது அடிப்படையான வணிக விதி. அந்தப் பிரபல ஸ்டோர்ஸின் வணிக பாணியை ஏற்றுக் கொள்பவர்கள்கூட ஏன் கிச்சன் ராணி என்று வரும்போதுமட்டும் போலி என உடனடியாக முடிவிற்கு வருகிறார்கள். ஜோதிட நிகழ்ச்சியையே எடுத்துக் கொண்டாலும் இந்த நிகழ்ச்சி இல்லாவிட்டால் நாம் ஜோதிடர்களைப் போய்ப் பார்ப்பதே இல்லையா? உடற்பயிற்சி உபகரணங்களை எடுத்துக் கொள்வோம். தினமும் உடற்பயிற்சி செய்வது குறித்து கவலையில் தானே இருக்கிறோம். சன்னிலியோனின் உடற்கட்டைக் காட்டி இதேபோல் உடல் உங்களுக்கு வாய்ப்பதற்கு என்று சொல்லி வேறு பொருட்களை மார்க்கெட் செய்யும்போது அந்தப் பொருளை வாங்கத் துணிகிறோம். சன்னிலியோனுக்கு சற்றும் சளைக்காத பெண்கள்தானே இந்த மாதிரியான விளம்பர நிகழ்ச்சிகளில் வருகிறார்கள். அப்போது மட்டும் ஒவ்வாமை ஏன் வருகிறது? சைனா மாடல் மொபைல் ஃபோன்களைத் தேடித் தேடி வாங்குகிறோம். ஆனால் விளம்பரதாரர் நிகழ்ச்சி என்று வரும்போது அது விலை குறைவாகவும் இருக்கும்போதும் உடனடியாக அதை போலி என முத்திரை குத்துகிறோம். நேரடியாக ஒரு பொருளை வாங்குவதுபோல் ஆகாது. முகம் தெரியாத நபர்களிடம் வாங்குவது ரிஸ்க் என்று ஒருகாரணத்தைச் சொல்லலாம். அப்படியானால் ஆன்லைனில் ஆர்டர் செய்யும் பொருட்களையெல்லாம் நேரில் போய்ப் பார்த்த பிறகா வாங்குகிறோம்? விலை குறைவாகக் கிடைத்தால் அது போலி என உடனடியாக எந்த அடிப்படையில் ஒரு முடிவிற்கு வருகிறோம்?

வெள்ளையாக இருப்பவன் பொய் சொல்லமாட்டான் என்பதைப் போல, விலை அதிகமாக இருப்பதெல்லாம் நல்ல தரமான பொருட்கள் என்கிற மனநிலை முழுக்க முழுக்க மேல்தட்டு மனநிலை. அந்த

மதிகெட்டான் சோலை | 79

மனநிலையை 90களுக்குப் பிறகு நம்மிடையே அழுத்தமாக ஊன்றியிருக்கிறார்கள். அந்த மனநிலைதான் மறைமுகமாக சிறுகுறு நிறுவனங்களுக்கு எதிராக இருக்கிறது என்பதையெல்லாம் தொடர்ந்து பேசிக் கொண்டுதானே இருக்கிறோம். உதாரணத்திற்கு ஒரு சம்பவத்தைச் சொல்கிறேன். என்னுடைய நண்பனொருவன் ஸ்போர்ட்ஸ் ஆடைகள் தயாரிக்கும் நிறுவனம் ஒன்றை நடத்துகிறான். சூரத்திற்கு நேரடியாக அவனே போய்ப் பார்த்துப் பார்த்து அந்தத் துணிகளைத் தேர்ந்தெடுத்து வாங்கி வந்து தகுதியான தையல்காரர் களை வைத்து சர்வதேச தரத்தில் அந்தத் துணிகளைத் தைக்கிறான். ஆனால் அதைவிட மட்டரகமான தரத்தில் பிரபல பிராண்டுகளின் தயாரிப்பில் உருவான ஆடைகள் இருப்பதாக என்னிடம் குறைபட்டுக் கொண்டதோடு மட்டுமல்லாமல், ஒருமுறை இரண்டு ஆடைகளையும் பக்கத்தில் வைத்து எனக்கு விளக்கிக் காட்டவும் செய்தான். ஆனால் அவனுடைய ஆடைகளை வாங்க வந்தவர்கள் இது போலியாக இருக்குமோ என்று சந்தேகம் கொண்டதோடு மட்டுமல்லாமல், அந்த ஆடையை தரைமட்டத்திற்கு பேரம் பேசிக் கொண்டிருந்தனர். ஆனால் அதே ஆட்கள்தான் ஒருகேள்விகூட கேட்காமல், ஷோரூமில் போய் அதிக விலை கொடுத்து அதை விட தரம் குறைந்த ஆடையை வாங்குவார்கள். அதற்காக விலை குறைந்த எல்லாமும் தரமானவை என்கிற வாதத்தை இந்த இடத்தில் முன்வைக்கவில்லை. ஆனால் அதன் தரம் குறித்த முன் முடிவிற்கு உடனடியாக ஏன் வருகிறோம் என்றுதான் கேள்வி எழுகிறது. அதற்காக பிராண்ட்கள் இல்லையென்று சொல்லவில்லை. சில பொருட்களில் பிராண்டுகளுக்கு நிகர் பிராண்டுகளே. அதில் பிரச்சினையில்லை. ஆனால் பிராண்டட் பொருள்கள் மட்டுமே உசத்தி, மற்றவையெல்லாம் தரத்தில் குறைந்தவை என்கிற பார்வையைக் கொண்டிருக்கும் நுகர்வோர்களைப் பற்றி மட்டுமே இங்கே கணக்கில் எடுத்துக் கொள்கிறேன்.

இது ஒருகோணம் என்றால், இதன் இன்னொரு கோணமும் இங்கு இருக்கிறது. எல்லா விஷயங்களிலும் ஏன் நாம் நல்லது கெட்டது களை ஆராய்ந்து பார்ப்பதில்லை. ஆட்டுமந்தை மனநிலையிலேயே எதற்காக செயல்பட்டுக் கொண்டிருக்கிறோம்? அந்த மனநிலை நம்மையுமறியாமல் நுகர்வு விஷயத்தில் நமக்கு கற்றுக் கொடுக்கப் பட்ட மனநிலை. அந்த மனநிலையைக் கழற்றி எறியும்போதுதான், தெளிவான பார்வையுடன்கூடிய நுகர்வு என்பது சாத்தியமாகும். இந்த ஷோரூம் விஷயத்தையே எடுத்துக் கொள்வோம். அதிக விலை, அழகான இடத்தில் அது இருந்ததாலேயே அந்தப் பொருளுக்கு உடனடியாக தரச் சான்று கொடுத்துவிடுகிறோம். அதே பொருளை

தரையில் போட்டு ஒருவன் விற்றால், அதன் தரத்தைப் பரிசோதிக்கும் சிந்தனைக்கான வாய்ப்பைக்கூட தர மறுக்கிறோம். உடனடியாக முன் முடிவிற்கு வந்து விடுகிறோம். இதே விளம்பரதாரர் நிகழ்ச்சிகளைத் தரும் நிறுவனங்கள் அப்படியில்லாமல், அதிக செலவு பிடிக்கும் அடிக்கடி தரவே இயலாத வழக்கமான விளம்பரங் களைக் கொடுத்தால் அதை ரசிக்கிறோம். இது கிட்டதட்ட மேட்டுக்குடி மனநிலை. இந்த இடத்தில் சாதியைப் பொருத்திப் பார்த்துப் புரிந்துகொள்ள வேண்டாம். எல்லா சாதிகளிலும் இதுபோல் மனநிலை கொண்டோர் பெருகி வருகின்றனர். இந்த மனநிலை ஆழமாக வேரூன்றி இப்போது அது குறிப்பாக மத்திய தர வர்க்கத்தின் மனநிலையாகவும் மாறிக் கொண்டிருக்கிறது. மேல் எழும் கனவில் இருக்கும் மத்தியதர வர்க்கமும் ஏன் எதற்கு என்ற கேள்விகள் கேட்காமல் மேட்டுக்குடி மனப்பான்மைக்கு மெல்ல நகர்ந்து கொண்டிருக்கிறது.

நண்பனது தொழிற்சாலையின் விளையாட்டு உடைகளையும் அந்தப் பெண்மணி காட்டிய எளிமைப்படுத்தப்பட்ட அந்தச் சமையலறை சாதனங்களையும் எடுத்துக் கொள்வோம். இரண்டிலும் தரத்திற்குக் குறைவில்லை. விலையும் குறைவு. எதற்காக இரண்டு பொருள் களின் மீதும் நம்பகத்தன்மை நமக்கு வரவில்லை? விளம்பரங்கள் அவசியம் என்று ஒருகாரணத்தை நாம் சொல்லலாம். சரி குறு வியாபாரிகள் அவர்களது சக்திக்குத் தகுந்த மாதிரி ஒரு ப்ளக்ஸ் போர்டை விளம்பர வாசகங்களுடன் வைக்கிறார்கள். இப்போது அது நமக்கு ஏதுவானதாக இருக்கிறதா? இருக்காது. கண்டிப்பாக நமக்கு இருக்கவே இருக்காது. அதே பொருளை அண்ணா நகர் சாந்தி காலனியில் ஒரு ஷோரூம் எடுத்து ஆரம்பித்து அதில் காட்சிப் படுத்தினால் அதை ஏற்றுக் கொள்வோம். அப்படியானால் சிறுகுறு வியாபாரிகள் என்ன ஆவார்கள் என்று யோசித்துப் பார்ப்போமே. நம்மைத் தேடி வருபவர்கள் இந்த உடையை அணிந்து வரும்போது அவர்களை அவமானப்படுத்தவும் செய்கிறோம். அவர்கள் அடுத்த முறை அந்த மாதிரியான சிறு கடைகளை எட்டிப் பார்க்காமல் ஷோரூமிற்குள் நுழைவதன் மூலம் அவர்களுடைய வியாபாரத்தில் நமக்குத் தெரியாமலேயே மண்ணை அள்ளியும் போடுகிறோம். நாம் தரம் என்ற ஒன்றிற்கு வைத்திருக்கிற அளவுகோலில் அவர்களை அடைக்காமல் நியாயமற்று செயல்பட்டுக் கொண்டிருக்கிறோம், தரத்திற்கான போட்டியில்கூட அவர்களை நாம் வைத்திருக்கவில்லை என்பதையும் நாம் நினைவில் கொள்ளவேண்டும்.

நாம் நம்மை விலை உயர்ந்தவர்களாக கற்பனை செய்துகொண்டு அதன்படியே நடக்கவும் விரும்புகிறோம். விலை குறைந்த

பொருளை தரம் குறைந்தது என்கிற பட்டம் கட்டி ஒதுக்கி தப்பித்துக் கொள்ள விரும்புகிறோம். ஆக நம்முடைய பிரச்சினை பொருளின் தரத்தில் இல்லை. அவர்கள் அவர்களை வெளிக்காட்டும் விதத்தில் இருக்கிறது. அவர்களை வெளிக்காட்டும் விதத்தில் நமக்கு ஆழமான வெறுப்பு இருக்கிறது. நாம் மேல் நோக்கி நகர்வதை அவர்கள் தடுப்பதாக உணர்கிறோம். அப்படி வெளிக்காட்டும் விதம் அவர்களுடைய இயல்பு. ஒருவகையில் அவர்களது இயலாமையும் கூட. அது இன்னொரு வகையில் அவர்களது அடையாளமும்கூட. அவர்கள் நம்மிடம் கேட்பதெல்லாம் இனிமேல் எங்களைத் தரமில்லாதவர்கள் போலியானவர்கள் என்று அழைத்து எங்களது வியாபாரத்திலோ வாழ்க்கையிலோ மண்ணை அள்ளிப் போடாதீர்கள் என்பதுதான். இன்னமும் சமூகத்தில் மதில் மேல் பூனையின் மனநிலை கொண்டோர் அவர்களை விட்டு விலகுவதற்கான வாய்ப்புகளை நாம் ஏற்படுத்திக் கொடுத்துவிடக்கூடாது என்றுதான் நம்மை நோக்கி அவர்கள் கேட்கிறார்கள். அவர்கள் போலிகள் இல்லை. நம்முடைய உலகத்திற்கு இணையான தரம் கொண்டவர்கள்தான் அவர்களும் என்பதைப் புரிந்துகொள்வோம். ஏனெனில் நாம் ஆட்டு மந்தைகள் இல்லை.

# 11

## கோயில் சொத்து குலநாசமா?

**நெ**ல்லை மாவட்டத்திலுள்ள பழவூர் ஊரிலுள்ள நாறும்புநாதர் கோயில் மிகப் பழைமையானது. நம்பிக்கையுடன் இந்தக் கோயிலுக்கு வரும் மக்களில் ஒருசிலர், அங்கு தரப்படும் விபூதியைக்கூட வீட்டிற்கு எடுத்துச் செல்ல மாட்டார்கள். கேட்டால் பயபக்தியோடு, ‘சிவன் சொத்து குலநாசம்’ என்பார்கள். சிவன் சொத்து மட்டுமல்ல, பொதுவாகவே கோயில் சொத்தைத் தொடுவதற்கு மக்கள் அஞ்சுவார்கள். அந்தக் கோயிலில் உள்ள ஆனந்த நடராஜர் சிலைக்கும் விலையுண்டு என்கிற விவரமெல்லாம் அந்த மக்களுக்குத் தெரியவே தெரியாது. அந்தக் கோயிலில் இருந்த இந்த நடராஜர் சிலை உள்ளிட்ட 13 பல்வேறு கடவுளர்களின் உருவச் சிலைகள் 2005 ஆம் ஆண்டில் கொள்ளையடிக்கப்பட்டன. அப்படியொரு சம்பவம் நடந்தபிறகு தான் அந்தச் சிலைகளின் மதிப்பே எல்லோருக்கும் தெரிய வந்தது.

அந்த ஆனந்த நடராஜர் சிலையின் சர்வதேச இந்தியப் பண மதிப்பு 15 கோடி ரூபாய். பழவூர் மட்டுமல்ல, வேலூர் மாவட்டம் ராணிப்பேட்டை அருகே உள்ள மேல்பாடி கிராமத்தில் இருக்கும் சோமநாத ஈஸ்வரன் கோயிலும் 1047 வருடப் பழைமையானதுதான். அந்தக் கோயில் ராஜராஜ சோழனால் கட்டப்பட்டது. அந்தக் கோயிலுக்குப் பக்கத்திலேயே அவர் தனது பாட்டனாருக்கும் ஒரு கோயில் கட்டியிருக்கிறார். இந்த இரண்டு கோயில்களுமே தொல் பொருள் ஆய்வு நிறுவனத்தால் பாதுகாக்கப்பட்டு வரும் கோயில்கள். சுமார் 15 வருடங்களுக்கு முன்பு அந்தக் கோயிலில் இருந்த 16 சிலைகள் கொள்ளையடிக்கப்பட்டன. அதற்குப் பிறகு யாருக்கும்

அதைப் பற்றிய கவலைகள் எழவில்லை. ஆனால் நித்தமும் பூஜைகள் நடந்தன.

மேலே குறிப்பிட்ட ஆனந்த நடராஜர் சிலையும், மேல்பாடியில் கொள்ளையடிக்கப்பட்ட 16 சிலைகளில் 14 சிலைகளும் கடந்த வருடம் மீட்கப்பட்டன. அந்தச் சிலைகளில் நடராஜர் சிலையும் மற்ற இரண்டு சிலைகளும் ஆழ்வார்பேட்டையில் அபர்ணா ஆர்ட் கேலரி நடத்தி வந்த தீனதயாளன் வீட்டிலிருந்து கைப்பற்றப்பட்டன. அவரோடு தொடர்பில் இருந்த இன்னொரு கடத்தல்காரரான பாண்டிச்சேரியில் பழங்கால கலைப் பொருட்கள் விற்கும் கடையொன்றை நடத்தி வந்த புஷ்பராஜன் என்கிற தொழிலதிபர் வீட்டிலிருந்து மீதியுள்ள பதினான்கு சிலைகளும் கைப்பற்றப் பட்டன. பதினைந்து ஆண்டுகளுக்கு முன்பு திருடப்பட்ட அவற்றில் இரண்டைத் தவிர மற்ற எல்லா சிலைகளும் கைப்பற்றப்பட்டன. இந்தக் கோயிலைச் சேர்ந்த சிலைகள் மட்டுமல்லாமல், தீனதயாளன் வீட்டில் இருந்து பல நூறு கோடி ரூபாய் மதிப்பிலான ஐம்பொன் சிலைகளும் 300க்கும் மேற்பட்ட பழங்கால கற்சிலைகளும் மீட்கப் பட்டன. அருஞ் சொத்துக்களான பழங்கால ஓவியங்கள் சிலவும் இருந்தன. கடந்த வருடத்தில் தமிழக சிலை கடத்தல் பிரிவு அடித்த மிகப் பெரிய ஜாக்பாட், தீனதயாளனும் அவரது கூட்டாளிகளுமே. இது சம்பந்தமாக பத்துக்கும் மேற்பட்டவர்கள் சிலை கடத்தல் பிரிவால் கைது செய்யப்பட்டனர். சிலை கடத்தல் பிரிவு ஐ.ஜி. பொன்மாணிக்கவேல் இந்த விவரங்களைச் செய்தியாளர்களிடம் சொன்னபோது எல்லோரும் மூக்கில் விரல் வைத்தனர். இது ஒரு சின்ன உதாரணம்தான். சிவனின் அடி முடி தேடுவதுபோல இந்த முறைகேடான வணிகத்தின் வேர்களைத் தேடினால் அதற்குப் பின்னால் ஒரு சாம்ராஜ்ஜியமே விரிகிறது.

அந்த சாம்ராஜ்ஜியத்தில் நிறைய பேரரசர்கள் இருக்கிறார்கள். மன்னர்கள் இருக்கிறார்கள். இப்போது கைது செய்யப்பட்டிருப்பவர் கள் குறுநில மன்னர்களே. இது உலகளவிலான மிகப் பெரிய நெட்வொர்க். அந்த கறுப்புச் சந்தையில் 2008ல் குறிவைத்து வேட்டையாடப்பட்டவர் சுபாஷ் சந்திர கபூர். இன்டர்போல் உதவியுடன் ஜெர்மனியில் வைத்துக் கைது செய்யப்பட்டார். இப்போது புழல் சிறையில் தினமும் காலையில் தவறாமல் வாக்கிங் போய்க் கொண்டிருக்கிறாராம். சுபாஷின் அப்பா ராம் கபூரிடமிருந்து தான் இந்தத் தொழிலைக் கற்றுக்கொண்டதாகச் சொல்லியிருக்கிறார் சுபாஷ் சந்திர கபூர். பஞ்சாபி குடும்பத்தைச் சேர்ந்த சுபாஷிடமிருந்து பல்வேறு நாடுகளைச் சேர்ந்த அரசுகள் சுமார் 2622 பழங்கால பொக்கிஷங்களைக் கைப்பற்றினார்கள். அவற்றின் மொத்த மதிப்பு

107.6 மில்லியன் டாலர்கள். அமெரிக்க வரலாற்றிலேயே மிகப் பெரிய சிலை கடத்தல்காரராக அவர் அறியப்படுகிறார். உலகளவில் போதை கடத்தல் மன்னர்களைப்போல கோலோச்சி வந்த சுபாஷ் சந்திர கபூரின் பாதங்கள் பழவூர் கோயிலிலும் பதிந்திருக்கின்றன. அவர் தனது ஏஜென்ட்டான தீனதயாளனுடன் அந்தக் கோயிலுக்குப் போய் அந்த ஆனந்த நடராஜர் சிலையைக் கொள்ளையடிக்க கட்டளை யிட்டிருக்கிறார். இதில் கொடுமை என்னவென்றால் அவரிடமிருந்து கைப்பற்றப்பட்ட சிலைகளை சம்பந்தப்பட்ட அரசுகள் எடுத்துப் போகச் சொல்லி இந்திய அரசிடம் மன்றாடிக் கொண்டிருக்கின்றன. ஆனால் இந்திய அரசு இதில் பல கடத்தல் சம்பவங்களில் முதல் தகவலறிக்கை எதையும் பதிவு செய்யாததால் சிலைகளை மீட்டெடுக்க முடியவில்லை. அதிலும் பல இடங்களில் உண்மையான சிலைகளுக்குப் பதிலாக வேறு டூப்ளிகேட் சிலைகள் இருப்பதால் என்ன செய்வதென்று தெரியாமல் கைகளைப் பிசைந்து கொண்டிருக்கிறது.

இப்போது கைது செய்யப்பட்டிருக்கிற சுபாஷ் சந்திர கபூர், தீனதயாளன், மும்பையைச் சேர்ந்த கலைப் பொருள் விற்பனையகம் நடத்தி வரும் இரண்டு தொழிலதிபர்கள், திரைப்பட இயக்குநர் வீ.சேகரைப் போன்ற புரோக்கர்கள், பாண்டிச்சேரியைச் சேர்ந்த சிலர், தமிழகமெங்கும் சில கங்காணிகள் மற்றும் கடத்தல்காரர்களைத் தாண்டி இந்தக் கறுப்பு வணிகம் பல்வேறு பெரிய முதலைகளை உள்ளடக்கியது. இந்தத் துறையின் ஆண்டு வருமானம் சுமார் நாற்பதாயிரம் கோடி ரூபாய் என்கின்றனர். "உலகளவில் மனித, போதை மருந்து கடத்தலுக்கு அடுத்தபடியாக அதிகளவில் லாபத்தைப் பெற்றுத் தருவது பழங்கால பொக்கிஷங்களைக் கடத்தும் தொழில் தான்" என இந்தத் துறை சார்ந்த ஆராய்ச்சியாளர்கள் சொல்கிறார்கள். தங்கத்தைக் கொள்ளையடித்தால் அதை மதிப்பிடுவதற்கு ஆட்கள் இருப்பதைப்போல, இந்தச் சிலைகளை மதிப்பிடுவதற்கும் ஆட்கள் இருக்கிறார்கள். இன்ன இடத்தில் இத்தனை வருட பழைமையான சிலையொன்று இருக்கிறது என்று மதிப்பீடு செய்து ஸ்கெட்ச் போட்டுத் தருவதற்கும் வரலாற்று சோர்ஸ்கள் இருக்கின்றன. இந்த சோர்ஸ்கள் ஆண்டுதோறும் குறுக்கும் நெடுக்குமாய் இதுசம்பந்த மான விமானப் பயணங்களில் இருக்கின்றன. அதைக் குறிவைத்தாலே பாதி சிலைகளைக் கைப்பற்றிவிடலாம் என்கின்றனர் விவரமறிந்தவர்கள்.

உலகளவிலான நெட்வொர்க் இது என்றபோதிலும் இந்தியளவில் தென்னிந்தியாவில் இருக்கும் சிலைகளுக்கு மவுசு அதிகம் என்கிறார்கள். அதிலும் சோழர் கால பஞ்சலோக சிலைகளுக்கு இன்னமும் அதிகம். ஏனெனில், தங்கம், செம்பு, வெள்ளி, இரும்பு, காரியம், தாமிரம், துத்தநாகம் ஆகிய உலோகங்களால் செய்யப்படும்

அந்தச் சிலைகள் உலகச் சந்தையில் மதிப்பு மிக்கவைகளாகக் கருதப்படுகின்றன. பழங்கால திருட்டுச் சிலைகள் தொடர்பான பித்துப் பிடித்து அலைபவர்களின் முதல் சாய்ஸாகவும் இருக்கின்றன. இவை அமெரிக்கா, இலண்டன், ஆஸ்திரேலியா, சிங்கப்பூர் நாடுகளில் உள்ள மிக முக்கியமான பழம் பொருட்களை ஏலம் விடும் கேலரிகளின் வழியாக விற்கவும் படுகின்றன. 1000 வருடப் பழைமையான நாற்பது கோடி ரூபாய் மதிப்பிலான பிரகதீஸ்வரர் கோயிலைச் சேர்ந்த வெண்கலச் சிவன் சிலையொன்று ஆஸ்திரேலியாவில் உள்ள நேஷனல் ஆர்ட் கேலரியில் இருந்து 2014 ஆம் ஆண்டு மீட்கப்பட்டது என்பது குறிப்பிடத்தக்கது. இங்கிருந்த சிலை எப்படி ஆஸ்திரேலிய ஆர்ட் கேலரிக்குப் போனது? தீனதயாளன் வழியாக சுபாஷ் சந்திர கபூர் வழியாகப் போனது. இந்த ஒரு சிலையின் இந்திய மதிப்பே நாற்பது கோடி ரூபாய் என்றால் இவர்களிடம் இருந்து கைப்பற்றப்பட்ட சிலைகளின் மதிப்பைக் கணக்குப் போட்டுப் பார்த்துக் கொள்ளுங்கள். கைப்பற்றப்படாமல் விற்கப்பட்ட சிலைகளின் மதிப்பைக் கணக்கிட ஏதாவது சிறப்பு கால்குலேட்டர் வந்திருக்கிறதா என்ன?

எதற்காக இதைக் குறிப்பிட வேண்டியிருக்கிறதென்றால், இந்திய குற்ற ஆவணக் கணக்கீட்டின்படி 2008 முதல் 2012 வரை மட்டும் சுமார் 4408 சிலைகள் கடத்தப்பட்டிருக்கின்றன. இவற்றில் 1493 மட்டுமே கைப்பற்றப்பட்டிருக்கின்றன. ஆனால் இந்த வியாபாரம் 1950களில் இருந்தே நடப்பதாக விவரம் அறிந்தவர்கள் சொல்கிறார்கள். இந்தியா முழுவதிலும் இதுபோல மதிப்புமிக்க 70 லட்சம் சிலைகள் இருப்பதாகச் சொல்கிறார்கள். இதில் 13 லட்சம் சிலைகள் மட்டுமே முறையாக டாகுமென்ட் செய்யப்பட்டிருக்கின்றன. தமிழகத்தில் உள்ள சிலைகள் குறித்து பாண்டிச்சேரி ஃப்ரெஞ்ச் இன்ஸ்டிடியூட் மட்டும் சில விவரங்களைக் கொண்டிருப்பதாக இந்தத் துறை சார்ந்தவர்கள் சொல்கிறார்கள்.

இந்தப் பின்னணியில் வைத்து இந்தக் கறுப்புச் சந்தையைப் புரிந்து கொண்டால், மிகச் சொற்பமான எண்ணிக்கையிலேயே கடந்த 2016ஆம் ஆண்டு கடத்தல்காரர்கள் கைது செய்யப்பட்டிருக்கின்றனர். ஏற்கெனவே சொன்ன மாதிரி இது அடி முடி தேட முடியாதளவிற்கு பிரம்மாண்டமான சாம்ராஜ்ஜியம். மிகக் குறைந்தளவு காவலர்கள் மற்றும் அதிகாரிகளை வைத்துக்கொண்டு சிலை கடத்தல் பிரிவு மற்றும் இது சம்பந்தமான பிற துறைகள் எப்படி இந்த சாம்ராஜ்ஜியத்தைக் கட்டுக்குள் கொண்டுவரும் என்கிற இயல்பான கேள்வி எழுகிறது. இந்தக் கேள்வி எழுவதற்கு இயல்பான காரணமும் இருக்கிறது. ஏனெனில் சென்னையைச் சேர்ந்த பெருங்

கடத்தல்காரரான தீனதயாளன் வீட்டிற்கு அருகில் காவல்துறை உயரதிகாரி ஒருவரின் வீடு இருக்கிறது. சத்தமில்லாமல் ஒரு மறைவு வியாபாரம் கமிஷனர் அந்தஸ்தில் இருக்கிற அதிகாரி ஒருவரின் வீட்டிற்கு அருகிலேயே சாத்தியப்பட்டிருக்கிறது என்றால், இதன் பூதாகரத்தைப் புரிந்து கொள்ளுங்கள். சிவன் சொத்து குலநாசம் என்று பைசா பெறாத விபூதியையே திண்டில் தட்டில் விட்டுப் போகும் மக்கள் இருக்கிற நாட்டில்தான் அதே கடவுள் சிலைகளைக் காசாக்கும் நபர்களும் கமிஷனரின் வீட்டிற்கு அருகிலேயே கடை விரித்திருக்கிறார்கள். குலநாசம் என்பதெல்லாம் மக்களுக்குதான். மாக்களுக்கு அல்ல!

# 12

## எங்களுக்காக மட்டும் நாங்கள் மாரடிக்கவில்லை

எனக்கு ஒரு விஷயத்தில் விநோதமான பழக்கம் ஒன்று இருக்கிறது. மதுவிலக்கு என்று செய்தித்தாள்களில் ஏதேனும் செய்தி வந்தால் அதை ஒரு வரிகூட விடாமல் படிப்பேன். கடந்த காலத்தில் அதன் பயனாளியாக இருந்தேன் என்பதைத் தாண்டி குறிப்பிட்ட ஒரு வர்க்கம் அந்த விஷயத்தில் என்ன வினையாற்றுகிறது என்பதைக் கூர்ந்து கவனிப்பேன். அதிலும் குறிப்பாக காந்தியப் போராளி சசிபெருமாளின் மறைவையொட்டி பல்வேறு அமைப்பினர்கள் அந்தச் சாவிற்கு வருத்தம் தெரிவித்து தங்களது கண்டனங்களைப் பதிவுசெய்திருந்தனர். அது தவறாக இருந்தாலும், சிலர் அவர் ஏறியதுபோல டவர்மேல் ஏறி நின்றுகூட மதுவிற்கு எதிரான தங்களது எதிர்ப்பை அவரது வழியிலேயே பதிவு செய்திருந்தனர். அதேபோல மதுரையைச் சேர்ந்த இளம் வழக்கறிஞரான நந்தினி என்கிற இளம்பெண் மதுவிலக்கைக் கொண்டுவரவேண்டுமென தொடர்ந்து போராடி இதுவரை நூற்றுக்கும் மேற்பட்ட முறையாவது கைதாகி இருந்திருப்பார். ஆனாலும் விடாமல் அவரது தந்தையுடன் தன்னுடைய போராட்டத்தைத் தொடர்ந்தபடி இருக்கிறார். இதை எழுதிக்கொண்டிருக்கும் இந்த நிமிடத்தில்கூட நிச்சயம் அவர் ஏதாவதொரு ஊரின் தெருமுனையில் கையில் மதுவிலக்கிற்கு ஆதரவான பதாகையுடன், பல ஏளனப்பார்வைகளுக்கு மத்தியில் நின்றுகொண்டிருப்பார் என்பதை உறுதியாகச் சொல்லமுடியும். நம்முடைய வீட்டுப் பெண்கள் இப்படி ஒரு பொதுப் பிரச்சினைக் காகப் பொது வெளியில் நிற்பதை கற்பனையாவது செய்து பார்க்க முடியுமா?

நந்தினி மட்டுமல்ல சில அரசியல் அமைப்புகள்கூட தேர்தல் அரசியலைத் தாண்டி இந்த விஷயத்தில் போராடிக்கொண்டிருப்பதை மறைக்கவும் முடியாது. மறுக்கவும் முடியாது. இதுபோன்ற செய்திகள் வரும்போதெல்லாம் தேடித்தேடி செய்தித்தாள்களைப் புரட்டிப் பார்ப்பேன். இவர்கள் எல்லோரும் போராடுவதன் விளைவாக ஏதேனும் சாதகமான விளைவு ஏற்படுமானால், அதனால் முழுமை யாக பயனடையப் போகும் ஒரு அமைப்பைச் சேர்ந்தவர்கள் மட்டும் இந்த விஷயம் குறித்து எந்தவொரு பதிவையும் செய்யாமல் உச்சகட்ட மௌனத்துடன் ஒதுங்கி நின்று வேடிக்கை பார்த்துக்கொண்டிருக் கின்றனர். இவ்வாறு இவர்களெல்லாம் போராடுவது யாருக்காக? அதிகார வர்க்கத்தைச் சேர்ந்த சிலரின் மொழியில் சொல்லவேண்டு மெனில் இவர்கள் ஒப்பாரி வைப்பது அவர்களின் குடும்பத்தின் இழவிற்காக மட்டும்தானா? இதுவரை ஒருதுறை என்று சொல்லிக் கொண்டிருந்தது சினிமாத் துறையைப் பற்றிதான். அது ஏன் என்பதற்கு என்னளவில் ஒரு காரணத்தை வரைய விரும்புகிறேன். அந்தக் காரணத்தையும் எளிய எங்களது வாழ்விலிருந்தே எடுத்தாள விரும்புகிறேன்.

எங்களூரில் ஜெயச்சந்திரன் என்று அண்ணன் ஒருத்தர் இருந்தார். தீவிர சினிமா பைத்தியம். அண்ணனின் சித்திரத்தை ஒரே நேர்கோட்டில் வரையமுடியாது. ஏனெனில் சினிமாவின் தாக்கத்தால் அவர் வாராவாரம் ஒரு அவதாரம் எடுப்பார். அண்ணனின் சித்திரத்தை அத்தனை நடிகர்களாகவும் வரையமுடியும். ஏனெனில் வருடத்திற்கு ஒரு தடவை தமிழ்நாட்டிற்கு விடுமுறைக்கு வந்து ஒருபடம் முடித்துத் தந்துவிட்டுப் போகும் நடிகர் பிரேமாகக்கூட அவர் இருந்திருக்கிறார். அவர் வீட்டில் தூங்கியதைவிட தியேட்டரில் தூங்கியதுதான் அதிகம் என்று கல்யாணமாகி பத்து வருடங்கள் கழிந்த பிறகும் புது மனைவிக்கான வெட்கத்துடன் சொல்லும் அண்ணனின் மனைவியான சுமதிஅக்கா. அண்ணனை அந்தக்கா சமூகத்திற்கு நேந்துவிட்டிருந்தது. அண்ணன் வீட்டிற்கும் சரியாகப் படியளந்து விடுவார் என்பதால் இந்தச் சலுகையை அந்த ஊரிலேயே அவர் மட்டுமே பெற்றிருந்தார். வாரம் ஒருநாள் அண்ணன் தன்னுடைய குடும்பம் மற்றும் அண்டையிலுள்ள குடும்பத்தினரை, அங்குள்ள குழந்தைகளை அழைத்துக்கொண்டு சினிமா தியேட்டருக்குச் செல்வதை வழக்கமாகவே வைத்திருந்தார். அந்தப் பழக்கத்தை அவரது அன்றாட வாழ்வின் ஒரு பகுதியாகவும் அவரது ஆறாவது விரலைப் போலவும் வைத்திருந்தார். இதில் ஒரு வாரத்தைக்கூட அவர் தவற விட்டதில்லை. எங்கள் எல்லோருடைய முதன்மையான பொழுதுபோக்காகவும் அதை வடிவமைத்து வைத்திருந்தார்.

தொலைக்காட்சிகள் வந்துவிட்ட காலத்திற்குப் பிறகும்கூட அந்தப் பழக்கத்தை அவர் கைவிடாதவராக இருந்தார். சிறுவர்களாகிய எங்களைப் பொறுத்தவரை தியேட்டர் என்பது கனவுலகம். அங்கு விற்கப்படும் சம்சாக்களும் குடிப்பதற்கான கலர்களும் அந்தக் கனவுலகில் கொடுக்கப்படும் பிரசாதங்களாக தேவாமிர்தங்களாக இருந்தன. அந்தக் குறிப்பிட்ட ஒருநாள் வந்துவிட்டால் மூக்கு வியர்த்துவிடும். தியேட்டர்களில் விற்கப்படும் சம்சா சுவைக்காக மட்டுமல்ல, திரையில் விரியும் நாங்கள் அறிந்திராத விநோதக் காட்சி களுக்காகவும்தான். தானம் செய்வதன் அவசியத்தை அங்குதான் கற்றுக்கொண்டோம். தங்கைகள் மீது பாசம் காட்டுவது எப்படி என படம்போட்டு விளக்கிக் காட்டினார்கள். சமூகத்திற்கு ஒன்றென்றால் கொதித்துப்போவது எப்படியென சொல்லித் தந்தார்கள். மாராப்பு விலக அக்காக்கள் குனியும்போது தலையைக் கவிழ்ந்துகொள்ளச் சொல்லி அங்கேதான் அண்ணன் எங்களுக்கெல்லாம் கற்றுத்தந்தார். தொட்டில் பழக்கம் சுடுகாடு வரை என்பதைப்போல, இப்போதும் அனிச்சையாகக் குனிந்துகொள்வது அதனால்தானோ என்றுகூட சில சமயங்களில் தோன்றும்.

சமீபத்தில் ஊர்சென்று மீண்டபோது ஜெயச்சந்திரன் அண்ணனைச் சந்திக்க வாய்ப்பு கிடைத்தது. மிதமான நரைகூடி அரைக்கிழப் பருவம் எய்தியிருந்தார். சினிமாவிற்கு அழைத்துப்போகும் அவரது பழக்கத்தை அவர் நிறுத்தியிருந்தார். ஜெயச்சந்திரன் அண்ணன் தீவிரக் குடிப்பழக்கத்திற்கு அடிமையான பின்னர் அப்பழக்கம் நின்று விட்டதாகச் சொன்னார்கள். அவர் எங்களையெல்லாம் சினிமாவிற்கு அழைத்துச் செல்லும் நேரத்தை மதுகுடிக்கும் பழக்கம் குடித்துக் கொண்டிருந்தது. அவரோடு சேர்ந்து சினிமாவிற்குப் போயிருந் திருக்க வேண்டிய எங்களுக்கு அடுத்த தலைமுறையும் குடித்துக் கொண்டிருந்தது. சினிமாவிற்கு எங்களை அழைத்துச் சென்று குதூகலம் அடைந்த அவரது மனநிலையை குடிப்பழக்கம் ஆக்கிரமித்துக் கொண்டிருந்தது. அவர் குடியினால் மட்டுமே தன்னைத் திருப்திப் படுத்திக்கொண்டார். எங்களுக்கு அடுத்த தலைமுறையைச் சேர்ந்தவர்களையும் அண்ணன் தனது குடிக்கான ஊறுகாயாகப் பயன்படுத்திக் கொண்டிருந்தார். அவர்கள் இப்போது சேர்ந்து குடிப்பதன் வழியாக அண்ணன் தம்பி உறவிலிருந்து மாறி சிநேகிதர்கள் ஆகியிருந்தார்கள். தலைமுறை இடைவெளி காணாமல் போயிருந்தது. குடிக்கிற இடைவெளியில் அவர்கள் மத்தியில் வந்து விழுகிற பேச்சுக்கள் எல்லாமும் அடுத்த குடியைப் பற்றியதாக மட்டுமே இருந்தது. அதில் சம்சாக்கள் இல்லை. பாடல்கள் இல்லை. சண்டைக் காட்சிகளைப் பார்த்த வேகத்தில் படம் முடிந்தவுடன் தியேட்டர் நாற்காலிகளை அநாயசமாகத் தாண்டும் சாகசங்கள் இல்லை. குடி

மட்டுமே அதில் நிலைத்திருந்தது. மற்றவை எல்லாம் எப்படிக் காணாமல் போயின?

ஜெயச்சந்திரன் அண்ணன் மட்டுமல்ல. சில ஆண்டுகளுக்கு முன்புவரை நான்கு நண்பர்கள் ஒன்று கூடினால் அவர்களது பொதுப் பொழுதுபோக்கு என்னவாக இருந்தது? திருவிழாக்கள் போன்ற பல்வேறு பொழுதுபோக்குகள் இருந்தாலும் அவற்றில் முதன்மை யானதாக எது இருந்தது? ஏதோவொரு பாண்டியன் கடையில் புரோட்டா சாப்பிடுவது, அப்படியே காலாற நடந்து போய் சினிமா பார்ப்பது. புரோட்டா உடலுக்குத் தீங்கு விளைவிக்கும் என்று சொல்லி புரோட்டா சாப்பிடப் போகும் பழக்கத்தைக் கைவிட்டோம். சினிமா பார்ப்பதை ஏன் கைவிட்டோம் என்று யோசித்துப் பார்த்தால், அந்த இடத்தை குடி எடுத்துக் கொண்டுவிட்டது என்றுதான் தோன்றுகிறது. அப்போதும் குடிப்பவர்கள் இருக்கதான் செய்தார்கள். ஆனால் பத்துப்பேரில் ஓரிரண்டு பேர் மட்டுமே குடித்துவிட்டு வேண்டாவெறுப்பாக சினிமாவிற்கு நண்பர்களோடு செல்வார்கள்.

பிற பொழுதுபோக்குகள் இருந்தாலும், தவிர்க்க முடியாத பொழுது போக்காக இருந்த சினிமாவை மதுகுடிக்கும் பழக்கம் மெல்லப் பின்னுக்குத் தள்ளி முதலிடத்திற்கு வந்துவிட்டது. முதன்மையான பொழுதுபோக்கு என்கிற இடத்திலிருந்து பிற என்கிற இடத்திற்கு சினிமா நகர்ந்துவிட்டதற்கான முதன்மையான காரணம் மதுவின் ஆக்கிரமிப்புதான். இப்போதெல்லாம் குடித்திருந்தால் பல தியேட்டர்கள் உள்ளே விடுவதில்லை என்று சினிமா பைத்தியங் களாக ஒருகாலத்தில் இருந்து இப்போது குடிநோயாளிகளாகிவிட்ட நண்பர்கள் சொல்கிறார்கள். தியேட்டர்களும் குடிக்கிற இடமாக இருந்தால்தான் அவர்களுக்குச் சந்தோஷம் என்றே தோன்றுகிறது. மனம் கவர்ந்த சினிமா பாடல்களைக் கேட்டுக்கொண்டே ரசனையாக மது அருந்துவதைப்போல, வெற்றி பெற்ற சினிமாக்களை திருட்டு டிவிடியில் பார்த்துக்கொண்டே மது அருந்தும் காட்சியை நீங்கள் தமிழகத்தின் எந்த ஊர்ப்பக்கம் போனாலும், எளிதாகக் காணலாம். இப்போது ஜெயச்சந்திரன் அண்ணனும் அதைதான் செய்கிறார். அவர் தியேட்டருக்குப் போவதில்லை. குடும்பம் மற்றும் அக்கம்பக்கத்தினரைத் திருப்திப்படுத்த நாற்பது ரூபாய் மதிப்பிலான ஒரு திருட்டுடிவிடியே அவருக்குப் போதுமானதாக இருக்கிறது. தவிர தினம்தோறும் மதுகுடிக்கும் பழக்கத்தினால் அவருடைய பொருளாதாரம் கடுமையாகப் பாதிக்கப்பட்டிருப்பதால், எல்லோருக்கும் டிக்கெட் எடுத்து சினிமா தியேட்டருக்குப் போவது வேறு அவருக்குக் கட்டுப்படியாகாது.

சினிமாவை மட்டுமே பிரதான பொழுதுபோக்காகக் கொண்டிருந்த, கொண்டிருக்க நினைத்த ஒரு தலைமுறையைச் சேர்ந்த பெரும்பாலானோர், இப்போது அந்த நேரத்தை மது குடிப்பதற்காக ஒதுக்கிவிட்டனர். ஒரு சின்ன ஊரில் கிளைபரப்பி காலூன்றியிருக்கும் காலைக்காட்சிகள் நடைபெறும் தியேட்டர்களுக்குச் செல்லுங்கள். அங்கு அமர்ந்திருக்கும் தலைகளை எண்ணுங்கள். எண்ணிவிட்டீர்கள்தானே? இப்போது அந்தச் சின்ன ஊரில் நிலை கொண்டிருக்கும் மதுக்கடை பார்களுக்குச் செல்லுங்கள். அங்கு தலை கவிழ்ந்து கிடக்கும் தலைகளை எண்ணுங்கள். அந்த வித்தியாசத்தை உங்களால் வெளிப்படையாகவே உணர்ந்துகொள்ள முடியும். யாரிடமாவது எதற்காக காலையிலேயே குடிக்க வந்தீர்கள் என்று கேள்வியைக் கேட்டுப் பாருங்கள். மனசு சரியில்லை என்பதெல்லாம் ஒரு சாக்குதான். உண்மையில் பொழுதுபோக்கு வதற்காக என்று பதில் உடனடியாக வந்துவிழும். அவர் மதுப்பழக் கத்திற்கு ஆட்படுவதற்கு முன்பு எப்படிப் பொழுதைப் போக்கிக் கொண்டிருந்தார் என்பதை முடிச்சுப் போட்டுப் பார்த்தால், இதன் அர்த்தம் விளங்கும். காலை, மாலை, இரவு என மூன்று காட்சி களுக்கும் போய் சினிமா பைத்தியங்களாக இருந்தார்களே, அவர் களெல்லாம் இப்போது மூன்று வேளையும் மதுக்கடைகளுக்குப் போகிறவர்களாக மாறிப்போயிருப்பதைப் பற்றி என்னவென்று சொல்ல? மெல்ல மெல்ல சினிமா பார்க்கும் பழக்கத்தை அரித்து அரித்து, இப்போது முழுவதுமாக மது அருந்துவது மட்டுமே பிரதானப் பொழுதுபோக்கு என்று மாறிவிட்ட நிலையையும் எதிர்த்துதான் மதுவிலக்கிற்கு ஆதரவானவர்கள் போராடிக்கொண்டிருக்கிறார்கள் என்பதை சினிமா உலகம் மட்டும் வசதியாக மறந்துபோனது ஏனோ? அவர்கள் மது குடிப்பதால் பாதிக்கப்படும் சமூகத்தின் ஒட்டுமொத்த விஷயங்களுக்காகவும் போராடுகிறார்கள். ஒருவேளை அவர்களது போராட்டங்களினால், மதுவிலக்கு வருமானால், அதனால் பயனடையப் போகும் பிற அமைப்புகள் போராடுபவர்களை ஓரளவிற்கேனும் நினைவில் கொண்டிருக்கின்றன. குடிப்பழக்கம் அற்றுப் போவதால் பிரதான பயனடையும் சினிமா உலகம் அதைப் பற்றிக் கவனத்திலேயே கொள்ளவில்லை என்பதுதான் ஆதங்கம்.

ஒப்பீட்டளவில் மற்ற துறை சார்ந்தவர்கள் இந்தப் பிரச்சினையின் ஆழத்தை ஓரளவிற்கேனும் உணர்ந்திருக்கிறார்கள். சமீபத்தில் கட்டுமானத் துறையைச் சேர்ந்த ஒருவரிடம் பேசிக்கொண்டிருந்த போது அவர் ஒரு முக்கியமான விஷயத்தைச் சொன்னார். எதற்காக கட்டுமானத் துறைக்கு வட மாநிலத் தொழிலாளர்களை அழைத்து வருகிறோம் என்பதற்கு அவர் இன்னொரு கோணத்தையும் சொன்னார். பதினைந்தாவது மாடியில் நின்று வேலைபார்க்கும்

அளவிற்கு தமிழகத் தொழிலாளிகளுக்கு உடல் தகுதி இல்லை என்றார். குடியின் காரணமாக அவர்களது கால்கள் நடுங்குகின்றன. தலை சுற்றுகிறது என்றெல்லாம் புலம்புகிறார்கள் என்றார். அதனால் குடிக்கு எதிரான பிரசாரங்களில் தங்களது அமைப்பு ஆர்வமாகப் பங்கெடுப்பதாகவும் போராட்டங்களுக்கு தங்கள் தொழிலாளிகளை மனமுவந்து அனுப்புவதாகவும் சொன்னார். கட்டுமானத் தொழில் மட்டும் என்றில்லை. தொழிற்சாலைகள் பலவும் இந்தப் பிரச்சினையின் தீவிரத்தை உணர்ந்து தங்களுக்குத் தெரிந்த மற்றும் இயன்ற வழிகளில் மதுவிலக்கிற்கு ஆதரவாக நேரடியாகவும் மறை முகமாகவும் போராடிக் கொண்டிருக்கிறார்கள். ஏன் இந்த மாதிரியான போராட்டங்களை ஒடுக்கிக் கொண்டிருக்கும் காவல்துறைகூட அவர்கள் துறை சார்ந்த குடிநோயாளிகளைக் குணப்படுத்த யோகா போன்ற முன்னெடுப்புகளை வேண்டா வெறுப்பாகவாவது எடுத்துக் கொண்டிருக்கிறார்கள்.

ஆனால் மது குடிக்கும் பழக்கத்தில் இருந்து ஒரு தலைமுறையை விடுவிக்க சினிமாவிற்கு எதிராகதான் அதிகம் வாள் சுற்றவேண்டி யிருக்கிறது என்பதுதான் இதிலுள்ள முரண். மதுகுடிக்கும் காட்சிகளை இடம்பெறச் செய்யாதீர்கள் என சினிமாவில் உள்ளவர்களிடம்தான் அதிகம் கெஞ்ச வேண்டியிருக்கிறது. ஒரு திரைப்படத்தில் முக்கால்வாசி இடத்தில் குடிக்கு எதிரான எச்சரிக்கை வாசகங்களைப் பொறிக்கவேண்டிய தேவை இருப்பதுபோலதான் காட்சிகள் வடிவமைக்கப்படுகின்றன. தங்களது துறையையும் அழித்துக் கொண்டிருக்கும் ஒரு அரக்கனை எதிர்த்துப் போர்புரியும் வீரர்களுக்கு சினிமாத் துறை கைகொடுத்திருக்க வேண்டுமா இல்லையா? ஆனால் மாறாக சினிமா அதற்கு உள்ளேயும் அதற்கு வெளியேயும் மதுகுடிக்கும் பழக்கத்தைக் கொண்டாட்டமாக முன்னிறுத்துகிறது. அதில் ஒரு சின்ன குற்றவுணர்விற்குக்கூட இடம் கொடுக்காமல் அதை நியாயப்படுத்தவும் செய்கிறது. சினிமாவில் துவங்கி அதன் வெற்றிவிழாக்கள், அதன் படப்பிடிப்புகள் என எல்லா அம்சங் களிலும் மது வழிந்தோடுவதை எல்லோராலும் வெளிப்படை யாகவே அறிந்துகொள்ள முடியும். கதாநாயகர்கள் சினிமாவிற்குள் குடிக்கிறார்கள். அதுவும் சினிமா பார்ப்பதற்காக ஒதுக்கப்பட்ட நேரங்களில்தான் சினிமாவிற்குள் குடிக்கிறார்கள். 'இப்படி உட்கார்ந்து குடித்து உடலைக் கெடுத்துக்கொள்வதற்குப் பதிலாக, ஏதாவது சினிமா பார்க்கப் போகலாம்தானே' என்று குறைந்தபட்சம் ஒரு வசனத்தையாவது ஏதாவது ஒரு கதாபாத்திரம் வழியாக பேச வைத்திருக்கிறார்களா என்பதையும் யோசித்துப் பாருங்கள். குடிக்கு எதிராகப் பேசுவது பிற்போக்குத்தனமான பார்வை என்பதை சினிமா

உலகம் அழுத்தமாக முன்னிறுத்துகிறது. அதனால்தான் பெண்கள் உட்பட சகலரும் குடிப்பதைக் காட்டுவதன் வழியாக மதுவிற்கு ஆதரவான தங்களது விடாப்பிடியான ஆதரவை தீவிரமாக வலியுறுத்துகிறார்கள். மது குடிப்பது சம்பந்தமான காட்சிகளைத் தவிர்க்கலாமே என்று சொல்லும்போது, சுதந்திரத்தில் கைவைப்பதாகப் புலம்பும் அத்துறை இன்னொரு கோணத்தில் இந்த விஷயத்தில் யோசித்துப் பார்க்கக் களமிறங்கக்கூட தயாராக இல்லை. தங்களது துறையை அழித்துக்கொண்டிருக்கும் பழக்கத்தைத் தலையில் தூக்கிவைத்துக் கொண்டாடுவது என்ன வகையான புரிதல்?

மதுவை அழிப்பது சிரமம் என்கிற நிதர்சனத்தை சினிமா உலகம் புரிந்துகொண்டிருக்கிறது என்று சொல்வார்களேயானால், குடிக்கும் பழக்கம் குறித்து விழிப்புணர்விற்காவது கைகோர்க்கலாமே என்றும் கேட்கலாமில்லையா? தங்களுக்கு நேரடியாகச் சம்பந்தப்படாத போராட்டங்களுக்கெல்லாம் ஒன்றுகூடும் சினிமாத் துறையினர் இந்த முக்கியமான பிரச்சினையில் களமிறங்கத் தயங்குவது ஏன்? சினிமாவில் மதுகுடிக்கும் பழக்கத்தை ஊக்குவிக்காதீர்கள் என தொடர்ச்சியான போராட்டங்களை நடத்தும்போதெல்லாம் சினிமாத்துறை சார்ந்தவர்கள் எந்த மாதிரியான எதிர்வினையைத் தந்தார்கள்? அவர்களை அரசுக்கு எதிராகப் போராடச் சொல்ல வில்லை. அது அவர்களது வேலையுமில்லை என்று சொன்னால் அதையும் ஏற்றுக்கொள்ளலாம். ஆனால் குறைந்தபட்ச விழிப்புணர் விற்காவது கைகொடுக்கலாமே? மதுவிலக்கை வலியுறுத்தி நடந்த போராட்டத்தில் மறைந்த சசிபெருமாள் உட்பட போராடுபவர்கள் எல்லோரும் அவர்களுக்காகவும் போராடுகிறார்கள் என்பதை நினைவில் நிறுத்தினாலே போதுமானது. சசிபெருமாளின் இழவு வீட்டில் அழுதவர்கள் அவர்களுக்காக மட்டுமல்ல, உங்களுக்காகவும் தான் அழுதார்கள் சினிமாத் துறை சார்ந்த நண்பர்களே! அவரது சாவை விடுங்கள். சமாதியில் புல் பூண்டுகள் முளைத்திருக்கும். இனிமேல் மதுவிலக்கு சம்பந்தமாக நடக்கும் ஒவ்வொரு போராட்டமும் உங்களது மனசாட்சியையும் உலுக்கிக்கொண்டே இருக்கவேண்டும். குடிப்பழக்கத்திற்கு எதிராகப் போராடுவதற்கான வலிமையான ஆயுதத்தைக் கையில் வைத்திருக்கிறது சினிமாத்துறை. ஆனால் அந்த ஆயுதம் துருப்பிடித்து விடாமல் பார்த்துக்கொள்வதால், வரப்போகும் பெரும் பயன்கள் மற்ற துறையினருக்கில்லை. அதனால் வரும் பெரும் பயன்களை அள்ளப்போவது பிரதான பொழுதுபோக்காக இருக்கும் சினிமாத்துறைதான். இந்த இடத்தில் 'ச்சியர்ஸ்' என்று சினிமாத்துறையினரைப் பார்த்துச் சொல்ல கொஞ்சம் தயக்கமாகவும் வெட்கமாகவும் இருக்கிறது.

# 13

## மாற்றைத் தேடும் மணல் நகரம்

**ப**ல ஆண்டுகளாகவே ஆற்றில் மணலை அள்ளாதீர்கள் என கதறிக் கொண்டிருக்கிறோம். அது சம்பந்தமான ஏராளமான போராட்டங்கள், முன்னெடுப்புகள், சட்டரீதியிலான அறிவிப்புகள், உயிரிழப்புகள் என தொடர்ந்து மணல் கொள்ளை என்பது செய்திகளில் அடிபட்டுக் கொண்டே இருக்கிறது. அதனால் அவை பற்றிய வர்ணனைகளைத் தவிர்த்து விட்டு நேரடியாக விஷயத்திற்குள் நுழைந்துவிடலாம். மணல் அள்ளுவதைத் தவிர்க்க வேண்டும். தடுக்க வேண்டும் என்றெல்லாம் குரல்கள் எல்லா பக்கங்களில் இருந்தும் எழுந்து கொண்டிருக்கின்றன. இப்படி காவிரி, பாலாறு, தாமிரபரணி ஆறுகளில் இருந்து அள்ளப்படும் மணலை அப்படியே கொண்டு போய்க் கடலிலா கொட்டுகிறார்கள்? அது இங்கேதானே பயன் படுத்தப்படுகிறது. இந்தத் துறை சார்ந்தவர்களிடம் பேசியபோது மணலுக்கான மாற்றை நாட வேண்டிய தேவை உடனடியாக உருவாகியிருக்கிறது என்கிறார்கள். இந்த மாற்று என்பது ஒருவகையில் தரமானதாக இருப்பது ஒருபக்கம் என்றால், ஆற்று வளங்களை இனியாவது காப்பாற்ற முடியும் என்று நினைப்பது இன்னொரு பக்கம். அதில் நிறைகளும் குறைகளும் கலந்தே இருப்பதாக கட்டடத் துறை வல்லுநர்கள் குறிப்பிடுகின்றனர். மாற்று மணல் என்றால் என்ன என்கிற புரிதல் இன்னமும் பலருக்கு இருப்பதில்லை என்பதுதான் நிதர்சனம்.

ஆற்று மணல் சூறையாடப்படுவது தொடர்பாகத் தொடர்ந்து பேசுகிறோம். சென்னை உயர் நீதிமன்றத்தில் தி.மு.கவைச் சேர்ந்த

அப்பாவு ஒரு பொது நல வழக்கொன்றை கடந்த மாதம் தாக்கல் செய்திருந்தார். 'தமிழகம் முழுக்க நடக்கும் கட்டுமானங்களில் ஆற்று மணலுக்கு மாற்றான எம் சாண்டை (manufactured sand) பயன்படுத்தச் சொல்லி உத்தரவு போடவேண்டும்' என்பது அந்த வழக்கின் சாரம். மிக முக்கியமான முன்னெடுப்பு இது. ஆனால், இது ஏதோ இன்றைக்குப் புதிதாகப் பேசப்படுவதுபோல சிலர் பேசுகிறார்கள். உண்மையில் கிட்டதட்ட பத்து வருடங்களாக இதுகுறித்த விவாதங்கள் கட்டுமானத் துறையில் நடந்து வருகின்றன. அதிலும் குறிப்பாக ஒரு லோடு மணல் ரூ. 25000 அளவில் 2012ல் விற்கப்பட்டபோது இந்தத் துறையில் இருப்பவர்கள் எம் சாண்ட் குறித்து தீவிரமான உரையாடலை முன்னெடுத்தார்கள். ஆனாலும், அதுகுறித்த தெளிவான உரையாடல்கள் அரசுத் தரப்பில் அப்போது நடக்கவே இல்லை. ஏனென்றால், ஆட்சியாளர்களைப் பொறுத்த வரை ஆற்று மணல் வியாபாரம் என்பது இங்கு அவர்களுக்குப் பணம் கொட்டும் சுரங்கம். ஆகையால், அவர்கள் காது கொடுக்கக்கூட தயாராக இல்லை. ஒரு பரிந்துரையை மட்டும் தந்துவிட்டு ஒதுங்கி விட்டனர்.

சென்னையின் தேவை எவ்வளவு? பொதுவாகவே நாள்தோறும் சென்னைக்கு மட்டுமே சுமார் பத்தாயிரம் ட்ரக் லோடு வரைக்கும் ஆற்றுமணலுக்கான தேவை இருப்பதாகச் சொல்கிறார்கள். தமிழகம் முழுக்க எடுத்துக்கொண்டால், 55000 மணல் லாரிகள் ஓடுகின்றன. நாளொன்றிற்கு ஒரு லோடாவது அவை அடித்துவிடுகின்றன. இரண்டு லோடு, மூன்று லோடு அடிப்பவர்களும் இருக்கிறார்கள். ஒரு லோடு மணல் என்பது குறைந்தது இரண்டு யூனிட். இந்தப் பின்னணியில் ஒரு நாளைக்கு எத்தனை லோடு மணல் தமிழகத்தில் மட்டும் அடிக்கப்படுகிறது என்பதைக் கூட்டிக் கழித்துக் கணக்குப் போட்டுக்கொள்ளுங்கள். கர்நாடகம் மற்றும் கேரளத்திற்குச் சட்ட விரோதமாகக் கடத்தப்படும் மணல் இந்தக் கணக்கில் வராது. தவிர சட்டபூர்வமாகவே கேரளத்திற்கு மட்டும் ஒருநாளைக்கு சுமார் 100 லோடு வரை மண் இங்கிருந்து போவதாகவும் சொல்கிறார்கள். இதுதான் தமிழகத்தைப் பொறுத்தவரையான தினசரி மணல் தேவை. தனியார் கட்டுமானங்கள் மற்றும் பொதுப்பணித் துறையால் மேற்கொள்ளப்படும் அரசுக் கட்டுமானங்களும் இவற்றில் அடங்கும். மாற்றுமணலின் தேவை என்ன?

இந்தப் பின்னணியில்தான் நீண்ட காலமாகவே ஆற்று மணலுக்கு மாற்றாக கருங்கல் ஜல்லிகளை உடைத்துத் தயாரிக்கப்படும் மாற்று மணலான 'எம்.சாண்ட்' பயன்படுத்த வேண்டும் என்கிற கோரிக்கைகள் எழுப்பப்படுகின்றன. இந்த மணலைப் பொறுத்தவரை கட்டுமானத்

துறையின் தரக்கட்டுப்பாடான 'ஐ.எஸ்.383' தரத்தில் இருப்பதாகவே சொல்லப்படுகிறது. தரத்தில் ஆற்று மணலைவிட இவை மிகச் சரியாக இருப்பதாகவே சொல்கிறார்கள். நிறத்தைப் பொறுத்தவரை அவை சிமென்டோடு சேரும்போது எந்த வித்தியாசங்களையும் கொண்டிருக்காது என்றும் விளக்குகிறார்கள். குறிப்பாக உலகின் மிக உயரமான கட்டடமான, துபாயில் இருக்கும் புர்ஜ் கலீஜா (Burj Khalija) இதைக்கொண்டு கட்டப்பட்டது என்றும் ஆதாரத்தைத் தருகின்றனர். விலை இதிலுள்ள இன்னொரு சகாயம். ஆற்று மணலைவிட 30% முதல் 40% வரை விலை குறைவு.

தமிழகத்தின் ஒருநாள் தேவை தோராயமாக 30,000 யூனிட் அளவு. இந்தத் தேவையை மாற்று மணலைக் கொண்டு நிரப்பிவிட முடியுமா என்று கேட்டால் முடியும் என்றே சொல்கிறார்கள். உதாரணமாக தமிழகத்தில் மட்டும் சுமார் ஆயிரம் கிரஷர்கள் இருக்கின்றன. ஆனால், அவற்றில் ஐம்பது குவாரிகள் மட்டுமே செயல்பட்டுக் கொண்டிருக்கின்றன. அவற்றில் இருந்து சுமார் ஐயாயிரம் யூனிட் வரை உற்பத்தி நடக்கிறது. ஒரு கிரஷரில் இந்தப் பணியைத் துவங்குவதற்கு ஒரு கோடியில் இருந்து ஐந்து கோடி ரூபாய் வரை முதலீடு தேவை. அரசு இந்த விஷயத்தில் மானியங்களைக் கொடுத்தால் மீதமிருக்கும் கிரஷர்களையும் செயலுக்குக் கொண்டுவர முடியும். மிக எளிதாகவே தமிழகத்தின் தேவையைப் பூர்த்தி செய்துவிட முடியும். இப்படி ஒரு எளிதான தீர்வை வைத்துக்கொண்டு எதற்காகப் புலம்பி அலைகிறோம்? ஏன் மாற்று மணலை கட்டுமானப் பணிகளுக்குப் பயன்படுத்த முடியவில்லை? பொதுமக்களான நமக்கும் இதில் பங்கிருக்கிறது! மாற்று மணலால் கட்டப்பட்ட வீடுகள் வெயிலில் உருகிவிடும் என்கிற அளவுக்கு மூடத்தனமான அறியாமை நம்மவர்களிடம் இருக்கிறது. 'ஆற்று வளத்தைச் சூறையாடுகிறோம்' என்று ஒருபுறம் போர் முழக்கம் எழுப்புபவர்கள் தான் மறுபுறம் அவர்கள் வீடு கட்டும்போது, எங்களுக்கு ஆற்றுமணலால்தான் கட்டடம் கட்டப்பட வேண்டும் என்று கூறுவதாகச் சொல்கிறார்கள் கட்டுமானப் பொறியாளர்கள்.

ஏற்கெனவே ஆட்சியாளர்கள், அரசியல்வாதிகளுக்கு மணல் வியாபாரத்திலிருந்து கொள்ளை கொள்ளையாகப் பணம் போகிறது. போதாக்குறைக்கு இந்தத் தொழிலுக்குப் பின் பெரிய மாஃபியாவே இருக்கிறது. மக்களும் இதற்கு எதிரான மனநிலையில் இருந்தால், அப்புறம் எப்படி மாற்று மணல் தலையெடுக்க முடியும்? 'பெட்ரோமேக்ஸ் லைட்டேதான் வேண்டும்' என்கிற நம்முடைய மனநிலையை மாற்றிக்கொள்ளாத வரை மாற்றத்தைப் பற்றிப் பேச முடியாது என்பதை நாம் புரிந்துகொள்ள வேண்டும். தமிழகத்தில்

மதிகெட்டான் சோலை | 97

மாற்று மணல் குறித்த தெளிவான புரிதல்களை மக்கள் மத்தியில் கொண்டுசெல்ல வேண்டும். ஏனென்றால், அவர்கள் மாறப்போவதில்லை. நாமாவது மாறியாகவேண்டும். ஏனென்றால், இனியும் ஆற்றிலிருந்து மணல் எடுப்பது தொடர்ந்தால் தமிழ்நாட்டின் ஆறுகள் அற்றுப்போய்விடும். நம்முடைய சந்ததிகளே நாசமாகும். மாற்றைக் கண்டறியாமல், மாற்றைக் கையாளாமல் ஏற்கெனவே நடைமுறையிலுள்ள குறைமுறைகளை நாம் எதிர்கொள்ள முடியாது. இதுதான் நிதர்சனம். இந்த நிதர்சனம் என்னவிதமான சாதக பாதகங்களை விளைவிக்கிறது என்பதை அறிய ஆற்றுப் படுகைகள் துவங்கி கட்டுமானத் தொழிற்சாலை வரை நியூஸ் 18 ஒரு விரிவான கள ஆராய்ச்சியை நடத்தியது.

காவிரி, பாலாறு, தாமிரபரணி என தமிழகத்தின் மிக முக்கியமான மூன்று ஆறுகளைக் குறிவைத்துத் தொடங்கிய இந்தப் பயணத்தில் ஆறுகளையே பார்க்க முடியவில்லை. குண்டும் குழியுமாக இருந்த வழித்தடம் ஒன்றைக் காட்டி இதுதான் ஆறு என்றார்கள். காவிரியில் நாங்கள் போய்ப் பார்த்தபோது நடு ஆற்றில் மணலால் அணை கட்டியிருந்தார்கள். என்ன என்று கேட்டால் அள்ளப் போகிற மண் என்றார்கள். நடுவில் கோயில் ஒன்றையே கட்டி விட்டார்கள். தமிழகத்தில் இருக்கிற அத்தனை ஆறுகளும் அப்படிதான் இருக்கின்றன. திருச்சியில் ஆற்றின் நடுவே நடந்து கொண்டிருந்தபோது திடீரென மிகப் பெரிய பள்ளம் ஒன்று இருக்கிறது. என்னவென்று கேட்டால் அறுபது அடி ஆழத்திற்குத் தோண்டியிருக்கிறார்கள். மூன்று அடி தோண்டதானே நீதிமன்றம் அனுமதி கொடுத்தது என வழக்கமான கேள்வியைக் கேட்டுக் கொண்டிருக்க வேண்டியதுதான்.

திருச்சி மாவட்டத்தில் மட்டும் அதிகாரபூர்வமாக அனுமதி கொடுக்கப் பட்டது 13 குவாரிகளுக்கு. ஆனால் இருபதிற்கும் மேற்பட்ட இடங்களில் அனுமதியில்லாமல் அள்ளிக் கொண்டிருக்கின்றனர். நகரின் மையப்பகுதியில் கன கச்சிதமாக மிகப் பெரிய இயந்திர வாகனங்களின் துணையுடன் அள்ளிக் கொண்டிருக்கிறார்கள். ஆனால் அந்தக் குவாரி அனுமதி இல்லாமல் செயல்படுகிறது என உள்ளூர் மக்களும் தன்னார்வ அமைப்பைச் சேர்ந்தவர்களும் சொல்கிறார்கள். அரசின் அத்தனை அலுவலகங்களிலும் இதை எதிர்த்து மனு கொடுத்துப் பார்த்துவிட்டார்கள். மணல் அள்ளும் லாரிகளின் டயரைக்கூட கழற்ற முடியவில்லை என்பதுதான் நிதர்சனமாக இருக்கிறது. கேமராவைப் படம் பிடிக்கத் தூக்கினாலே அடிக்க ஓடிவருகிறார்கள். சில இடங்களில் 'உங்களால் என்ன செய்ய முடியுமோ அதைச் செய்து கொள்ளுங்கள்' என எதற்கும் அடங்காத தொனியில் பேசுகிறார்கள். ஒரு சட்டவிரோத காரியத்தைச்

செய்கிறோம் என்று துளிகூட வருத்தப்படவில்லை அவர்கள். ‘எல்லோரையும் கவனித்து விட்டோம். உங்களையும் கவனிக்கச் சொன்னால் கவனித்து விடுகிறோம். ஆற்றில் மட்டும் கால் வைக்காதீர்கள்’ என அன்பாக மிரட்டுகிறார்கள்.

ஏனெனில் இதில் அரசு அலுவலர்கள் மட்டும் சம்பந்தப்படவில்லை. மக்களும் சம்பந்தப்பட்டிருக்கிறார்கள். பல இடங்களில் ஆற்று மணல் அள்ளுபவர்களிடம் மக்களே காசு வாங்கிக் கொண்டிருக் கிறார்கள் என்கிற கசப்பான உண்மையையும் சொல்லித்தான் ஆகவேண்டும். எல்லா மக்களையும் இப்படிப் பொத்தாம் பொதுவாகச் சொல்லிவிட முடியாது. திருநெல்வேலி மாவட்டத்தை எடுத்துக்கொண்டால் முக்கூடல் பகுதிகளில் ஒரு துரும்பு மணலைக் கூட அள்ளவிடாமல் அங்குள்ள மக்கள் தடுத்திருக்கின்றனர். அள்ளும் பகுதிகள் வறட்சியில் இருக்கின்றன. முக்கூடல் பகுதியில் நிலத்தடி நீர் மட்டம் அப்படியே இருக்கிறது. செழிப்பாகவும் இருக்கிறது. அதேமாதிரி பாலாறு பகுதியில் இருக்கும் விஷார் பகுதியில் மணலை அள்ளவிடாமல் மக்கள் தடுத்ததற்கான நற்பலன்களைப் பெற்றுக் கொண்டிருப்பதாகச் சொல்கிறார்கள். ஒரு பகுதியில் செய்ததை மக்கள் வேறு பகுதிகளில் செய்ய முடியாதா? உண்மையில் மக்களுக்கு இதுசம்பந்தமான அக்கறை இல்லை என்பதைதான் இந்த இடத்தில் சுட்டிக்காட்ட வேண்டியிருக்கிறது.

அப்படி எதிர்த்துப் போராடுபவர்களைக் கொலை செய்யக் கிளம்பினால் மக்களும் பாவம் என்னதான் செய்வார்கள். மணல் அள்ளும் கும்பல் ஊடகங்களைச் சேர்ந்தவர்களையே மிரட்டும்போது மக்களை என்ன செய்வார்கள் என்று கேள்வி கேட்டுப் பார்த்தால் இதற்குப் பின்னால் உள்ள வன்முறை உலகம் வெளிச்சத்திற்கு வருகிறது. முழுக்க முழுக்க ஆள் பலம் பணபலம் உள்ளவர்களால் நடத்தப்படும் இந்த வணிகத்தைத் தடை செய்யப் புறப்படுபவர்களை ஒரு மூட்டைப் பூச்சியை நசுக்குவதைப்போல வீழ்த்தி விடுவார்கள் என்பதுதான் உண்மையான நிலவரம். அவர்களுக்கு எது குறித்தும் கவலையில்லை. 24 மணி நேரமும் வண்டி ஓடுகிறது. கேமராவைப் பார்த்தால் அள்ளுவதை ஒரு அரைமணி நேரம் ஒத்திப் போடுகிறார்கள். அதற்குள் உள்ளே நுழைந்தவர்களைத் துரத்தி விடுகின்றனர். பிறபாடு எந்தத் தடங்கலும் இல்லாமல் வேலைகளைத் தொடர்கின்றனர்.

இன்று நேற்றல்ல, கடந்த இருபது வருடங்களாகவே அபரிமிதமாக இந்த மூன்று ஆறுகளிலும் மணலை அள்ளிக் கொண்டிருக்கின்றனர். தாமிரபரணியில் மூத்த அரசியல் தலைவர் நல்லகண்ணு அவர்கள் போட்ட வழக்கின் அடிப்படையில் பெற்ற நீதிமன்றத்

தடையுத்தரவின் காரணமாக கடந்த ஐந்தாண்டுகள் அள்ளாமல் இருந்தார்கள். அந்தத் தடையுத்தரவிற்கான காலம் முடிந்துவிட்டது என்பதால் மறுபடியும் அசுரக் கரங்களுடன் தோண்ட ஆரம்பித்து விட்டார்கள். காவிரியில் இதுபோல தடையுத்தரவு இருந்தாலும் பல இடங்களில் அனுமதியின்றி அள்ளும் போக்குதான் இருக்கிறது. காவிரியில் மட்டும் இதன் மூலம் இரண்டு லட்சம் ஏக்கர் நிலங்களில் பாசனம் முழுமையாக அடி வாங்கியிருக்கிறது. பல்வேறு நெல் ரகங்கள் பயிரிட்ட காவிரி பகுதிகளில் இப்போது ஆந்திரா பொன்னியும் கர்நாடகா பொன்னியும் விளைவிக்க வேண்டிய நிலை உருவாகி விட்டதாக சுற்றுச் சூழலியலாளர்கள் குற்றம் சாட்டுகின்றனர்.

தாமிரபரணிக்கு ஒரு சிறப்பிருக்கிறது. உள்நாட்டில் புறப்பட்டு உள்நாட்டிலேயே தன்னுடைய பயணத்தை முடித்துக்கொள்ளும் உள்நாட்டு நதி அது. ஆனால் உள்நாட்டில் வசிக்கும் மக்களுக்கு விவசாயத் தேவைக்கான நீர் என்பதை விடுங்கள். குடிநீருக்குக்கூட வழியில்லை என்கிற நிலை ஏன் உருவானது என்று கேள்வியை எழுப்பினால் அது மணல் கொள்ளையில்தான் போய் முடியும். காவிரியிலாவது நீரைப் பார்த்திருப்போம். தாமிரபரணியில் வெள்ளம் கரைபுரண்டு ஓடுவதைப் பார்த்திருப்போம். பெருமழை பெய்தால்கூட பாலாறு இன்னமும் ஒரு ஓடைபோலதான் ஓடுகிறது. ஏனெனில் தண்ணீர் ஓடும் பாதைகள் சுரண்டப்பட்டுவிட்டன. பாலாறு பகுதியில் ஓடும் லாரிகளைக் கணக்குப் போட்டுப் பார்த்தால் இந்தச் சுரண்டலின் பெரும் கரங்கள் பின்னப்பட்டிருக்கிற விதத்தைப் புரிந்துகொள்ளலாம். மண் மட்டுமா அள்ளுகிறார்கள்... இந்த ஆற்றங்கரை முழுக்கவே செங்கல் சூளைகள் நிறைந்திருக்கின்றன. தாமிரபரணியையே எடுத்துக் கொண்டால்கூட குறைந்தது ஒரு நானூறு ஐந்நூறு செங்கல்சூளைகள் இருப்பதாக அந்தப் பகுதியினர் சொல்கின்றனர்.

செங்கல் சூளைகளுக்கான குறுமணலை அள்ளி இறைத்துக் கொண்டிருக்கின்றனர். இப்படி மணல் ஒருபக்கம் செங்கல் சூளைகளுக்கான குறுமணல் இன்னொரு பக்கம் என ஆற்றுவளம் முழுக்கவே சுரண்டப்படுகிறது. இவை அத்தனையும் எங்கே போகின்றன என்கிற கேள்வியைக் கேட்டுப் பாருங்கள். அவை அனைத்தும் நம்முடைய கட்டடத் தேவைகளுக்காகதான் போகின்றன. மணலுக்கு மாற்று செங்கலுக்கு மாற்று என உலகம் இன்னொரு பக்கம் வேறொரு விஷயத்தை நோக்கி முன்னேறிக் கொண்டிருக்கிறது. ஆனால் இன்னமும் இங்கே மக்கள் மணலை வைத்து மட்டுமே வீடு கட்டுவோம் என அடம் பிடித்துக் கொண்டிருக்கின்றனர். மாற்று

இருக்கிறது என்று சொன்னாலே வேண்டாம் என்கிற போக்குதான் இருக்கிறது.

தவிர மாற்று என்பது குறித்த அறியாமையும் புரியாமையும் தலை விரித்தாடுகிறது. மணலால் செங்கலால் கட்டப்படும் கட்டுமானங்கள் மட்டுமே சிறப்பானவை என்கிற பொதுவான புரிதலும் இருக்கிறது. ஒருபக்கம் குடிநீர் இல்லை, விவசாயத்திற்கு நீர் இல்லை என்கிற சிக்கல் ஓடிக் கொண்டிருக்கிறது. இன்னொரு பக்கம் கட்டுமானங்கள் நின்றபாடில்லை. வளர்கிற ஒரு பொருளாதாரத்தில் கட்டுமானங் களை எப்படி நிறுத்த முடியும்? மாற்று என்பதை நோக்கி நகரவேண்டிய தேவைக்கான கடைசிப் புள்ளியில் வந்து நின்று கொண்டிருக்கிறோம். இதுதான் உண்மையில் கடைசிப் புள்ளி. இனி விட்டால் ஆறுகளே இருக்காது.

உண்மையில் மணலுக்கு மாற்று என்று சொல்வது சரிதானா என்பது குறித்து நகரவேண்டிய தேவையில்தான் இருக்கிறோம். மாற்று குறித்துச் சிந்திக்காமல் மணல் கொள்ளை என்பதை மட்டும் பேசிக் கொண்டிருப்பதில் அர்த்தம் இல்லை என இந்தத் துறை சார்ந்தவர்கள் சொல்லத் துவங்கியிருக்கின்றனர்.

நீர் இல்லாத வறண்ட ஆற்றங்கரையோரமாக வந்து கொண்டிருந்த போது லாரிகள் பல மண்ணள்ளிக்கொண்டு கடந்து போயின. அந்த லாரிகளில் இருந்து சொட்டுச் சொட்டாக நீர் சாலையெங்கும் வடிந்து கொண்டிருந்தது. அதைப் பார்த்த உள்ளூர் விவசாயி ஒருவர் சொன்னார். ''இது வெறும் நீரல்ல. ஆற்றின் கண்ணீர்'' என்றார். உண்மைதான், இது ஆற்றின் கண்ணீர்தான். 'மாற்று இருந்தும் அதைப் பயன்படுத்த மாட்டோம். ஆற்று வளத்தைதான் சூறையாடுவோம்' என எல்லோரும் சேர்ந்து நினைப்பது ஆறுகளுக்கும் நல்லதல்ல, நம்முடைய எதிர்காலத்திற்கும் நல்லதல்ல.

# 14

## வஞ்சிர மீன்கள் மீதான காதலும் சிறிய மார்பகங்கள் கொண்ட பெண்களும்!

இப்போது சொல்லும் விஷயத்தை நீங்கள் நேரடியாகவும் புரிந்து கொள்ளலாம். மறைமுகமாகவும் பொருள் கொள்ளலாம் நண்பர்களே! அது உங்கள் விருப்பம் சார்ந்தது. கடந்த ஆறேழு வருடங்களாக 'FISHIN' என்ற பெயரில் கடை ஒன்று நடத்தி வருகிறேன். அங்கே சொல்லி வைத்தாற்போல வாடிக்கையாளர்கள் அனைவரும் விரும்புவது வஞ்சிரம் மீனைதான். இத்தனைக்கும் பாரம்பரியக் கடலோடிகள் இந்த மீனைச் சக்கை என்று சொல்லி ஒதுக்கி விடுவார்கள். அவர்கள் சத்தானதாகவும் சுவையானதாகவும் கருதுபவை சிறிய மீன்களான அயிலா, சங்கரா, மத்தி, பாறை, வவ்வால், சூரை போன்றவற்றையே. நமக்கு எப்போதும் எல்லா விஷயங்களிலும் எல்லாமே பெரியதாக இருக்க வேண்டும். நோகாமல் நொங்கு தின்ன வேண்டும். நொங்கு தின்னலாம். நோகாமல் மீன் சாப்பிட விரும்பினால் எப்படி?

ஒருமுறை ஆங்கிலத்தில் வெளியாகும் நவநாகரிகப் பெண்கள் பத்திரிகை ஒன்றின் 'பாவமன்னிப்பு' பகுதியில் பெண் ஒருவர் கடிதமொன்றை எழுதியிருந்தார். அதில், 'என்னுடைய கணவர் பெரிய மார்பகங்கள் குறித்த பித்துப் பிடித்து அலைகிறார். சிறிய மார்பகங்களைக்கொண்ட எனக்கு இது மன உளைச்சலை ஏற்படுத்துகிறது' என்று குறிப்பிட்டு வருத்தம் தெரிவித்திருந்தார். இந்தியர்களின் பொதுவான மனநிலையே பெரிதாக இருப்பதையும்

விரைப்பாக இருப்பவற்றையும் எளிதாக விரும்பத் துவங்குகிறது. இங்கு எல்லா விஷயங்களையும் இந்த இரண்டிற்குள் அடக்கி விடலாம்.

தோசை மொறுமொறுவென்று இருக்க வேண்டும். அயர்ன் செய்த சட்டை மொட மொடப்பாக இருக்க வேண்டும். மொறுமொறு வென்று உளுந்த வடை இருக்க வேண்டும், அப்படியே அது தயிரில் கிடக்கிறது என்றாலும் மொறுமொறுக்கென்று காராபூந்தி இருக்க வேண்டும். ஃபிங்கர் ஃப்ரை நீளமாக நறுக்கென்று கடிக்கிற மாதிரி மொறுமொறுவென இருக்க வேண்டும். மொறுமொறுவென்கிற கேஎஃப்சி சிக்கனுக்கு அடிமை. சாண்ட்விச்சாகவே இருந்தாலும் க்ரிஸ்பியாக கடிக்கும்போது க்ரக் என சத்தம் வரும்படியாக டோஸ்ட் செய்திருக்க வேண்டும்... என பொதுவாகவே 'விரைப்பாக இருக்கும்' விஷயத்தில் அதிக கவனம் செலுத்தி எதிர்பார்க்கிறோம். இந்த விரைப்பு மற்றும் பெரியதாக இருப்பதன் மீதான காதல் எந்தளவிற்கு அதன் எல்லைகளை விரித்திருக்கிறது என்று யோசித்தால் மலைப்பாக இருக்கிறது.

ஆண்களின் உளச்சிக்கல் பெண்களையும் விட்டு வைக்கவில்லை என்பதற்கு ஓராயிரம் உதாரணங்களைக் காட்ட முடியும். ஏற்கெனவே நாயுடு ஹால்களில் ப்ராவிலேயே சிங்கிள், டபுள் 'பேடுக'ளை வைத்தது போதாதென்று இப்போது ஜாக்கெட் தைக்கும்போதும் 'பேடு' வைத்துத் தைக்கத் துவங்கி விட்டார்கள். அப்படித் தைத்துத் தருகிற டெய்லர்களுக்கு மார்க்கெட்டில் பயங்கர டிமாண்ட் என்பதும் ஆச்சர்யகரமான உண்மை. பெரிய மார்பகங்கள் கொண்ட பெண்ணிற்கு எப்போதும் முதுகுவலி இருந்துகொண்டே இருக்கும். மாதவிடாய் காலங்கள் வலி மிகுந்ததாக இருக்கும். டிஷர்ட் போடுவதற்கு தர்மசங்கடமாக இருக்கும். ப்ரா இல்லாமல் இருப்பது சுகமான அனுபவமாக இருக்கும். ஆனால் எல்லா நேரங்களிலும் அப்படி இருக்க முடியாதே? ஓடுவது என்பதைக் கனவில்கூட நினைத்துப் பார்க்க முடியாது. பிகினி அணிவது என்பது கனவில் மட்டுமே நினைத்துப் பார்க்கிற விஷயமாக இருக்கும். எப்போதும் பிறர் கண்ணை உறுத்துகிற மாதிரியே இருக்கும். திறந்த முதுகுடைய உடைகளை அணியவே முடியாது. துப்பட்டா கொண்டு மார்பை மார்புக் காம்புகளை மறைப்பதே முழுநேர வேலையாக இருக்கும். அவர்களுக்குச் சரியான ப்ராவைத் தேர்ந்தெடுக்க கடைகடையாய் ஏறி இறங்க வேண்டியிருக்கும். பெரிய மார்பகம் மட்டுமே சுற்றத்தாரால் அவர்களது அடையாளமாய்ச் சுட்டப்படும் என பெரிய மார்பகங்கள் கொண்ட பெண்களின் சிக்கல்களைக் கேட்டால், அதன் மீது பித்துக் கொண்டிருப்பவர்கள் பேடைக் கழற்றி எறிந்து விடுவார்கள். ஆனால்

கேட்டால்தானே? கொஞ்சம் இணைய வெளிகளில் அலைந்து பார்த்தால் இந்தவகை உளச்சிக்கல் வேறு என்னென்ன வகைகளி லெல்லாம் வெளிப்படுகிறது என்பதை நெருக்கத்தில் பார்க்கலாம். பெரிய மார்பகங்கள் கொண்ட பெண்களைத் தேடுவதற்கென்றே பக்கங்கள் இருக்கின்றன. அது ஆங்கிலமாக இருந்தால், 'பிக் பூப்ஸ்', 'பிக் டைட்ஸ்' என்று தேடுகிறார்கள். மலையாளமாக இருந்தாலும் இவர்களின் எப்போதைய சாய்ஸூம் ஷகிலா டைப்பாகதான் இருக்கிறது. கோயில் சிற்பங்களைக் கொஞ்சம் அண்ணாந்து பாருங்கள். பழங்கால இலக்கியங்களில் மார்பகங்களின் வகைகள் என ஒரு பெரிய லிஸ்ட்டையே போட்டிருக்கிறார்கள். சிலைகளில் பாருங்கள். அங்கும் பெரிய மார்பகங்கள் கொண்ட பெண்ணிற்குதான் மிக முக்கியமான இடத்தைத் தந்திருக்கிறார்கள். சிறிய மார்பகங்கள் கொண்ட அரசியோ, அழகியோ இருந்திருக்கவே இல்லை என்கிற முடிவைதான் சிற்பங்களைப் பார்க்கும்போது எட்ட முடிகிறது. இப்போதைய சினிமா கனவு நாயகிகளை லிஸ்ட் போட்டுப் பாருங்கள். அதில் பத்துப் பேரில் எட்டுப் பேருக்கு மேல் பெரிய மார்பகங்கள் கொண்ட பெண்ணாக இருப்பார்கள். பழம் இலக்கியங்களில் பெரிய மார்பகங்களை இப்படியெல்லாம் வெளிப் படையாக வகைப்படுத்தி இருக்கிறார்கள். ஆனால் இப்போதெல்லாம் முலை என்று எழுதுவதே மிகப் பெரிய புரட்சி நடவடிக்கைபோல புரிந்து கொள்ளப்படுவதை என்னவென்று சொல்வது? இந்த வகையான பெரிய மார்பகம் குறித்த பித்தால் அவதிப்பட்ட துறவி ஒருத்தரின் கதையை இந்த இடத்தில் சொன்னால் பொருத்தமாக இருக்கும்.

இடிந்தகரை ஞாபகம் இருக்கிறதா உங்களுக்கு? அணு உலைக் கெதிரான போராட்டங்களெல்லாம் நடந்தனவே. மக்கள் கூட்டம் கூட்டமாக உண்ணா விரதமெல்லாம் இருந்தார்களே? அதே ஊர்தான். இந்தியாவிலேயே அங்கு மட்டும்தான் விசுவாமித்திரருக்குக் கோயில் இருக்கிறது. விசுவாமித்திரரின் தவத்தைக் கலைத்த மேனகை ஒரு பரதவ குலப் பெண் என்றும் ஒரு வாய்வழிக் கதை இருக்கிறது. சிறுவயதிலிருந்தே பால் சுறா மீன்களை உண்டு வளரும் பரதவ குலப் பெண்களுக்கு இயல்பிலேயே பெரிய மார்பகங்கள் அமைகின்றன. ஆக விசுவாமித்திரருக்கும்கூட இந்தப் பெரிய வகை மார்பகங்கள் குறித்த பித்துப் பிடித்திருக்கிறது என்ற முடிவிற்கு இதன் மூலம் வரலாம். விசுவாமித்திரரை மயக்கிய மேனகை எங்கள் பரதவகுலப் பெண்ணா என யாரும் போர்க்கொடி பிடித்துவிட வேண்டாம். அப்புறம் ஏன் இந்தியாவிலேயே இங்கு மட்டும் அவருக்குத் தனிக் கோயில் இருக்கிறது என்கிற கேள்விக்கு மட்டும் பதில் சொல்லுங்கள் பார்ப்போம்.

இந்தப் பித்து தற்காலம் வரை நீடிப்பதுதான் பிரச்சினைக்கும் காரணம். இதுபோல கட்டுரைகள் எழுதப்படுவதற்கும் காரணம். மாருதி ஸ்விஃப்ட் வண்டியை உலகத்தில் எந்த இடத்திலும் சீந்தக்கூட இல்லை. ஆனால் இந்தியாவில் அந்த வண்டி பம்பர் ஹிட். காரணம் வேறொன்றுமில்லை. அதன் பின்புறம் பருத்து பெரியதாக இருக்கும் என்பதுதான் காரணம். நண்பர் ஒருத்தர் விரட்டி விரட்டி பலான படங்களைப் பார்ப்பவர். ஒருமுறை, எஃப் டிவியைப் பிடிபிடியென பிடித்துக் கொண்டிருந்தார். என்ன காரணமென்று அவரிடம் கேட்ட போது, ''என்ன எழவோ... இவள்களெல்லாம் சாப்பிடுவாளுகளா இல்லையா? நெஞ்சே இல்லாம அலைஞ்சுக்கிட்டிருக்காளுக'' என்றார். உலகளாவிய ட்ரெண்ட் இதுதான் என்பதை அவருக்கு எப்படிச் சொல்லிப் புரிய வைப்பது? அவர் 'W' என்று படம் வரைந்தால்கூட அதைக் குண்டாக வரையும் மரபணு கொண்டவர் களிடம் பேசிப் பயனில்லை என்பதால் நகர்ந்துவிட்டேன்.

பொருளாதார உலகில்கூட சிறியதாக இருப்பதே சிறப்பு என வலியுறுத்துகிறார்கள். இப்போது வஞ்சிர மீனையே எடுத்துக் கொள்வோம். மேகி நூடுல்ஸ் சர்ச்சையில் சொல்லிக் கொண்டிருந்த, 'லெட் கன்டன்ட்' என்பது பெரிய வகை மீன்களில் அதிகமாக இருப்பதாக லேட்டஸ்ட் ஆய்வுகள் சொல்கின்றன. சிறிய வகை மீன்களில் இந்த வகை பாதிப்புகள் குறைவாக இருப்பதால், மருத்துவர்கள் சிறிய வகை மீன்களையே அதிகம் சாப்பிடச் சொல்கிறார்கள். பெரியதாக இருப்பவற்றால் சிக்கல்களும் இருக்கதான் செய்கின்றன என்பதைச் சொல்வதற்காக இந்த உதாரணத்தைச் சொல்கிறேன். பெரிய மார்பகங்கள் கொண்ட பெண்கள் பலர் தீராத முதுகு வலியால் அவதிப்படுவதை ஏற்கெனவே முன்பே சொல்லியிருக்கிறேன். தவிர இன்னபிற சிக்கல்களையும் சொல்ல, கேட்டு அதையும் சொல்லியிருக்கிறேன். ஆனால் தன் கணவன், தன்னைச் சுற்றியிருக்கிற பார்வையாள உலகத்திற்காக பெரியதாக இருப்பதை விரும்புவதாகச் சொன்ன அவர் அடுத்து சொன்னதுதான் அதிர்ச்சி ரகம். ''கடவுள் பூமிக்கு இறங்கி வந்து உன்னுடைய உடலில் ஒரு உறுப்பைக் கூட்டிக் குறைக்க வரம் தருகிறேன் என்று கேட்டால் என்ன சொல்லுவேன் தெரியுமா?'' என்றார். என்ன என்று கேட்டபோது, ''என்னுடைய மார்பகங்களை சிறியதாக வடிவமைக்கச் சொல்வேன்'' என்றார். இதில் உள்ள உளச்சிக்கலைப் புரிந்துகொள்வதற்கு நாம் பெரிய மார்பகங்கள் கொண்ட பெண்ணாக இருக்கவேண்டும்.

சிறிய அளவான அடக்கமான அளவுடைய மீன்களைப் பார்த்திருக் கிறீர்களா? உடனே அவை சாப்பிடத் தூண்டும். எனவே தயவுசெய்து

நண்பர்களே வஞ்சிரம், பாறை என பெரிய வகை மீன்களை விரும்புவதை விட்டுவிட்டு மத்தி, சங்கரா போன்ற சிறியரக மீன்களையும் விரும்புங்கள். உண்மையில் அவைதான் உணவிற்குத் தகுந்தவை. சுவையிலும் அதை அடித்துக்கொள்ள வேறெதுவும் கிடையாது. தவிர எந்த விதத்திலும் அது உங்களுக்கு போரடித்து விடாது. கைக்கு அடக்கமாக எப்போதும் ருசியைத் தூண்டும் மீன்களாக அவை இருக்கும் என்பது அனுபவப் பாடம். பெரியவை குறித்த பித்தும் விரைப்புத்தன்மை குறித்த கவலையும் உங்களை மட்டும் பாதிப்பதில்லை. இந்த ஒட்டுமொத்த சமூகத்தையும் அவை பாதிக்கின்றன என்பதையும் நினைவில் நிறுத்துங்கள். அதற்காக பெரிய மார்பகங்களே தேவையில்லை என்பதில்லை. இயல்பாய் அது இருந்துவிட்டுப் போகட்டும். அதன் மேல் உங்கள் கற்பனை களையோ எதிர்பார்ப்புகளையே ஏற்றாதீர்கள் என்பதுதான் என்னுடைய வேண்டுகோள். உங்களது தேவையில்லாத மனச்சிக்கல்களுக்காக கண்ணகிபோல் அதைப் பிய்த்து எறிந்து கொண்டிருக்க முடியாதல்லவா? புற்றுநோய் உள்ளிட்ட இன்னபிற நோய்க் காரணங்களுக்காக மார்பகங்கள் அகற்றப்பட்ட பெண்கள் மீதும் மையல் கொள்வீர்கள் என்கிற நம்பிக்கையும் எனக்கு இருக்கிறது. ஏனெனில் கமலஹாசனை நீங்கள் திரையில் மட்டும் பார்க்கவில்லையே... ஒருவேளை வஞ்சிர மீன்கூட கடலுக்குள் இதைப் பற்றிச் சிந்தித்துக் கொண்டிருக்கலாம்.

இலக்கியங்கள், தத்துவங்கள் எல்லாம்கூட இதையேதான் வேறுவேறு மொழியில் வலியுறுத்திக் கொண்டிருக்கின்றன. பெரியோரை வியத்தலும் இலமே, சிறியோரை இகழ்தல் அதனினும் இலமே என்கிற வரிகளை ஆழமாகச் சிந்தித்துப் பாருங்கள். நான் சொன்னதன் அர்த்தம் புரியும். விரைப்புத்தன்மை குறித்துப் பேசிக் கொண்டிருந்ததை அப்படியே அந்தரத்தில் விட்டுவிட்டோமே... சிறிய ரக அயிலா மீன்களைச் சாப்பிடுங்கள், சிறப்பாய் இருக்கும்.

# 15

## எலிக்கறியும் செழிப்பின் வாசனையும்

இதை ஒரு அனுபவக் குறிப்பாகவே முன்னிறுத்தத் துணிகிறேன். கட்டுரையாக வடிவமைப்பதில் சில சிக்கல்கள் இருக்கின்றன. ஏனெனில் கட்டுரை என்று வரும்போது, எல்லாத் தரப்பையும் பார்த்து 'கும்பிடறேன் சாமி' என்பது போன்ற சகஜமாக்கும் சில நடவடிக்கைகளை மேற்கொள்ள வேண்டியிருக்கும். தமிழகத்தில் விவசாயம் என்று பேச ஆரம்பிப்பதே கத்தி மேல் நடப்பதற்குச் சமமானது. அசந்தால் அத்தனை பேரும் சேர்ந்து குத்திக் கிளறி விடுவார்கள் என்பதால்தான் அனுபவக் குறிப்பு என்று இறங்கி வர வேண்டியிருக்கிறது. ஏனெனில் அனுபவக் குறிப்பில் அனுபவங்களில் பழுது இருக்கலாம். அது அனுமதிக்கப்பட்டதும் கூட. அனுமதிக்கப்பட்ட அளவைத் தாண்டி ஒரு சிட்டிகை அதிகமானால்கூட சிக்கல்தான் என்பதையும் புரிந்தே வைத்திருக் கிறேன். கண்ணை மறைக்கும் சில தவறான தகவல்கள்கூட இருக்கலாம் என்பதால் எளிதாகக் கடந்து போய்விடுங்கள் என்று உரிமையாகவே கேட்பதற்கு வாய்ப்புகள் இருக்கின்றன.

நாற்பது நாட்களுக்கும் மேலாக விவசாயிகள் தலைநகரான டெல்லியில் போராடினார்கள். கோவணத்தோடு அமர்ந்தார்கள். பெண்கள் காடு கரைகளில் குளிக்கும்போது அணிவதைப்போல மார்பு வரை சேலையைக் கட்டிக்கொண்டு பரிதாபமாக உட்கார்ந் திருந்தார்கள். பல்வேறு போராட்ட வடிவங்களை அவர்கள் செயல் வடிவம் செய்து காட்டினார்கள். இதன் உச்சகட்டமாக எல்லோரும் சேர்ந்து சிறுநீர் குடித்தார்கள். உண்மையில் இது தேசிய அவமானம்.

அவர்கள் மலத்தைத் தின்பதற்குள் ஓடிப் போய்த் தடுத்துவிட்டோம் என மாநில அரசு மார்தட்டிக் கொள்ளவேண்டும். மத்திய அரசின் நெருக்கடிகளைப் பார்த்தால், விட்டால் மாநில அரசே சிறுநீர் குடித்துவிடும் போலிருக்கிறது... அப்படி ஒரு நிலை உருவாகி, குடித்தால் தெரியும் வலியும் வேதனையும்.

அந்தப் போராட்டக் குழுவின் ஒருங்கிணைப்பாளரான அய்யாக்கண்ணு பல்வேறு போராட்ட வடிவ முறைகளை அறிமுகம் செய்வதில் கைதேர்ந்தவர். இதற்கு முன் தமிழகத்தில் இப்படி அவர் நிறைய போராட்டங்களை இதேமாதிரி நடத்தியிருக்கிறார் என்பதையும் சுட்டிக்காட்ட வேண்டும். ஏனெனில் ஆடி கார் வைத்திருக்கிற அய்யாக்கண்ணு தமிழகத்தில் ஏன் போராடவில்லை என்று மத்திய அரசு ஆதரவு பெற்ற சில மனிதர்கள் உரக்கப் பேசிக் கொண்டிருக் கின்றனர். உண்மையில் அய்யாக்கண்ணு தெளிவாக மறுபடி மறுபடி அழுத்தமாகச் சொல்கிறார். ''நாங்கள் அத்தனை விதமான போராட்டங்களையும் தமிழகத்தில் நடத்திப் பார்த்துவிட்டோம். யாரும் காது கொடுக்கவில்லை. டெல்லியில் போராடினால் கவனம் கிடைக்கும் என்பதற்காக இங்கே வந்திருக்கிறோம்'' என்று அவர் சொல்வது மிகச் சரியானது. விவசாயப் போராட்டங்கள் இல்லாத நாட்களே இல்லை என்கிற மாதிரிதானே தமிழகம் இருக்கிறது?

வங்கியில் இருக்கும் வராக்கடனான ஒரு லட்சத்து நாலாயிரம் கோடியை ஒரே நாளில் தள்ளுபடி செய்கிறது ரிசர்வ் வங்கி. வராக்கடன் வாங்கியவர்கள் எல்லாம் காணாமல் போய்விட்டார்களா? கடன் வாங்கிய ஒருத்தன் செத்த பிறகு பதினாறாம் நாள் காரியம் முடிந்தால் தான் வராக்கடன் வகையிலேயே வரும். ஆனால் இருப்பவர்கள் எல்லாம் வாழ்வாங்கு வாழ்பவர்கள்தானே? ஒரு டிராக்டரை பறிமுதல் செய்வதற்கு ஆள் படை அம்புகளோடு அதிகாரிகள் போய் நின்ற காட்சிகளையும் பார்த்திருப்பீர்கள்தானே? அப்படி வராக்கடன் வாத்தியார்களையும் போய் வளைத்துப் பிடிக்க வேண்டியதுதானே? நிலைமை இப்படி இருக்கையில் விவசாயிகள் கடன்களைத் தள்ளுபடி செய்யுங்கள் என்று கேட்பது நியாயம்தானே? ஒரு கண்ணில் வெண்ணெயும் இன்னொரு கண்ணில் சுண்ணாம்பும் வைக்கும் முன்னுதாரணங்கள் இருக்கும்போது எல்லோரும் அதைப் பின்பற்றதானே விரும்புவார்கள்?

உண்மையில் மத்திய அரசு கடைசி நாள்வரை போராடிய விவசாயிகளைக் கண்டுகொள்ளவே இல்லை. பிரதமர் அவர்களைச் சந்திக்கவே மாட்டார் என்பது தெரிந்த விஷயம்தான். ஏனெனில் இன்று தமிழகத்தில் இருந்து கிளம்பி வந்து போராடிக் கொண்டிருக்கும்

விவசாயிகளை, அவர்களின் போராட்டத்திற்கு அடிபணிந்து பிரதமர் சந்திப்பதை இந்த அரசு எந்திரம் விரும்பாது. போராடினால் கிடைத்துவிடும் என்கிற மனநிலையை அவர்கள் பொதுவாகவே வளர்க்க விரும்ப மாட்டார்கள். அப்படியே சந்தித்துவிட்டாலும், அப்புறம் ஒவ்வொரு மாநிலத்தில் இருந்தும் இப்படிக் கூட்டம் கூட்டமாகக் கிளம்பி வருவார்கள். 'அவனைப் பாத்தேல்ல, என்னையும் பாரு' என்பார்கள் என்பதை நினைத்து இந்த அமைப்பு அஞ்சத்தான் செய்யும். ஆட்சி நடத்துகிற எல்லோருக்கும் வரும் அடிப்படைச் சிக்கல் இது. ஆட்சியாளர்கள் நினைத்தால்கூட அதிகாரிகள் வர்க்கம் இதை ஆதரிக்காது. எப்போதுமே அதிகாரிகள் வர்க்கம் என்பது குறுக்கே போவதற்கென்றே பிறந்த பூனைகளைப் போல சங்கடத்தைக் கொண்டுவருபவர்கள்.

மத்திய அரசு இது மாநில அரசின் எல்லைக்குட்பட்டது என்பதைத் தெளிவாக உணர்த்திவிட்டது. மாநில அரசு என்ன செய்து கொண்டிருக்கிறது என்பதை எல்லோரும் 24/7 செய்தித் தொலைக்காட்சிகள் வழியாகப் பார்த்துக்கொண்டுதானே இருக்கிறோம். உள்ளே வெளியே மங்காத்தா ஆட்டம் நடைபெற்றுக் கொண்டிருக்கிறது. யார் யாருக்கு எந்தெந்தப் பசையான துறையை ஒதுக்குவது என கடுமையான பேச்சு வார்த்தைகள் நடந்து கொண்டிருக்கின்றன. இரட்டை இலையை மீட்பது என சும்மா ஒப்புக்குப் பேட்டி கொடுத்துக் கொண்டிருக்கின்றனர். வளம் கொழிக்கும் துறைகளை எங்களுக்குக் கொடுங்கள் என பலரும் முண்டியடிப்பதாலேயே பேச்சுவார்த்தைகளில் ப்ரேக் விழுந்து கொண்டிருக்கிறதே தவிர, மற்ற பிரச்சினைகள் அல்ல. மாநில அரசு கடந்த மூன்று வருடங்களாகவே எந்தவித முன்னேற்பாட்டு விவசாய நடவடிக்கைகளிலும் இறங்கவில்லை என்பதே உண்மை.

வரலாறு காணாத வறட்சி நிலவப் போகிறது என வானியல் வல்லுநர்கள் தொடர்ந்து கதறிக் கொண்டிருக்கின்றனர். பக்கத்தில் இருக்கும் தெலுங்கானாவிலும் ஆந்திராவிலும் ஏரி குளங்களை முன்னுணர்ந்து தூர்வாரி விட்டனர். தெலுங்கானா முதல்வர் சுமார் இருபதாயிரம் ஏரிகளுக்கும் மேல் ஒரே வருடத்தில் தூர் வாரியிருக்கிறார். ராணுவ நடவடிக்கைபோல கருதிக்கொண்டு மாநிலத்தின் அத்தனை துறைகளையும் களத்தில் இறக்கி இதைச் செய்து காட்டியிருக்கிறார். அதைவிட அதிசயம் என்னவென்றால், ஆந்திராவிலிருந்து தங்களுக்கு முறைவைத்துத் தரப்படும் கிருஷ்ணா ஆற்று நீர் தங்களுக்கு வேண்டாம் என்றும் அறிவித்திருக்கிறார். இது ஏதோ அமெரிக்காவிலோ ஆஸ்திரேலியாவிலோ நடந்தால்கூட பரவாயில்லை. நமக்குப் பக்கத்தில் இருக்கும் மாநிலத்தில்

நடைபெறும் இதுபோன்ற முயற்சிகளில் இருந்து பாடம் கற்றுக்கொள்ள தமிழக அரசு நிர்வாகம் முயற்சிக்கவே இல்லை. அமைச்சர்களும் மக்கள் பிரதிநிதிகளும் அப்போலோவில் குடியிருந்தார்கள் என்பது உண்மைதான். அதிகாரிகள் எங்கே போனார்கள்? அரசு நிர்வாகத்தை நடத்துவது அதிகாரிகள்தானே? நாங்கள் குளத்தைத் தூர்வாரப் போகிறோம் என்று கிளம்பினால், வேண்டாம் என்று எந்த அமைச்சர் கையைப் பிடித்துத் தடுக்கப் போகிறார்? உண்மையில் எல்லா தரப்பிற்கும் அக்கறையில்லை. இந்தச் சூழ்நிலையில் தமிழகத்தை விட்டுவிட்டு டெல்லியில் போய் போராடாமல் என்ன செய்வார்கள்?

வருடம்தோறும் விவசாயத்திற்குப் பிரச்சினை இருக்கிறது என்பது உண்மைதான். இப்போது மட்டும் என்ன புதிதாக வந்துவிட்டது என கேள்விகள் எழுகின்றன. ஜெயலலிதா மறைவிற்குப் பிறகு எல்லா துறைகளில் இருந்தும் மக்கள் போராட்டக் களத்திற்கு வந்து விட்டதைப்போல இந்த விஷயத்தையும் சுருக்கிப் புரிந்து கொள்ளக் கூடாது. உண்மையில் வரலாறு காணாத வறட்சி இங்கே நிலவுகிறது. சமீபத்தில் எங்களுடைய நிலத்தில் போர்வெல் போட்டபோது அதிர்ஷ்டவசமாக ஆயிரம் அடியில் நிலத்தடி நீர் கிடைத்தது. அந்தத் தண்ணீரைக் கண்டறிவதற்கே நான்கு இடங்களில் துளை போட வேண்டியிருந்தது. அய்யாக்கண்ணு இருபது ஏக்கர் நிலம் வைத்திருக் கிறார் என்பதால் அவர் பணக்கார விவசாயி என்று சொல்கிறார்கள்.

ஒரு இடத்தில் இருபது ஏக்கர் வைத்திருக்கிற விவசாயி ஒருத்தர் தன்னுடைய நிலத்தில் பதினைந்து இடங்களில் நிலத்தடி நீருக்காக போர்வெல் தோண்டியிருக்கிறார். ஒன்றில் மட்டுமே கொஞ்சமாகத் தண்ணீர் கிடைத்திருக்கிறது. இனி அவரிடம் இருபது ஏக்கர் இருந்தாலும் இரண்டு ஏக்கரில்கூட விவசாயம் செய்ய முடியாது என்பதுதான் நிதர்சனமான நிலைமை. தண்ணீருக்குப் பெயர் பெற்ற பொள்ளாச்சிப் பகுதிகளில் ஆயிரத்து இருநூறு அடி தோண்டியும் தண்ணீர் இல்லை என்கிற செய்திகளும் வருகின்றன. கடந்த வாரம் தன்னுடைய நிலத்தில் மூன்று இடங்களில் தோண்டியும் தண்ணீர் வராத சோகத்தில் விவசாயி ஒருத்தர் மாரடைப்பால் செத்துப் போயிருக்கிறார். இதற்கு முன்னர் இதே மாதிரி தண்ணீர் இல்லாத, கருகிய பயிர்களைக் கண்ட நிலையில் இருநூறுக்கும் மேற்பட்ட விவசாயிகள் தற்கொலை மற்றும் திடீர் மரணங்களைச் சந்தித்தனர். எல்லோரும் காதல் தோல்வியில் அரளி விதையை அரைத்துக் குடித்துவிட்டனர் என்று சொன்னாலும் ஆச்சரியப்படுவதற்கில்லை. தமிழகம் முழுக்க இதுதான் நிலைமை. எங்கேயும் தண்ணீர் இல்லை. தண்ணீர் வருவதற்கான வாய்ப்புகளும் வெகு தொலைவில்

இருக்கின்றன. மொட்டை வெய்யிலில் வானத்தை வெறித்துப் பார்த்துக் கொண்டிருக்க முடியுமா?

செடிகளுக்கு மனிதர்களுக்கு வருவதைப்போல அம்மை நோய் வந்திருக்கிறது என்று இந்தத் துறை சார்ந்தவர்கள் வர்ணிக்கிறார்கள். நீரில்லாமல் வருகின்ற குறைபாடு அது என்று விளக்குகிறார்கள். பழங்கள் செடியிலேயே காய்ந்து விடும். கொய்யா, மா, எலுமிச்சை என எல்லா செடிகளும் காய்ந்து கருகியிருக்கின்றன. திண்டுக்கல் பகுதிகளில் கொத்துக் கொத்தாக அத்தனை செடிகளும் நீரில்லாமல் கருகிவிட்டன. இன்னும் இரண்டு மாதங்களில் மிச்சமிருப்பவைகளும் கருகிவிடுமோ என்கிற பயத்தில் தினம்தோறும் கதறிக் கொண்டிருக்கின்றனர். ஒரு லோடு தண்ணீரின் விலை 3600 ரூபாய். பத்து ஏக்கர் நிலத்திற்குத் தினமும் பத்து லோடுகளாவது தேவைப்படும். தினமும் 36000 ரூபாய் செலவழித்து விவசாயம் பண்ணுகிற நிலையிலா விவசாயிகளின் நிலை இருக்கிறது சொல்லுங்கள்? நெல் உள்ளிட்ட பாரம்பரிய பயிர்களை விளைவிக்கும் விவசாயிகளின் நிலை இதைவிட கொடுமை என்பதையும் பதிவு செய்தாக வேண்டியிருக்கிறது. இந்த நிலையில்தான் விவசாயிகள் இப்போது களத்திற்கு வந்திருக்கின்றனர். எதிர்காலத்தில் எதிர் பார்க்கப்படும் பருவ மழைகள் சரியாகப் பெய்தால்தான் இந்த நிலை மாறும் என்று அந்தத் துறை சார்ந்தவர்கள் சொல்கிறார்கள்.

இப்போது சொன்னதெல்லாம் ஒரு தரப்பிற்கு வக்காலத்து வாங்கி இன்னொரு தரப்பை முன்னே நிறுத்தி குற்றம் சாட்டிய வகையிலானது. இந்தப் பிரச்சினை ஏன் வந்தது? இதில் மத்திய மாநில அரசுகளுக்குப் பங்கிருக்கிறது என்பதையும் மறுக்க முடியாது. உண்மையில் இந்தப் பிரச்சினை இப்படிப் பூதாகரமாக வெடித்ததற்கு விவசாயிகளும் காரணம்தான் என்பதை ஒரு விவசாயியாகச் சொல்கிறேன். அதனால்தான் ஆரம்பத்திலேயே இதை அனுபவக் குறிப்பு என்று சொன்னேன். நீர் மேலாண்மையில் விவசாயிகள் ஒரு சிறு துரும்பைக் கூட கிள்ளிப் போடவில்லை. சில இடங்களில் விதிவிலக்காக சில முயற்சிகளைச் செய்திருக்கலாம் என்பதையும் மறுக்க முடியாது. ஆனால் பெரும்பான்மை பற்றிதான் இந்த இடத்தில் சுட்டிக்காட்ட வேண்டியிருக்கிறது.

நூறுநாள் வேலைத் திட்டம் உண்மையிலேயே நல்ல திட்டம்தான். பொருளாதாரத்தில் நலிவடைந்த பிரிவிற்கு அரசே கொடுக்கும் உதவித் தொகை போன்ற திட்டம் அது என்பதில் சந்தேகமேயில்லை. அந்தச் சொற்பத் தொகையை வைத்துக்கொண்டு ரேஷன் அரிசி பொங்கிச் சாப்பிடும் ஏராளமான தாய்மார்களை பயணங்களில்

சந்தித்திருக்கிறேன். ஆனால் அந்தத் திட்டத்தால் ஏதேனும் பணிகள் நடந்தனவா? உண்மையில் கண்மாய்கள், ஏரி, குளங்களைத் தூர்வாருவதுதான் அந்தத் திட்டத்தின் முதன்மையான நோக்கம். அப்படி எங்காவது பெரியளவில் நடந்திருக்கிறதா என்பதை மனசாட்சியுடன் உற்றுப் பாருங்கள். இந்தத் திட்டத்தால் விவசாயத்திற்கான தொழிலாளர் தட்டுப்பாடு வந்தது தனிக் கதை. ஆக, விவசாயத்தையும் கெடுத்தது, விவசாயப் பணிகளுக்கும் உதவவில்லை அந்தத் திட்டம். தங்களுக்குக் கிடைத்த திட்டத்தின் வழியாக எந்தவித வேலைகளையும் பார்க்காமல் அரசுகளை மட்டும் குற்றம் சாட்டுவது சரியான போக்குதானா?

ஏரி, குளங்களை அரசு தூர்வாரவில்லை என்றால், இந்தத் திட்டத்தின் வழியாக எல்லோரும் சேர்ந்து செய்திருக்கலாமே? ஒரு சில இடங்களில் அப்படிச் செய்தும் இருக்கிறார்களே? ஆனால் அதையெல்லாம் செய்யவில்லை. சொட்டு நீர்ப் பாசன வாய்ப்புகளை ஏற்படுத்தித் தர அரசு மானியம் தருகிறது. பண்ணைக் குட்டைகளைத் தங்களுடைய நிலங்களில் தோண்டித் தருவதற்கு அரசு மானியம் தருகிறது. சில இடங்களில் பதிவு செய்தால் இலவசமாகவே வந்து தோண்டித் தருகிறார்கள். நாமே தோண்டினால்கூட எடுக்கிற மண்ணிற்கு காசு தருவதற்கும் ஆட்கள் இருக்கிறார்கள். ஆனாலும் இதையெல்லாம் செய்யவில்லை. பொதுவாகவே தமிழக விவசாயிகளை நெருங்கிப் பார்த்தால், நிலத்தோடு போராடும் குணத்தை அவர்கள் மெல்ல மெல்ல கைவிட்டு வருகின்றனரோ என்கிற சந்தேகமும் அச்சமும் நிலவுகிறது. விவசாய நிலங்களின் பரப்பு சுருங்கிக்கொண்டே வருவதற்குப் பல காரணங்கள் இருக்கின்றன. வெளியில் இருந்து வரும் அழுத்தங்கள் நிறைய இருக்கின்றன. ஆனால் அடிப்படையான இந்த மனநிலை மாற்றத்தைப் பதிவு செய்வதற்கு சற்றுச் சங்கடமாகதான் இருக்கிறது. விவசாயிகள் என்றால் எதையும் எதிர்த்துப் பேசவே கூடாது என்கிற நிலை இருப்பது உண்மையில் நல்லதில்லை.

எந்தத் தொழிலில் பிரச்சினை இல்லை என்று சொல்லுங்கள். எனக்குத் தெரிந்த நண்பர் ஒருத்தர் பால் கம்பெனி நடத்துகிறார். போகிற இடத்தில் எல்லாம் ஏமாற்றுகிறார்கள். இருபது பால் பாக்கெட்டுகளை ஒரு கடையில் போட்டால் பத்து பாக்கெட் பால் கெட்டுவிட்டது என கூசாமல் பொய் சொல்கிறார்கள் என ஒப்பாரி வைத்தார். கடலில் எண்ணெய் கொட்டிய விவகாரத்தினால் எழுந்த பயத்தின் காரணமாக கடந்த இரண்டு மாதங்களாக மீன் வியாபாரம் அடியோடு படுத்துவிட்டது. பத்தாயிரம் ரூபாய்க்கு விற்றுக் கொண்டிருந்த இடத்தில் வெறும் முன்னூறு ரூபாய்க்கு வியாபாரம்

ஆனது. இப்படிச் சொல்லிக்கொண்டே போனால், தமிழகத்தில் எல்லா தொழில்களும் ஏதாவது ஒரு கட்டத்தில் பெருஞ்சிக்கல் களைச் சந்தித்துக் கொண்டுதான் இருக்கின்றன. எல்லோரும் விவசாயிகளைப்போல புலம்புகிறோம். கதறக்கூட செய்கிறோம். அதேசமயம் வேறு வழியில்லாமல் மாற்று ஏற்பாடுகளை அதே தொழில்களுக்குள்ளேயே கண்டுபிடித்து நகர்கிறோம் என்பதைச் சுட்டிக்காட்ட வேண்டியிருக்கிறது.

விவசாயத் துறையில் அது நிகழ்கிறதா என்று கேட்டால், ஒரு பத்து சதவிகிதம் நிகழ்கிறது என்றுதான் தயக்கமாகச் சொல்ல வேண்டி யிருக்கிறது. இடையில் மஹாராஷ்டிரா மாநிலத்தில் உள்ள பீஜாப்பூர் வரை பயணம் செய்து அங்குள்ள விவசாயிகளைச் சந்தித்தபோது புதிய திறப்புகளைக் காண முடிந்தது. சொட்டு நீர்ப் பாசனம் வழியாக அவர்கள் நிலத்தோடு இன்னமும் மூர்க்கமாகப் போராடிப் பலன்களைப் பெற்றுக் கொண்டிருக்கின்றனர். சரளைக் கல் இருக்கிற நிலத்தைத் தமிழகத்தில் சீந்தக்கூட மாட்டார்கள். ஆனால் அங்கே அந்த நிலத்தில் மாதுளைச் செடிகளை சொட்டு நீர்ப் பாசனம் வழியாக மிகச் சிறப்பாக வளர்த்தெடுக்கிறார்கள். இங்கேயும் அது மாதிரியான நிலை வரவேண்டும் என்பதுதான் எதிர்பார்ப்பாக இருக்கிறது.

தமிழ்நாட்டில் விவசாயிகளுக்கு ஆயிரம் சிக்கல்கள் இருக்கின்றன என்பது உண்மைதான். அதேசமயம் விவசாயத்திலிருந்து விலகும் இந்த மனநிலைதான் மிக ஆபத்தான சிக்கல் என்பேன். விவசாயத்தின் மீது நம்பிக்கை இழப்பது, நிலத்தோடு போராடும் குணத்தை மெல்ல மெல்ல இழப்பது ஆகிய இரண்டு காரணிகள் மிக முக்கியமானவை. இந்த இரண்டு மனநிலைக்குக் காரணம் அரசுகள் மட்டுமல்ல என்பதை எப்போது ஒத்துக்கொள்கிறோமோ அப்போது செழிப்பின் வாசனை எல்லா நிலங்களிலும் பரவக்கூடும்.

# 16

## ஊர் வாயில் விழக் கூடாதா?

பரபரப்பான அரசியல் விவாதங்களுக்குப் பெயர் பெற்ற தந்தி டீவியின் கேள்விக்கென்ன பதில் நிகழ்ச்சியில், சிவகார்த்தி கேயனுக்கு என்ன வேலை, இது பொதுவான அரசியல் நிகழ்ச்சி தானே என்று சொல்லக்கூடும். ஆனால் இதற்கு முன்னர் இப்படி ஏதேனும் நடிகர்கள் அந்நிகழ்ச்சியில் அணிவகுத்திருக்கின்றனரா என்கிற கேள்வியைக் கேட்டுப் பார்த்தால், இதற்குப் பின்னால் உள்ள முடிச்சுகளும் திரைத் துறையில் ஏற்படத் துடிக்கும் உடைப்புகளும் தெரியவரும். கிட்டதட்ட சிவகார்த்திகேயன் சம்பந்தப்பட்ட அந்த நிகழ்ச்சியும்கூட ஒரு தவிர்க்கவே இயலாத அரசியல் நிகழ்ச்சிதான். தந்தி டீவி மட்டுமல்ல, அந்த வாரத்தில் ஊடகங்கள் அனைத்தும் சிவகார்த்திகேயனை விரட்டின. அவர் வாயிலிருந்து அவை நிறைய சங்கதிகளையெல்லாம் பிடுங்க வேண்டுமென எதிர்பார்க்கவில்லை. ஊடகங்களுக்குத் தேவை அந்த ஒற்றை வார்த்தை. ஆனால் அந்த ஒற்றை வார்த்தை கொண்ட அந்தப் பெயரை அவர் உச்சரிக்கவே இல்லை. அவர் பாணியில், அவரைக் கேள்வி கேட்பவர்களின் பாணியில் சொல்வதென்றால், அந்த வார்த்தை ஏறிவந்த ஏணி. ஏறிவந்த ஏணி யார் என்பதை எல்லோரும் புரிந்து கொண்டார்கள். அதில் யாருக்கும் சந்தேகங்கள் இல்லை. கோடம்பாக்கத்தில் போய் நின்றுகொண்டு அந்த ஏறிவந்த ஏணி யார் என்று கேட்டால் சின்னக் குழந்தைகள்கூட சொல்லிவிடும். ஆனால் எதற்காக வெளிப்படை யாகப் பேசாமல் பூடகமாகப் பேசுகிறார்கள் என்பதில்தான் இந்த சினிமா உலக வணிகச் சூத்திரங்கள் அடங்கியிருக்கின்றன.

பொதுவாகவே தமிழ் சினிமாவை கோடம்பாக்க சினிமா, ஆழ்வார் பேட்டை சினிமா என முன்பெல்லாம் பிரிப்பார்கள். இப்போது அப்படியான பிரிவுகள் கிடையாது என்றாலும், அந்தப் பிரிவுகள் முன்பு வகித்து வந்த பொதுக் குணங்கள் இன்னும் நீடிக்கின்றன. அவை வேறொரு வடிவத்தில் இருக்கின்றன. பலம் பொருந்திய பின்னணியில் இருந்து சினிமாத் துறைக்கு வரும் நபர்களுக்கு இதுமாதிரியான பிரச்சினைகள் எப்போதும் வருவதில்லை. பீப் பாடலைக்கூட பாடிவிட்டோ, இசையமைத்துவிட்டோ அடுத்த சில மாதங்களில் அதிலிருந்து தப்பித்துவிடலாம். ஆனால் எந்தவிதப் பின்புலங்களும் இல்லாமல் இந்தத் துறையில் அடியெடுத்து வைப்பவர்களுக்குதான் இத்தகைய பிரச்சினைகள் அணிவகுத்து நிற்கின்றன. சினிமா வரலாறு நெடுக இதுமாதிரி ஒருநூறு சம்பவங்களை அடுக்கலாம். அஜீத் என்கிற ஒரு நபரை மிரட்டி காசு வாங்கலாம். விஜய் சேதுபதி என்கிற நபரை மிரட்டி காசு வாங்கலாம். ஏன் இப்போது நடிகர் சங்கச் செயலாளராக இருக்கும் நடிகர் விஷால்கூட தானும் அப்படியான பிரச்சினைகளைச் சந்தித்ததாகச் சொல்லியிருக்கிறாரே? மிரட்டல் என்றால் தெருவோரத்தில் கத்தியைப் போட்டு காசைப் பிடுங்குவது போலல்ல. இது ஒருவகை யான நூதனமான மிரட்டல். பிடிக்காத காதலியிடம் போய் முகத்தில் ஆசிட் அடித்துவிடுவேன் என்று சொல்வதைப்போல நுணுக்கமான மிரட்டல். அந்த வகை மிரட்டல்களை தனியாக இந்தத் துறையில் நுழைந்த இளைஞர்கள் பலரும் அனுபவித்திருக்கிறார்கள். ஏன் ஏறி வந்த ஏணிகளும்கூட இந்த வகை மிரட்டல்களுக்கு ஆளானவர்கள் தான். இப்போது ஆழ்வார்பேட்டை கிளப்பில் சேர்ந்துவிட்டதால், இந்த மிரட்டல்கள் மட்டுப்பட்டிருக்கின்றன. ஏறிவந்த ஏணியின் அண்ணனும்கூட இந்த வகை மிரட்டல்களுக்குப் பயந்து சொத்தை விற்றவர்தானே? தன்னுடைய அப்பா பெயரில் படத்தை வெளியிட்டுத் துவங்கிய அவர் வாழ்வு, அவர் மனைவியின் பெயரில் படத்தை வெளியிடும் இக்கட்டான கட்டத்தில் வந்து நின்றிருப்பதை யும் சுட்டிக் காட்டியாக வேண்டியிருக்கிறது.

எதற்காக இந்த நூதன மிரட்டல்கள் என்கிற கேள்வியைக் கேட்டால், சுதந்திரமான வணிகம் என்பதுதான் பதிலாக வந்து விழும். எல்லா துறைகளைப் போலவே சினிமாத் துறையும் சுதந்திரமான வணிகத்திற்குத் தயாராகிவிட்டது. பாரம்பரிய வணிக முறைகள் மெல்ல புழக்கத்திற்கு இல்லாமல் போய்க் கொண்டிருக்கின்றன. தயாரிப்பாளர் - விநியோகஸ்தர் - தியேட்டர் அதிபர்கள் என ஒரு முறையான சங்கிலி இருந்தது. ஒருகாலத்தில் இந்த வியாபாரச் சங்கிலியை உயிரைக் கொடுத்துக் காப்பாற்றிக் கொண்டிருந்தனர்.

தமிழ் சினிமாவின் கமர்ஷியல் முகமாகவும் தமிழகத்தின் அரசியல் முகமாகவும் இருந்த எம்.ஜி.ஆருக்கே இங்கே முதலாளிகள் இருந்தார்கள். அடுத்துவந்த ரஜினி, கமல் ஆகியோரும்கூட கையைக் கட்டிக்கொண்டு நிற்காவிட்டாலும், அருகில் கால்மேல் கால் போட்டு அமர கொஞ்சம் கூச்சப்பட்டார்கள். அப்போது முதலாளி களும்கூட அவரவர்க்கான நியாய தர்மங்களுடன் நடந்துகொண்டனர். ஆனால் நிலைமை இப்போது மாறிவிட்டது. உலகளாவிய சந்தையை உள்ளடக்கிய நியாயமான வணிகத்திற்கு முதலாளிகளும் தயாராக இல்லை. இந்தக் கண்ணியில் இருக்கிற கடைசித் தொடர்பான தியேட்டர் அதிபர்களும்கூட தயாராக இல்லை. முன்னூறு பேர் அமர்ந்து பார்க்கிற சினிமாக் காட்சியில் வெறும் முப்பது பேர் வந்ததாகக் கணக்குக் காட்ட ஆரம்பித்துவிட்டார்கள்.

கடந்த இருபது வருடங்களில் இந்தத் துறை மெல்ல மெல்ல சீரழிந்திருக்கிறது. பணம் இருப்பவர்கள் யார் வேண்டுமானாலும் படம் எடுத்துவிட முடியும் என்கிற நிலை உருவாகியிருக்கிறது. சந்தை மதிப்புமிக்க ஒரு கதாநாயகனின் கால்ஷீட் இருக்கிறதென்றால் கோடிகளைக் கொட்டிக் கொடுக்க வட்டிக்கு விடுபவர்கள் தயாராகவே இருக்கிறார்கள். வட நாட்டுப் பணம் மட்டுமல்ல, திராவிடப் பணமும் இங்கே கொட்டிக் கிடக்கிறது. ஒவ்வொருவரும் தங்களது கறுப்புப் பணத்தைப் பாதுகாத்து இரட்டிப்பாக்கித் தர முகவர்களை வைத்திருக்கிறார்கள். அந்த முகவர்கள் தங்களைத் தயாரிப்பாளர்கள் என்று அழைத்துக் கொள்கிறார்கள். பாரம்பரிய தயாரிப்பாளர்களான ஏ.வி.எம் போன்றவர்கள் வேறு வழியில்லாமல் ஒதுங்கி நின்று கைகட்டி வேடிக்கை பார்க்கின்றனர். இந்த முகவர்கள் கொடுக்கும் அழுத்தத்தின் நீட்சிதான் சிவகார்த்திகேயன் சம்பவம். அந்தப் பேட்டியில் சிவகார்த்திகேயன் தெளிவாக ஒரு விஷயத்தைச் சுட்டிக் காட்டுகிறார். "நான் படம் பண்ணித் தர மாட்டேன் என்று சொல்லவில்லை. யார் இயக்குநர், என்ன கதை, என்ன பட்ஜெட் என எந்த விவரமும் இல்லாமல் எப்படி நடிக்க ஒத்துக்கொள்வது? எனக்கென்று ஒரு சந்தை உருவாகிவிட்டதல்லவா'' என எதிர்க் கேள்வி எழுப்பினார் சிவகார்த்திகேயன். கதை யாருக்குத் தேவை? பூஜை போட்ட அடுத்த நாளே அறுபது கோடி ரூபாய்க்கு படத்தை விற்றுவிட முடியும் என்பதால்தானே கழுத்தில் கத்தி வைக்கிறார்கள்.

பாரம்பரிய வணிகத்தை ஓரங்கட்டினாலும் இந்தச் சுதந்திர வணிகத்தில் சில நல் உபயங்களும் உண்டு. நமக்கான வணிகத்தை நாமே பார்த்துக்கொள்ள முடியும். நமக்கான சந்தையை நாமே உருவாக்கிக்கொள்ள முடியும். சிவகார்த்திகேயன் போன்ற இளைஞர்கள் மற்ற துறைகளைப்போல சினிமாத் துறையிலும்

அதைதான் செய்ய நினைக்கிறார்கள். அது பாரம்பரிய தயாரிப்பாளர் களை விட இந்த முகவர்களுக்கு எரிச்சலூட்டுகிறது. ஆசிட் வீசுவது போல் இல்லாவிட்டாலும், அவர்கள் தங்களுக்குப் பழக்கமான முறையில் மிரட்டத் துவங்குகின்றனர். இந்த மாதிரியான சூழலைப் பயன்படுத்தி ஏறி வந்த ஏணிகள் தாங்கள் ஏற்றி வைத்த கலைஞனைக் கீழே தள்ள முயற்சிக்கின்றன. இதுதான் இதன் பின்னணி நிலவரம்.

எதற்குச் சுற்றி வளைத்துப் பேசவேண்டும்? நேரடியாகவே விஷயத்திற்கு வந்துவிடலாம். சிவகார்த்திகேயனுக்கு வாய்ப்பு தந்து மேலேற்றி விட்டவர் நடிகர் தனுஷ். நடிகர் தனுஷை மேலேற்றி விட்டவர் அவருடைய அப்பா கஸ்தூரி ராஜா. அப்பா கஸ்தூரி ராஜாவிடம் பழைய நன்றிக் கடனோடு தனுஷ் இருக்கிறாரா என்ன? அப்பா மகன் என்கிற உறவில் யாரும் நுழைய முடியாது. அதை விட்டு விடலாம். இயக்குநர் நடிகர் என்கிற உறவை தனுஷ் மேற்கொண்டு மேலெடுத்துச் செல்ல விரும்பவில்லையே ஏன்? அதைதான் சிவகார்த்திகேயன் செய்ய நினைக்கிறார். அவர் விட்டு விடுதலையாகி சுதந்திரமாகப் பறக்க நினைக்கிறார். அவர் தனியாகத் தன்னுடைய கடையைப் போட விரும்புகிறார். பார்ட்டிகளில் தனிக் கடை போட்ட ஒருத்தனை பழைய முதலாளி, போய் தண்ணீர் எடுத்துக்கொண்டு வா என்று சொல்வதை யார்தான் ரசிப்பார்கள்? அந்தப் பேட்டியில் சிவகார்த்திகேயன் சங்கடத்துடன் இந்த விஷயத்தைதான் வெளிக்காட்டுகிறார். ''அதுக்காக அவங்க சொல்றது எல்லாத்தயும் எப்படிக் கேட்க முடியும்? நம்ம என்ன சொன்னாலும் கேட்பான், நம்ம கஸ்டடிலதான் இருக்கான் என எல்லார்ட்டயும் சொல்லிக் கிட்டு இருக்காங்க'' என துல்லியமாக அதை நினைவுகூர்கிறார். இங்கேதான் சிக்கல் ஆரம்பமாகிறது. தனித்துச் சுதந்திரமாகச் செயல்பட வேண்டும் என்கிற வேட்கை இல்லாத கலைஞர்கள் இருக்க முடியாது. பழைய முதலாளிகள் என்கிற தோரணையில் இப்போது இங்கே யாரையும் அடக்கி வைக்க முடியாது. காலம் மாறிவிட்டது என்பதைப் புரிந்து கொண்டதாலேயே ஏ.வி.எம் போன்றவர்கள் ஒதுங்கி நின்று வேடிக்கை பார்க்கின்றனர்.

சரியாகச் சொல்ல வேண்டுமெனில், பெரும் முதலாளிகள் கோலோச்சிய இந்தத் துறை இப்போது, அந்த முதலாளிகளின் வார்த்தைகளிலேயே சொல்ல வேண்டுமெனில் தலைப்பிரட்டை களின் கைகளில் சிக்கிக் கொண்டிருக்கிறது. பெரிய தலைகளை யெல்லாம் விட்டு விடுங்கள். இப்போது வந்த சின்ன தலைகளைதான் நான் சொல்கிறேன். இவர்கள் பார்ட்டி பண்ணுவதைப்போல சினிமாவைத் தயாரிக்க நினைக்கிறார்கள். இந்தச் சந்தையைக் கைக்குள் வைத்துக்கொள்ள நினைக்கிறார்கள். நானே ராஜா, நானே

சந்தை என்கிற மனநிலைக்கு நகர்ந்திருக்கின்றனர். குடியும் கூத்துமாய் எப்படி ஒரு தொழில் விளங்கும் என பழைய ஆட்கள் கேட்கிறார்கள். பழைய ஆட்கள் எழுப்பும் நியாயமான குரல்களைப் பற்றிய கவலைகள் இல்லாத இவர்கள் பார்ட்டிகளில் அடித்துக் கொள்வதைப்போல, இந்தத் துறை சார்ந்த வணிகத்திலும் அடித்துக் கொள்கிறார்கள். ஒன்றுகூடி திருட்டுத்தனங்களையும் இந்தத் துறைக்குள்ளாகவே செய்து கொள்கிறார்கள். உதாரணத்திற்கு பீப் சாங் சம்பவத்தையே எடுத்துக்கொள்வோம். அனிருத்தான் இசையமைத்தார் என முதலில் சொன்னார்கள். நான் இசையமைக்கவே இல்லை என அனிருத் சொன்னார். இரண்டு பேரும் அந்த நேரத்தில் அமைதி காத்துவிட்டு இப்போது சேர்ந்து கொள்ளவில்லையா? இறுக்கமான நட்பை இதுபோன்ற சம்பவங்களில் வெளிக்காட்டும் அவர்கள் சில நேரங்களில் இதே வேகத்தோடு வெறுப்பையும் வெளிக்காட்டுகிறார்கள். சிவகார்த்திகேயன் என்னுடைய தம்பி என இதே வாயால் சொன்னவர்தானே தனுஷ். இப்போது என்ன வந்து விட்டது? ஏனெனில் அந்தத் தம்பி தனுஷ் என்கிற அண்ணன் தனக்காக உருவாக்கி வைத்திருக்கும் டெரிட்டரியை கபளீகரம் செய்யத் துவங்கி விட்டார். காட்டில் ஒவ்வொரு புலிக்கும் 45 சதுர கிலோ மீட்டர் டெரிட்டரி உண்டு. ஒரு புலியின் பிரதேசத்திற்குள் இன்னொரு புலி நுழையாது. ஆனால் சினிமா காட்டைப்போல அல்லவே? உங்களிடமிருந்து கிளம்பி வந்த இளைஞன் என்கிற பிம்பத்தை சிவகார்த்திகேயன் தட்டிப் பறிக்க விழைகிறார். அதில் ஓரளவு வெற்றியும் பெற்றிருக்கிறார். இந்தப் பிம்பத்திலிருந்து விலகி ஆழ்வார் பேட்டை கிளப் பக்கமாய் ஒதுங்கி மேல் நோக்கி நகர நினைத்தார் தனுஷ். ஆனால் அது மேற்கொண்டு நகர முடியாத முட்டுச் சந்து என புரிந்துகொண்டார். இப்போது திரும்பிப் பார்த்தால் தான் வளர்த்துவிட்ட தம்பி, தான் புறப்பட்ட இடத்தில் நின்று கொண்டிருக்கிறார். அது அவருக்குப் பிடிக்கவில்லை. பதற்றமாகிறார். பார்ட்டிகளில் பண்ணுவதைப்போல சில்லுண்டி வேலைகளைச் செய்யத் துவங்குகிறார். இவரும் அண்ணனை வெளிப்படையாகப் பகைத்துக்கொள்ள முடியாது என்பதால், கண்ணைக் கசக்குகிறார். ஒப்பாரி வைக்கிறார். சில சமயங்களில் சவால் விடுகிறார்.

இருவரும் இன்னொரு பார்ட்டியில் சேர்ந்து கட்டிப் பிடித்து அழும் காட்சிகளைக்கூட தமிழகம் பார்ப்பதற்கு எதிர்காலத்தில் வாய்ப்பு இருக்கிறது. இந்தக் காலத்து இளைஞர்களின் இயல்பு அதுதான். வெறுப்பைக் கக்குகிற வேகத்தில் உடனடியாக அளவுகடந்த அன்பையும் கக்குவார்கள். ஆனால் அந்த இளைஞர்களைத் தங்களது இயல்புப்படி நடந்துகொள்வதற்கு இந்த முகவர்கள்

அனுமதிப்பதில்லை என்பதுதான் இப்போதைய சிக்கல். இந்தப் பிரிவின், இந்தத் தேவையில்லாத மோதல்களின் வழியாக அவர்கள் சுளையான வியாபாரத்தை நடத்தத் திட்டமிடுகின்றனர். அதற்கு இவர்கள் பலியாகியிருக்கின்றனர். அதைதான் நடந்த அத்தனை சம்பவங்களும் உறுதிப்படுத்துகின்றன. என்னளவில் இதை இப்படிதான் புரிந்து கொள்கிறேன். இதில் தவறுகளும் இருக்கலாம். ஏறிவந்த ஏணிபோல் இல்லாமல், நான் புரிந்துகொண்ட விதத்தில் தவறிருந்தால் என்னை மன்னியுங்கள்.

இதில் இன்னொரு விஷயத்தையும் சுட்டிக்காட்ட விரும்புகிறேன். சிவகார்த்திகேயன் சர்ச்சையின்போது முகநூலை மேய்ந்தபோது, அவருக்கு ஆதரவு அளித்தவர்களை விட எதிர்த்தவர்களே அதிகம். ரெமோ என்கிற படம் பெண்களுக்கு எதிராகப் பேசுகிறது என்கிற ஒரு காரணம் மட்டும் இதற்குப் பின்னணியாக இருக்க முடியாது என்றுதான் தோன்றுகிறது. காரணம் என நான் புரிந்துகொண்டது இதுதான். சிவகார்த்திகேயனும் தான் ஏறி வந்த ஏணியான அவர் புறப்பட்டு வந்த இடத்தை மறந்துவிட்டு தனுஷ்போல அந்தக் கிளப்பின் முட்டுச் சந்தில் நிற்கப் பிரயத்தனப்படுகிறாரோ என்கிற கேள்வி எல்லோருக்குள்ளும் இருக்கிறது. ‘நம்ம பையன்ப்பா. நாசமாயிடக்கூடாதுல்ல’ என ஊர்ப்பக்கம் சொல்வதைப் போலவான ஒரு மனநிலை இந்த வெறுப்பிற்குப் பின்னால் செயல்படுகிறதோ என்கிற சந்தேகமும் எனக்கு உண்டு. நியாயமாய் இந்த நேரத்தில் சிவகார்த்திகேயனுக்காக அவன் புறப்பட்டு வந்த இடத்தில் இருக்கும் நியாயவான்கள் கொதித்து எழுந்திருக்க வேண்டும். ஏன் எழவில்லை? அவர்களுக்கு இந்தத் துறையில் சிவகார்த்திகேயன் உள்ளிட்டவர்கள் இயங்கும் விதத்தில் சந்தேகங்கள் இருக்கின்றன. அதனால் மக்களும் ஏ.வி.எம்.மைப்போல ஒதுங்கி நின்று கை கட்டி இந்தச் சம்பவத்தை வேடிக்கை பார்க்கின்றனர். தன் மீது ஆதரவை விட வெறுப்பு அதிகமாக ஏன் இருக்கிறது என்பதை சிவகார்த்தி கேயன்தான் ஆஸ்திரேலியா மாதிரி எங்கேயாவது போய் அமர்ந்து கொண்டு சிந்தித்துப் பார்க்க வேண்டும். ஏனெனில் திருச்சியில் நிறைய வெய்யில் அடிக்கும் என சிவகார்த்திகேயன் நினைக்கக்கூடும். அவர் அப்படி நினைப்பதற்கான வாய்ப்புகளும் இருப்பதாகவே மக்கள் சந்தேகிக்கிறார்கள். அவர் அப்படிதான் தன்னை வெளிக்காட்டிக் கொண்டிருக்கிறாரோ என்கிற சந்தேகம் எனக்கும் இருக்கிறது. மக்கள் செல்வன் என விஜய் சேதுபதி வீட்டின் சமையலறை வரை வருவதற்கான சுதந்திரத்தைப் பெற்றுவிட்ட நிலையில், சிவகார்த்தி கேயன் குறித்து இப்படிதான் நினைக்கத் தோன்றுகிறது. சிவகார்த்தி கேயன்தான் தன்னுடைய அடுத்த நகர்வுகளைச் சிந்திக்க வேண்டும்.

ஏனெனில் இந்தத் தலைமுறை இளைஞர்களுக்கு அறிவுரைகள் பிடிப்பதில்லை. நான் சேட்டை செய்யும் போதெல்லாம் என்னுடைய அப்பத்தா அடிக்கடி இப்படிச் சொல்லும். "யார் கண்ணயும் உறுத்தாம இருக்கணும்டா. அதுமாதிரி ஊர் வாயிலயும் விழக்கூடாது." ஆனால் இந்தத் துறையில் நல்லதாகவோ கெட்டதாகவோ ஊர் வாயில் விழுந்துகொண்டே இருக்கவேண்டும் என்றுதான் இந்த பார்ட்டி பாய்ஸ் நினைக்கிறார்கள். அதுதான் அவர்கள் கற்றுக்கொண்ட சினிமா என்கிறபோது, அதைக் கேள்விக்குட்படுத்துவதில் எந்தப் பயனும் இல்லை.

# 17

## தை வசந்தம்

அரபு வசந்தம் என்றெல்லாம் உலகில் முகநூல் வழியாக இளைஞர்கள் கூடிப் போராடிய பல்வேறு புரட்சிகளைப் பற்றிச் சொல்வார்கள். இங்கேயும் அப்படி நடக்குமா என ஏங்கியிருந்தவர்கள் ஏராளம். இங்கே நடக்கவே நடக்காது என எதிர்மறையாகச் சத்தியம் செய்தவர்கள் ஏராளம். பொதுவாகவே 90களுக்குப் பிந்தைய தலைமுறைக்கு அரசியல் ஆர்வமோ போராடும் உத்வேகமோ இருப்பதில்லை என ஒரு குற்றச்சாட்டு தொடர்ந்து முன்வைக்கப் பட்டு வருகிறது. தமிழ்நாட்டைப் பொறுத்தவரை அவர்கள் எதற்காகவும் இது மாதிரி அலைகடலென ஒன்று கூடியதில்லை.

தமிழ்நாட்டு இளைஞர்கள் மதத்தால், இனத்தால், வாழ்க்கை முறைகளால், சாதியால் பிரிந்து கிடந்தார்கள் என்பதுதான் நிஜம். இன்னமும் தென்மாவட்டங்களில் குருபூஜைகளுக்கு தலையில் கலர் கலரான பட்டைகளைக் கட்டிக்கொண்டு வாகனங்களில் விரைகிறவர் களெல்லாம் யார்? இளைஞர்களா? முதியவர்களா? இன்னமும் தென் மாவட்ட பள்ளி கல்லூரிகளில் வெவ்வேறு சாதிகளைச் சேர்ந்தவர்கள் தனித் தனியாகதான் தம்மடிக்கப் போகிறார்கள். மேற்கு மண்டலத்தில் தங்களது சாதியைச் சேர்ந்த பெண்களைக் காதலிப்பவர் களை மாறுகால் மாறுகை வாங்குபவர்கள் யார்? வடமாவட்டங் களில் குடிசைகளைக் கொளுத்தியபோது உடன் இளைஞர்கள் ஒருத்தர்கூட இல்லையா? நேர்மையாகச் சொன்னால் சாதியை முன்னிறுத்தும் அரசியலின் பின்னால் அணிதிரள்வதும் இந்த இளைஞர்கள்தான். துண்டு துண்டாக சாதிகளின் நிமித்தமாக மற்றும்

இன்னபிற கொண்டாட்டங்களின் நிமித்தமாக மட்டுமே ஒன்றிணைந்து வந்தவர்கள், இவை தாண்டிய ஒரு பொதுக்காரியத்திற்காக ஒன்று திரண்டார்கள். அதனால்தான் இது வரலாறாகவும் இருக்கிறது. அவர்களை ஒன்றிணைக்கும் ஒரு புள்ளிக்காகக் காத்திருந்தார்களோ என இப்போது எண்ணத் தோன்றுகிறது. ஒரு சின்ன நகர்ப்புற உதாரணத்தைச் சொல்ல வேண்டுமெனில், பெசன்ட் நகர் கடற்கரையில் கூடும் வர்க்கத்தைச் சேர்ந்த இளைஞர்கள் மெரீனா பக்கம் தலை வைத்துக்கூட பார்க்க மாட்டார்கள். மெரீனாவை அவர்கள் வெறுப்பதற்கும் பல காரணங்கள் இருக்கின்றன. பெசன்ட் நகர் இளைஞர்களைப் பொறுத்த வரை மெரீனா என்றால் அழுக்கு. மெரீனா என்றால் இளக்காரம். மெரீனா என்றால் அவர்களைப் பொறுத்தவரை சி சென்டர்.

சென்னை கடற்கரையிலேயே இப்படிப் பிரிவுகள் இருப்பதுபோல அலங்காநல்லூரிலும்கூட இருக்கிறது. அந்த ஊருக்குப் பக்கத்து மாவட்டங்களில் இருக்கும் இளைஞர்கள்கூட அலங்காநல்லூருக்கு இதுவரை போயிருக்க மாட்டார்கள். ஜல்லிக்கட்டைப் பார்த்தேயிராத தலைமுறை சென்னை போன்ற நகரங்களில் மட்டுமல்ல, அலங்காநல்லூருக்கு அருகில் இருக்கிற ஊர்களில்கூட இருக்கின்றது. நான் கோவில்பட்டி பிராந்தியத்தில் வளர்ந்தவன். என் வாழ்க்கையில் நான் ஜல்லிக்கட்டைப் பார்த்ததே கிடையாது. ஆனால் இந்தப் போராட்டத்திற்கு ஆரம்பத்திலிருந்தே ஆதரவாக இருக்கவேண்டும் என உள்ளுணர்வு உந்தித் தள்ளியது. அதைப்போலதான் ஜல்லிக்கட்டு நடக்கும் வாடிவாசலைத் தொட்டாவது பார்த்துவிட வேண்டுமென்கிற உணர்வோடு இளைஞர்கள் படை அலங்காநல்லூரிலும் மெரீனாவிலும் தற்போது குவிந்தது எப்படி? அதுதான் இந்த தை வசந்தம் கொடுத்த நல்ல மகசூல்.

ஆஸ்திரேலியாவில் வேலை பார்க்கும் இளைஞர் ஒருவர், வாடிவாசலைத் தொட்டுப் பார்க்க, புத்தம் புதிய சந்தை மதிப்பு மிக்க காரில் வந்து இறங்குகிறார். ஓட்டை உடைசலான தன்னுடைய இருசக்கர வாகனத்தில் வந்து இறங்குகிறார் இன்னொரு இளைஞர். பொருளாதார ரீதியிலும் சமூகக் கட்டுமான ரீதியிலும் நேரெதிரான வாழ்க்கைச் சூழலில் இருக்கும் இளைஞர்கள் சந்திக்கும் புள்ளியாக இந்தப் போராட்டக் களங்கள் மாறின. அலங்காநல்லூரும் மெரீனாவும் ஒட்டுமொத்த தமிழகத்திற்கான குறியீடுகள். இந்த இரண்டு ஊர் மட்டுமல்ல தமிழகத்தை சாலைப் பயணமாகக் கடந்தபோது எல்லா ஊர்களிலும் இதே மாதிரியாகவே காட்சியைப் பார்க்க முடிந்தது. பெண்கள் குழந்தைகளோடு களத்தில் நின்றார்கள். பாலின சமத்துவத்தோடு எல்லா வயதுப் பெண்களும் களத்தில் இருந்தார்கள்.

வழக்கமாக பொதுக் காரியங்களில் தலையை நுழைக்கும் இளைஞர்களை, வீட்டில் உள்ள பெண்கள்தான் எதற்கு வேண்டாத வேலை என்று கண்டிப்பார்கள். மதினிமார்கள் நாசுக்காக 'என்ன மச்சினரே, நமக்கு தேவையா அது' என எடுத்துச் சொல்வார்கள். இப்போது அவர்களே முந்திக்கொண்டு களத்தில் இறங்கிவிட்டனர். உண்மையைச் சொன்னால், வீட்டில் சும்மா ஒரு இளைஞனாலும் படுத்திருக்க முடியாது. வீட்டில் உள்ளவர்களே போராட்டத்திற்குப் போவென சொல்லி விரட்டி விட்டிருப்பார்கள்.

பெண்கள், தாய்மார்கள் மத்தியில் முன்னாள் முதல்வர் ஜெ.ஜெயலலிதா மறைவிற்குப் பிறகு இனம்புரியாத ஒரு வெறுப்பும் பதற்றமும் மண்டிக் கிடக்கிறது. கோபத்தை யார் மீதாவது காட்டிக் கொண்டே இருக்கிறார்கள். அவர்களே தார்மிக மற்றும் நேரடி ஆதரவு கொடுத்துவிட்ட பிறகு இனியும் களத்தில் இறங்காமல் இருந்தால் பின்னடைவு என்று இளைஞர்கள் எடுத்துக் கொண்டார்களோ, என்னவோ? ஒரே தடை, படிக்கிற கல்லூரிகளும் வேலை பார்க்கிற நிறுவனங்களும்தான். அவர்களும்கூட மறைமுகமாகவும் நேரடியாகவும் ஆதரவு தந்துவிட்டனர்.

கடந்த காலங்களில் அவர்களும் பல்வேறு வகைகளில் ஒடுக்கப் பட்டிருந்தனர். போராட்டம் ஆதரவு என்று சொன்னாலே மிரட்டப் பட்டிருந்தனர். சமீபகாலமாக அவர்கள் அந்த அச்சத்தில் இருந்து மெல்ல விடுபட்டிருக்கின்றனர். அழுத்தப்பட்டுக் கிடந்தது வெளியே கிளம்புவதுதானே இயற்கை? அதனடிப்படையில் அவர்களும் பச்சைக் கொடி காட்டிவிட்டனர்.

எல்லா தடையும் நீங்கின பிறகு இளைஞர்கள் என்ன செய்வார்கள்? களம் தெளிவாக இருக்கிறது. ஆரம்பத்தில் அரசே இந்தப் போராட்டத்தை ஊக்குவித்த மாதிரிதான் தெரிந்தது. தமிழக அரசிற்கு அதற்கான அரசியல் தேவையும் இருந்தது. அதனாலேயே ஆரம்பத்தில் சாமரம் வீசிக் கொண்டிருந்தது தமிழக அரசு. தமிழகம் முழுக்க முன்னாள் முதல்வரின் மரணம் குறித்த அதிருப்திகளும், அதற்கடுத்த அரசின் நடவடிக்கைகள் குறித்த அதிருப்திகளும் இருந்தன. ஜல்லிக்கட்டு என்பதன் வழியாக அத்தகைய அதிருப்தி களைச் சரிக்கட்டி விடலாம் என யோசித்த அரசின் நடவடிக்கை களையும் தவறென்று சொல்ல முடியாது. எல்லா பக்கமும் கதவுகள் திறந்துகொண்டன. இளைஞர்களின் எழுச்சி என்னும் காற்று எல்லா பக்கங்களிலும் இருந்தும் புகுந்து வெளியேறியது.

பல வருடங்களாக தமிழ், தமிழர் நலன்களைப் பின்னுக்கு தள்ளிச் செயல்படும் போக்கால் கடுமையான விரக்தியில் இருந்தார்கள்.

மீத்தேன், விவசாயிகள் தற்கொலை, முல்லைப் பெரியாறு பிரச்சினை, மீனவர்கள் சாவு என தொடர்ந்து தமிழகத்திற்கு எதிராக பல்வேறு அரசுகள் நடந்துகொண்ட விதத்தில் அடியாழத்து அதிருப்தியில் இருந்தார்கள். இனி அவர்களிடம் எதிர்பார்ப்பதில் பயனில்லை என்ற முடிவிற்கு வந்துவிட்டார்கள் என்றுதான் சொல்ல வேண்டும். தங்களுக்கான சிறு பொறிக்காகக் காத்திருந்தார்கள். அலங்காநல்லூரில் தடியடி நடத்தி அந்த அக்னிக் குஞ்சை ஜல்லிக்கட்டு என்கிற உணர்வுபூர்வமான ஒரு விஷயத்தில் பொதித்து வைத்தார்கள். வெந்து தணிந்துவிட்டது காடு. அதுதான் மெரீனாவில் போர்க் குரலாக வெளிப்பட்டது. கையேந்தி பவனில் தவம் கிடந்தவர்களும் அங்கிருந்தார்கள். கே.எஃப்.சி.யே கதியென்று கிடந்தவர்களும் அங்கு இருந்தார்கள். சாதி, இன, மத உணர்வுகள் கடந்து தமிழர்கள் என்கிற ஒற்றைச் சொல்லை முழங்கியபடி களத்தில் இருந்தார்கள். கட்டுக்கோப்பான ராணுவம்போல களத்தில் இருந்தார்கள். ஒரு அசம்பாவிதம் கூட நடக்கவில்லை என தமிழ்நாடு காவல் துறை ஆரம்பத்தில் ஆச்சரியம் தெரிவித்தது.

கண்ணியமான இந்தப் போராட்டம்தான் மேலும் மேலும் ஆட்களை அதை நோக்கி ஈர்த்தது. இதன் உச்சகட்டமாக எழுத்தாளர் லக்ஷ்மி சரவணக்குமார் தன்னுடைய யுவபுரஸ்கார் விருதை மாணவர்களின் எழுச்சியை முன்னிட்டுத் திருப்பிக் கொடுத்தார். வணிகர் சங்கம் போன்ற அமைப்புகள் எல்லாம் மாணவர்கள் போராட்டத்திற்கு ஆதரவாகக் களத்தில் குதித்தனர். கூட்டம் கூடியபோதும் எந்த அசம்பாவிதங்களும் நடக்கவில்லை. இது போராட்டமல்ல. அறப் போராட்டமாக நடந்த கொண்டாட்டம் என்பதைத் தமிழகக் குடும்பங்கள் புரிந்துகொண்டன. கைக் குழந்தையைத் தூக்கிக் கொண்டெல்லாம் பெண்கள் போராட்டக் களத்திற்கு வந்தார்கள். முதியவர்கள் கூட ஒரு ஓரமாய் அமைதியாய் நின்று வேடிக்கை பார்த்தார்கள்.

சென்னையில் நிலைமை கட்டுக்குள் இருந்தது. ஆனால் வெளியூர்களில் இளைஞர்கள் ரயிலை மறித்தார்கள். பயணிகள் சிரமங்களை அனுபவித்தபடி பேருந்தில் ஏறிப் போனார்கள். ஆனாலும் பொறுத்துக் கொண்டார்கள் என்றுதான் படுகிறது. மிகப்பெரிய போராட்டத்தில் சில ஆர்வக் கோளாறுகளைத் தவிர்க்க முடியாதுதான்.

தமிழகமே இளைஞர்கள் ஆரம்பித்த இந்தப் போராட்டத்தின் பின்னால் அணிதிரண்டுவிட்டது. அவர்கள் தங்களுக்கு எதிரானவற்றை ஒற்றை எதிரியாய் முன்னிறுத்திப் போராடத் துவங்கிவிட்டனர். ஜல்லிக்கட்டு அதற்கான துவக்கப் புள்ளி. இதற்குக் காட்டியது மாதிரி எல்லா

விஷயங்களுக்கும் காட்டுவார்களா என கேள்விகள் பல முனைகளில் இருந்தும் வந்து விழுகின்றன. அணி திரள்வது என்பது ஒரே நாளில் நடந்து விடாது. அது சிறுகச் சிறுகச் சேரும் செல்வம் போன்றது. ஒரு பெரிய ஆழிப் பேரலை மாதிரி பிரம்மாண்டமான துவக்கம் அமைய வேண்டும். ஜல்லிக்கட்டு என்பது அப்படியான அக்னிக் குஞ்சாக அமைந்துவிட்டது. ஆயிரம் விமர்சனங்கள் இருந்தாலும், கடல் கடந்தாலும் இளைஞர்கள் பாரம்பரியத்தின் பின்னால்தான் அணி வகுத்திருக்கின்றனர்.

உலகின் பழைமையான இனங்களில் சீனர்கள் எப்போதும் தங்களது பாரம்பரியத்தை விட்டுக் கொடுப்பதில்லை, அதேபோல் தமிழகப் பாரம்பரிய விளையாட்டான ஜல்லிக்கட்டிற்கு எதிரான தடையை எதிர்த்து பல்வேறு இயக்கங்கள் பல ஆண்டுகளாகப் போராடிக் கொண்டிருக்கின்றன. ராஜசேகரன், சிவசேனாதிபதி போன்ற முன்னோடிகளிடமிருந்து தங்களுக்கான சக்தியை இந்த இளைஞர்கள் பெற்றுக் கொண்டார்கள். ஆனால் இளைஞர்களின் ஒட்டுமொத்த ஆதரவு என்பது இதுவரை கிடைக்காமல் இருந்தது. தமிழ் இளைஞர்கள் பாரம்பரியத்திலிருந்து தடம் மாறுகிறார்களோ என்கிற ஐயம் இருந்தது. அந்த ஐயத்தைத் தவிடு பொடியாக்கி பாரம்பரியத்தின் சிவப்புக் கொம்புகளை தலையில் ஏந்தியிருந்தார்கள் தமிழக இளைஞர்கள். தங்களது வீட்டுப் பெண்களுக்கு அதை அணிவித்தார்கள். குழந்தைகளுக்கு அதை அணிவித்தார்கள். தோழியருக்கு தோழர்களுக்கு தோழமையோடு அதை அணிவித்தார்கள். ஒரு அடர்த்தியான அரசியல் போராட்டத்தை நடத்தினார்கள். பாட்டும் கும்மாளமுமாய் இப்படி ஒரு களத்தை இந்திய தேசம் பார்த்ததில்லை. உலகில் பல்வேறு இடங்களில் இப்படியான கொண்டாட்டமான போராட்ட வடிவங்களைக் கையாண்டிருக் கிறார்கள். இந்தியாவில் இதுதான் முதன்முறை என்பதிலிருந்தே இந்தப் போராட்டத்தின் அடர்த்தியைப் புரிந்துகொள்ள முடியும்.

இந்தப் போராட்டத்தை ஏன் முறியடிக்க முடியவில்லை? ஏனெனில் அவர்கள் ஒற்றைத் தலைமையின் கீழ் இல்லை. உண்மைதான் தலைவர் என்று யாரும் இல்லாமல் ஒரு மிகப்பெரிய தலைமையை எதிர்த்த இந்தப் போராட்டம் வெற்றியில் முடிந்திருக்கிறது. கடைசி நாள் சம்பவங்களைக் கணக்கிலேயே எடுத்துக்கொள்ளப் போவதில்லை. அது இந்தப் போராட்டத்திற்கு எதிரானவர்கள் எழுதிய க்ளைமேக்ஸ். இளைஞர்களின் போராட்டத்தைப் பொறுத்தவரை அது வெற்றி என உலகிற்கு ஏற்கெனவே அறிவிக்கப்பட்டுவிட்டது.

அரசியலை ஒதுக்கியதன் வழியாக அவர்கள் வேறொரு விஷயத்தை யும் மறைமுகமாகச் சொல்லி இருக்கிறார்கள். ஜல்லிக்கட்டு

மட்டுமில்லை, தமிழகத்தைப் பாதிக்கும் அத்தனை விஷயத்திற்காகவும் இனி அவர்கள் களத்தில் இறங்குவார்கள்.

தமிழ் இளைஞர்கள் பிற மாநில, பிற தேச இளைஞர்களுக்கு முன்மாதிரியான போராட்டத்தை நடத்திக் காட்டியிருக்கிறார்கள். இந்தப் போராட்டத்தின் தலைவர் திருவாளர் ஜல்லிக்கட்டுக் காளைதான். காளைகளின் குணத்தை பெண்கள் உட்பட அத்தனை காளையர்களிடம் பார்க்க முடிந்தது. காளைகளின் குணமான மூர்க்கத்தை இதுபோல் நல்ல விஷயங்களுக்கு மட்டுமே பயன்படுத்த வேண்டும். சட்ட ரீதியிலான போராட்டங்களையும் இணையாக நடத்தவேண்டும். ஜல்லிக்கட்டைப் பொறுத்தவரை இதற்காகக் காலகாலமாகப் போராடிய முன்னோடிகளின் விரல் பிடித்து இனி சட்டப் போராட்டத்திலும் இறங்கவேண்டும் என்பதே எதிர்பார்ப்பாக இருக்கிறது. அவர்கள் முட்பாதைகளின் வழியே ஜல்லிக்கட்டு உள்ளிட்ட பல போராட்டங்களை நகர்த்திக்கொண்டு வந்திருக்கின்றனர். வெற்றி மமதையில் முன்னோடிகளை மறந்துவிடக் கூடாது.

இந்தி எதிர்ப்புப் போராட்டங்களைப் பார்க்காத ஒரு ஹைடெக் தலைமுறைக்குக் கிடைத்த அடையாளமும் கௌரவமும் இந்தப் போராட்டம். நோஞ்சான் தலைமுறை என இனியும் யாரும் இந்த ஹைடெக் தலைமுறையைக் கிண்டலடிக்க முடியாது. அவர்கள் தை வசந்தத்தின் புதல்வர்கள். இல்லையில்லை, தை வசந்தத்தின் தூதுவர்கள்!

# 18

## பிரபஞ்சத்தின் கொடை!

**பே**பி கிஷோர் தம்பதியினருக்கு ஒரு தீராத கவலை. அந்தக் கவலை அந்தத் தம்பதியினருக்கு மட்டும் கிடையாது. உலக மக்கள் தொகையில் பதினைந்து சதவிகிதம் பேருக்கு அந்தக் கவலை இருக்கிறது. இந்தியளவில் பார்த்தாலும் இதே அளவிற்குதான் கவலை கொள்கிற கூட்டம் இருக்கிறது. உலகை அச்சுறுத்தும் கவலை அது. ஆனாலும் இந்தியளவில் இப்போதுதான் அந்தக் கவலை மெல்ல எல்லா திக்குகளிலும் பரவிக் கொண்டிருக்கிறது. குழந்தையின்மை என்கிற கவலைதான் அது. குழந்தையின்மை என்பது வெறும் குறைபாடு மட்டும்தான் என்கிற புரிதல் இப்போது வந்திருக்கிறது. ஆனால் எத்தனையோ போராட்டங்கள், தெளிவில்லாத சமூக அமைப்பு, சந்தேகங்கள் நிரம்பிய குடும்ப வாழ்வு... இவற்றை யெல்லாம் கடந்துதான் இந்தத் தன்னிறைவான இடத்தை அடைய முடிந்திருக்கிறது. உதாரணமாக பேபி கிஷோர் தம்பதியினரையே எடுத்துக்கொள்வோமே. இருவருக்கும் 35 வயதில்தான் திருமணம் ஆகியிருக்கிறது.

இத்தனை வயதான பின்னரும் குழந்தையில்லை என்கிற அம்சமும் வந்து சேர்ந்தால் என்ன ஆவார்கள்? அதுதான் அவர்களுக்கும் நடந்திருக்கிறது. வசைகள், கிண்டல்கள், ஏளனங்கள் இவற்றை யெல்லாம் கடந்தே அவர்கள் இன்னொரு கட்டத்திற்கு நகர முடிந்திருக்கிறது. இந்த வசைகளில் இருந்து தப்பிப்பதற்காக வாடகைக் குழந்தை முறைக்கோ தத்தெடுக்கும் முறைக்கோ போய்விடலாமா என யோசித்தார்கள். எல்லா பக்கங்களிலும்

அவர்களைக் குழப்பங்கள் சூழ்ந்திருந்த காலகட்டமாக அது இருந்தது. எதைப் பார்த்தாலும் பயம், தயக்கம் என இனம்புரியாத மனவேதனைகளுக்கு அவர்கள் ஆட்பட்டிருந்தனர். செயற்கை முறையில் கருத்தரிப்பதற்கு உடல்ரீதியிலாக பேபி தயாராக இருக்கிறார் என்கிற புரிதலும் அவர்களுக்கு வந்தது. இறுதியாக செயற்கை முறையில் கருத்தரிக்க வாய்ப்பு இருக்கிறது என்கிற தெளிவான முடிவிற்கு அவர்கள் வந்தபோது பேபிக்கு 39 வயது. 39 வயதில் இது சாத்தியமா என அவர்கள் கேள்வி எழுப்பியபோது மருத்துவ உலகம் தயாராக அதற்கான நேர்மறையான பதிலையும் வைத்திருந்தது.

சென்னையைச் சேர்ந்த மேரி 63 வயதில் செயற்கை முறையில் குழந்தை பெற்றுக்கொண்டார். அதுதான் இந்தியளவில் இந்த முறையில் குழந்தை பெற்றுக் கொண்டதில் அதிக வயது. மேரிக்காவது இந்த வயதில் ஒரு குழந்தைதான் இந்த முறையில் பிறந்தது. தமிழகத்தைச் சேர்ந்த பிருந்தாவிற்கு இதே முறையில் இரட்டைக் குழந்தை பிறந்தபோது வயது 56. லிம்கா சாதனைப் புத்தகத்திலும் இந்த இரட்டைக் குழந்தைகள் பிறந்த சாதனை பதிவாகியிருக்கிறது.

இந்தத் தகவல்கள் பேபி மற்றும் கிஷோர் தம்பதியினருக்கு நம்பிக்கையைத் தந்தன. துணிந்து களத்தில் இறங்கி விட்டார்கள். அவர்கள் நம்பிக்கை பொய்க்கவில்லை. முத்து முத்தான இரண்டு குழந்தைகள் ஒரே பிரசவத்தில். ஆணொன்று பெண்ணொன்று என அவர்கள் குடும்பத்தில் சந்தோஷம் குடிகொண்டுவிட்டது.

இதைப்போல எல்லோரும் களத்தில் குதிப்பதற்கு பல்வேறு காரணங்கள் முட்டுக் கட்டைகளாக இருக்கின்றன. குழந்தையில்லை என்று மரத்தைச் சுற்றச் சொல்கிறார்கள். ஜோதிடர்கள் பரிகாரங்கள் என்கிற பெயரில் கட்டிய சேலையில் லிட்டர் லிட்டராகத் தண்ணீரை ஊற்றி கோயில் வாசலில் உருளச் சொல்கிறார்கள். உச்சகட்டமாக மண் சோறெல்லாம் சாப்பிடுகிறார்கள். வலிக்க வலிக்க அலகு குத்திக் கொள்பவர்களும் ஏராளம். வாரிசு ஒன்றை பெற்றுக் கொடுக்க வக்கில்லை என்று சொல்லி ஆசிட் வார்த்தைகளை ஊற்றி கேஸ் அடுப்பைப் பற்ற வைத்துவிடுகிறார்கள்.

இளம்பெண் தற்கொலை என ஒரு நாளைக்கு ஒருநூறு செய்திகளாவது வருகின்றன. தற்கொலையில் பாதிச் சாவுகள் குழந்தையில்லை என்கிற காரணத்திற்காகவே நடக்கின்றன என்பதை புள்ளி விவரங்கள் உணர்த்துகின்றன. இந்த முறையில் குழந்தை பெற்றுக் கொள்வதற்கு முன்பு பல வருடங்கள் தீவிர மன

அழுத்த நோய்க்கு ஆட்பட்டிருந்தேன் என பல பெண்கள் வாக்குமூலம் தருவதாக மருத்துவர்கள் குறிப்பிடுகின்றனர்.

இதில் பயன்பெற்றவர்கள் உண்மையில் லண்டனைச் சேர்ந்த மருத்துவர் லூயிஸ் பிரவுனுக்குதான் நன்றி சொல்ல வேண்டும். ஏனெனில் அவர்தான் 1978 ஆம் வருடம் வெற்றிகரமாக இந்த மருத்துவ முறையை உலகிற்குத் தாரை வார்த்தார். சும்மாவெல்லாம் அவர் கண்டுபிடித்து விடவில்லை. அதற்கு முப்பது ஆண்டுகளுக்கு முன்பிருந்து அது குறித்த ஆராய்ச்சிகளைச் செய்து இந்த வெற்றிகர மான ஆய்வு முடிவிற்கு அவர் வந்தார். அதை வெற்றிகரமாக நடத்திக் காட்டவும் செய்தார். அதைதான் இன்றளவும் உலகம் முழுக்கவும் பின்பற்றிக் கொண்டிருக்கின்றனர்.

இந்தியாவைப் பொறுத்தவரை இதுவும் 80களில் இருந்து மருத்துவ ஆய்வில் இருந்த விஷயம்தான். ஆனால் அது விலக்கப்பட்ட கனியாக இருந்தது. மக்கள் அதை ஒரு தீண்டத்தகாத விஷயமாகவே ஆரம்பத்தில் பார்த்தார்கள். தமிழகத்தில் ஒரு புள்ளி விவரத்தை எடுத்துப் பார்த்தால் விவாகரத்திற்கான அதிக சதவிகிதக் காரணம் குழந்தையின்மை பிரச்சினைதான். ஆரம்பத்தில் இருந்தே குழந்தையின்மை பிரச்சினை என்பது பெண்களோடு சம்பந்தப் படுத்தியே புரிந்துகொள்ளப்பட்டது. குழந்தையில்லாததற்கு பெண்கள் மட்டுமே முழுமுதல் காரணம் என்று அழுத்தமாக ஆணி அடிக்கப்பட்டது. இருபாலருக்கும் பிரச்சினை இருக்கலாம் என்கிற புரிதலுக்கு தமிழ்ச் சமூகம் வந்து சேர்வதற்கே லூயிஸ் ஆரம்பித்த பிறகிலிருந்து அடுத்த முப்பது வருடங்கள் பயணப்பட்டு வர வேண்டியிருந்தது. அது இப்போதும் தொடர்கிறது என்பதுதான் இதிலுள்ள மருத்துவ அறிவு விநோதம்.

இரவு நேரங்களில் பாலியல் சம்பந்தமான நிகழ்ச்சிகள் மற்றும் குழந்தை பிறப்பு சம்பந்தமான சந்தேகங்களை நீக்கும்படியான நிகழ்ச்சிகள் வரும்போதெல்லாம் அவற்றைக் கிண்டல் கண்கொண்டு பார்க்கிறோம். ஆனால் பேபி தம்பதியினர் போன்றவர்கள் இதுபோன்ற நிகழ்ச்சி ஒன்றில் சொன்ன கருத்தின் அடிப்படையி லேயே கவரப்பட்டார்கள்.

இந்த விழிப்புணர்வு இல்லாதவர்கள் என்ன செய்வார்கள்? உண்மையில் இங்கு விழிப்புணர்வு என்பதே கிடையாது என இந்தத் துறையில் உள்ள மருத்துவர்கள் சொல்கிறார்கள். மக்கள்தொகைக் கட்டுப்பாடு குறித்து தீவிரமான விளம்பரங்களை முன்னெடுக்கும் அரசு குழந்தையின்மையையும் ஒரு பிரச்சினையாக முன்னிறுத்தி பிரசாரங்களை முன்னெடுக்க வேண்டும் என கோரிக்கை

விடுக்கின்றனர். நாள்பட்ட நோய் என்பதுபோல நாள் கடந்து நடக்கும் திருமணங்களையும் மாறி வரும் வாழ்க்கை முறைகளையும் குழந்தையின்மை பிரச்சினைக்குக் காரணங்களாக முன்னிறுத்து கிறார்கள். தத்தெடுப்பதில் ஆயிரம் சட்டச் சிக்கல்கள் இருக்கின்றன. தவிர தத்தெடுப்பது என்பதை கௌரவக் குறைச்சலாகப் பார்க்கும் மனோபாவம் ஆணிவேர்போல அழுத்தமாக ஊன்றப்பட்டிருக் கிறது. தத்தெடுத்த குழந்தைகளோடு வாழ்பவர்கள் கடுமையாக அவமானப்படுத்தப் படுகின்றனர். அந்தக் குழந்தைகளையும்கூட ஒருவயதில் நீ என் குழந்தையில்லை என சொல்லி அதன் மனதையும் களங்கப்படுத்துகிறார்கள். ஆனால் செயற்கை கருத்தரிப்பு முறை என்று வரும்போது அதைக் கண்ணை மூடிக்கொண்டு எதிர்க்கும் போக்கே இருக்கிறது. எதிர்ப்பு இருந்தால்கூட பரவாயில்லை. ஏளனம் இருக்கக்கூடாது இல்லையா? புரியாமல் கிளம்பி வரும் ஏளனங்கள் ஒரு தலைமுறையின் அறிவியல் வளர்ச்சியையே கேள்விக்குள்ளாக்கி கேலியாக்குகின்றன.

21 வயதில் பெண்கள் திருமணம் செய்யவேண்டும் என மருத்துவத் துறை அறிவுறுத்துகிறது. ஆனால் மாறி வரும் வாழ்க்கைச் சூழலில் நிலத்தில் கால்பரப்பி நிற்பதற்குள் 30 வயதை எளிதாகவே தொட்டு விடுகிறோம். அதற்கடுத்துதான் கல்யாணம் காதல் என்பதெல்லாம். இந்தப் பின்னணியில் ஆரோக்கியமாக இருப்பவர்களுக்குப் பிரச்சினையில்லை. குழந்தையின்மை பிரச்சினை இருப்பவர்கள் என்னதான் செய்வார்கள்? அதைதான் பூங்குழலி ரவிச்சந்திரன் தம்பதியினரும் செய்தார்கள். பூங்குழலிக்கு அப்பா அம்மாவைப் பார்த்துக்கொள்ள வேண்டிய கடுமையான குடும்பப் பொறுப்பு. அதற்காக திருமணத்தைத் தள்ளிப் போட்டுக்கொண்டே இருந்தார். இப்படிதான் பெரும்பாலான நகர்ப்புறம் சார்ந்த வாழ்க்கை இருக்கிறது. செயற்கை கருத்தரிப்பு முறையின் வழியாக அவர் இரட்டைக் குழந்தைகள் பெற்றுக் கொண்டபோது பூங்குழலிக்கு வயது 45. இப்போது வராது வந்த வசந்தம் என அவருக்குக் கிடைத்த இந்த குட்டி வாழ்க்கைகள் இரண்டையும் கொண்டாடுகிறார். செயற்கை முறை இது என்று சொல்பவர்கள் பூமி படாத பிஞ்சின் பாதங்களைப் பார்த்த பிறகு என்ன சொல்வார்கள்? அவரது சந்தோஷங்களை பிஞ்சுப் பாதங்கள் எட்டி உதைக்கின்றன. இதற்கு முன்னரும் இந்தச் சமூகம் எட்டி உதைத்தது. இப்போது இந்த உதைகள், அந்த உதைகளை எட்டி உதைக்கின்றன என்கிறார் அவர்.

பூங்குழலி, பேபி, மேரி போன்றவர்களெல்லாம் சின்ன உதாரணம் தான். கடந்த ஆறு மாதங்களுக்கு முன்பு சென்னையில் இதுமாதிரி செயற்கை முறையில் கருத்தரித்தவர்களுக்கான தனிப்பட்ட சந்திப்பு

ஒன்று நடந்தது. கடந்த இருபதாண்டுகளில் இந்த முறையில் பிறந்த குழந்தைகள் அவர்கள் பெற்றோர்களுடன் இந்தச் சந்திப்பில் கலந்து கொண்டார்கள். அது உலகிற்கு நாங்கள் சந்தோஷமாகவும் நலமாகவும் இருக்கிறோம் என்கிற செய்தியை உரக்கச் சொன்னது. செயற்கை கருத்தரிப்பு குறித்த அத்தனை சந்தேகங்களையும் அந்தச் சந்திப்பில் தவிடு பொடியாக்கினார்கள் அந்தக் குழந்தைகள். இது எனது கணவரின் விந்தணுவா என இன்னமும் குழந்தை மாதிரி கேள்வி எழுப்புபவர்களைப் பார்த்து அந்தக் குழந்தைகளே சிரிப்பார்கள் என்றுதான் சொல்லத் தோன்றுகிறது. மருத்துவத் துறையின் வேகத்திற்குத் தகுந்தமாதிரி சமூகம் மெல்ல மேலேறுவது இருக்கட்டும். மருத்துவத் துறையே மேலேற வேண்டிய அபாய கட்டத்தில்தான் இருக்கிறது.

உதாரணமாக அமெரிக்கா, இலண்டன் போன்ற நாடுகளில் செயற்கை முறையில் கருத்தரிப்பதற்கும் காப்பீடு திட்டத்தில் வழியுண்டு. ஆனால் இங்கே அது கிடையவே கிடையாது. ஏற்கெனவே இருக்கிற பல நோய்களுக்கு காப்பீட்டில் இடம் இல்லை என்கிறபோது, செயற்கை கருத்தரிப்பு முறை குறித்தெல்லாம் யோசிப்பார்களா என்ன? காப்பீட்டு நிறுவனங்களை விடுங்கள். அவர்கள் தனியார்கள். அதை அவர்களிடம் இப்போதைக்கு எதிர்பார்க்கவும் முடியாது. ஆனால் அரசு மருத்துவமனைகள் பலவற்றில் இன்னமும் இந்த முறை பின்பற்றப்படுவதில்லை. அதற்கான வாய்ப்புகளும் இல்லை. எய்ம்ஸ், புனே ராணுவ மருத்துவமனை உள்ளிட்ட நான்கு பெரிய மருத்துவமனைகளில் மட்டுமே குழந்தையின்மைக்கான இது போலவான சிகிச்சை முறைகள் இருக்கின்றன. இது சம்பந்தமான மருத்துவ ஆராய்ச்சிகளும் இந்தியளவில் பெரியளவிற்கு நடக்கவில்லை. அதனால்தான் இதுமாதிரியான மருத்துவமுறைகளுக்கு சில லட்சங்களில் செலவாகிறது என சொல்கிறார்கள். தவிர இதன் வெற்றி முடிவு என்பது ஐம்பது சதவிகித அளவில்தான் இருக்கிறது என்பதையும் குறிப்பிட வேண்டியிருக்கிறது. ஆராய்ச்சிகள் வளர்ந்தால் வெற்றி முடிவின் சதவிகிதமும் அதிகரிக்கலாம்.

ஏனெனில் உபகரணங்கள் துவங்கி மருந்து மாத்திரைகள் வரை எல்லாமும் வெளிநாடுகளில் இருந்தே தருவிக்கப்படுகின்றன. அதனால்தான் அந்தச் செலவு என்கிறார்கள். அதனால்தான் இன்னமும் அது வழக்கம்போல ஏழைகளுக்கு எட்டாத கனியாகவே இருக்கிறது. அரசு மருத்துவமனைகளிலும் இது போன்ற சேவைகள் வந்துவிட்டால் அவர்களும் பயன்பெற வாய்ப்பிருக்கிறதே? ஏழைகள் என்றாலே வதவதவென்று பிள்ளைகள் பெற்றுக் கொள்வார்கள் என அதிகாரத்தில் இருக்கிற ஒருசிலரே விவரம் புரியாமல்

கிண்டலடிப்பார்கள். அவர்கள் ஒரு விஷயத்தைப் புரிந்துகொள்ள வேண்டும். இந்தியாவில் ஏழை-பணக்காரன் பாகுபாடில்லாமல் ஒரு விஷயம் அழுத்தமாகக் காலூன்றி விட்டது. நவீன நோய்க்கூறுகள் எல்லா தட்டிலும் வந்துவிட்டன. பணக்கார வியாதிகள் என்று சொல்லப்படும் வியாதிகள் ஏழைகளுக்கும் வருகின்றன. வாழ்க்கை முறை சார்ந்த நோய்கள் ஏழை-பணக்காரன் என வித்தியாச மில்லாமல் சம அளவில் பாய்கின்றன. பணம் படைத்தவர்களுக்கு மருத்துவ வாய்ப்புகள் இருக்கின்றன. ஏழைகளுக்கு இல்லை. அவ்வளவுதான் வித்தியாசம். எல்லா மட்டங்களுக்கும் சென்று சேர்வதற்கான விழிப்புணர்ச்சி பிரசாரம் தேவை என்பதை இந்தத் துறை சார்ந்த மருத்துவர்கள் அழுத்தமாகச் சொல்ல ஆரம்பித்திருக் கின்றனர். கூடவே ஒரு மருத்துவ ஆராய்ச்சி என்று வந்தால் அதில் சில போலிகளும் ஊடுருவுவார்கள். தமிழகமெங்கும் புற்றீசல்போல செயற்கை கருத்தரிப்பு மையங்கள் பெருகி வருகின்றன. அப்படிப் பெருகியவற்றுள் நுழைந்திருக்கிற சில போலிகளை நம்பி பணத்தை, மன அமைதியை இழந்தவர்கள் குறித்த கதைகளும் ஏராளமாக இருக்கின்றன. அதையும் கவனத்தில் கொள்ளவேண்டும் என மருத்துவர்கள் எச்சரிக்கின்றனர். இதிலும் ஆணா பெண்ணா என்கிற பகடையாட்டங்கள் காசுக்காக நடப்பதாகவும் சொல்கிறார்கள். களைய வேண்டியதும் கண்டிக்க வேண்டியதும் அரசின் பொறுப்பு என்றுதான் சொல்ல வேண்டியிருக்கிறது.

கோயில் குளங்களைச் சுற்றினோம். மண்சோறு சாப்பிட்டோம். செய்யாத வேண்டுதல்களையெல்லாம் செய்தோம். வழி பிறந்து விட்டது. ஆனாலும் வழிநடை பார்க்க மறுக்கிறோம். எதனால் என்று கேள்வி எழுப்பினால் புரையோடிப் போயிருக்கிற சமூக மூட நம்பிக்கைகளைதான் காரணம் காட்டவேண்டி இருக்கிறது. அது மாறாத வரைக்கும் எதுவும் மாறாது. உடல் சம்பந்தங்கள் அடிப்படையில் பிறக்கிற குழந்தைகள் மட்டும்தான் இயற்கையின் குழந்தைகளா? இதுபோல அறிவியல் வழிமுறைகள் வழியாக பூமியில் படும் பிஞ்சுப் பாதங்களும் பிரபஞ்சத்தின் கொடைதான். அது பிரபஞ்சத்தின் கொடையா இல்லையா என்பதை பூங்குழலி ரவிச்சந்திரனைக் கேட்டுப் பாருங்கள் அவர் சொல்வார். ஏனெனில் குழந்தை பாக்கியம் இல்லை என்பதற்காகவே இவர்கள் பொது வெளியில் அவமானப்படுத்தப்பட்டவர்கள். ஏனெனில் இவர்கள் பல ஆண்டுகளாக இந்தப் பாக்கியத்திற்காகத் தவம் கிடந்தவர்கள். பல்வேறு முறைகளில் குழந்தைகள் பெற்றுக் கொள்வதற்காக அலைந்து திரிந்தவர்கள். அதனால்தான் அதை அவர்கள் பிரபஞ்சத்தின் கொடை என்று வர்ணிக்கிறார்கள். பூமி படாத பிஞ்சின்

*பாதங்கள் ஆண்டாண்டு கால துயரங்களை எட்டி உதைக்கின்றன. பூரிப்பில் மனித இதயங்கள். இதயங்களில் இருந்து நேரடியாக வரும் வார்த்தைகளுக்கு வலிமை அதிகம். நாங்கள் இப்போதுதான் சந்தோஷமாக இருக்கிறோம் என பேபி கிஷோர் தம்பதி சொல்வது மருத்துவ உலகத்திற்கான வெகுமதி. அந்த வெகுமதி அவர்கள் வார்த்தைகளில் மட்டுமல்ல, துள்ளி விளையாடும் இக்குழந்தைகளின் சிரிப்பிலும் இருக்கிறது.*

# 19

## சாவே உனக்கொரு சாவு வரக்கூடாதா?

**கி**ழக்குத் தைமூரில் இருந்த சமயம். நள்ளிரவில் நண்பனொருவன் வந்து அறைக் கதவைத் தட்டினான். எங்களுக்குத் தெரிந்த ஆந்திராக்காரரான ராசையா செத்துவிட்டார் என்றான். ராசையா தைமூருக்கு வியாபாரம் செய்ய வந்தவர். அவரது ஊர்க்காரர் ஒருத்தர் அங்கே சின்னளவில் ஹோட்டல் போட்டிருந்தார். அதில் ராசையா பங்குதாரராக இருந்தார். மாதம் தவறாமல் தன்னுடைய பங்கை நயா டாலர் (டாலர்தான் அங்குள்ள காசு) பாக்கியில்லாமல் வசூலித்து விடுவார். ஊரில் கொஞ்சம் வசதியானவர்தான். மாதா மாதம் அவர் அனுப்பும் தொகையை அவரது குடும்பத்தினர் நிலமாக வாங்கிப் போட்டுவிட்டனர். சாவு செய்தியைக் கேள்விப்பட்டவுடன் உடனடியாக அவர்களால் பணம் திரட்ட முடியவில்லை. நாங்கள் எல்லோரும் அந்த நள்ளிரவில் ராசையாவின் அறைக்குச் சென்ற போது அவரை இந்திய நண்பர்கள் நம்மூர் வழக்கப்படி தூக்கி ஒரு நாற்காலியில் அமர வைத்திருந்தார்கள். ராசையாவின் அப்போதைய கையிருப்பாக அந்த அறையில் இருநூறு டாலர்கள் மட்டுமே இருந்தன. தைமூர்க்காரர்களுக்கு அவரை அமர வைத்திருந்த காட்சி ஆச்சரியமாக இருந்திருக்கும் என்பதை அவர்களது முகக்குறிகளை வைத்தே தெரிந்துகொள்ள முடிந்தது.

பிணத்தை அமரவைக்கும் பழக்கம் அவர்களிடம் இல்லவே இல்லை. தைமூரைப் பொறுத்தவரை சாவு இன்னொரு வகையில்

கொடுமையானது. பிரிவு, இழப்பு என்பதற்கெல்லாம் அவர்கள் கலங்குகிற ஆட்கள் இல்லை. செத்தால் செலவு என்பதுதான் அவர்களது கவலைகளுக்கெல்லாம் காரணம். ஏனெனில் அங்கு நெருங்கிய உறவினர்கள் செத்துப் போனால், பெரிய மாடொன்றை அடிக்க வேண்டும். வருகிற எல்லோருக்கும் பிண்டாங்க் பியர் வாங்கிக் கொடுக்க வேண்டும். கூடவே அங்கிருக்கிற பஞ்சாயத்துக் குழு போன்ற ஒரு ஏற்பாட்டிற்குக் காசு கொடுக்க வேண்டும். உங்கள் ஊரில் எப்படி என ராசையா செத்துக் கிடந்த அந்தப் பெரிய வீட்டில் நின்றுகொண்டு எங்களிடம் கேட்டுக்கொண்டே இருந்தார்கள். உங்கள் ஊரைப்போல இல்லாவிட்டாலும், எங்கள் ஊரிலும் கிட்டதட்ட அப்படிதான் என அவர்களுக்கு விளங்குகிற வகையில் சொன்னோம். எங்கள் ஊரில் உறவினர்களுக்கு நேரடியாகக் கையில் காசு கொடுக்க வேண்டியதில்லை. ஆனால் ஊரெல்லாம் காசை வாரியிறைக்க வேண்டும். உங்களை மாதிரியான சில இனக்குழுக் களுக்குச் செத்துப் போன மூன்றாம் நாளிலேயே கறி விருந்து வைக்க வேண்டும். பிணத்தின் முன்னால் சந்தோஷமாக சரக்கடித்து விட்டு ஆடுவதற்குக்கூட காசை அள்ளியிறைக்க வேண்டும் என்றோம்.

ராசையாவை ஆந்திராவிலுள்ள அவரது பூர்விகக் கிராமத்திற்குக் கொண்டுபோய் அவர்கள் வழக்கப்படி ஈமக்கிரியைகள் செய்து முடிக்கிற வரைக்குமான செலவைக் கணக்கிட்டோம். கிட்டதட்ட ஐந்து லட்சம் ரூபாய் வரை ஆகுமென்றார்கள். ராசையா பங்குதாரராக இருந்த கடையின் உரிமையாளர் அந்தளவிற்கு தாக்குப் பிடிக்க முடியாதென இயலாமையைச் சொன்னார். குடும்பமும் நிலபுலன் களை உடனடியாக விற்க முடியாதென கைவிரித்து விட்டது. உடனடியாக விற்கிறோம் என்று வந்தால் எல்லா ஊரிலும் கால்வாசி விலைக்குக் கேட்கிற அளவிற்குதான் நல்லவர்கள் நிறைந்து இருக்கிறார்கள் என்பதைச் சொல்லித் தெரிய வேண்டியதில்லை. வேறு வழியில்லாமல் ராசையாவின் உறவினர்களிடம் சொல்லி விட்டு, அங்கேயே அவரை எரிப்பதென ஏற்பாடு செய்தோம். வழக்கமாக தைமூரில் யாரையும் எரிப்பதில்லை. புதைப்பார்கள். ஆனால் நாங்கள் வற்புறுத்திக் கேட்டதால், ஒதுக்குப் புறமான ஒரு இடத்தில் ராசையாவை பெட்ரோல் ஊற்றி எரித்துவிட்டு, பிடி சாம்பலை மட்டும் அரசாங்க சர்டிஃபிகேட்டுகள் வாங்கி விமானத்தில் கொண்டுபோய் உறவினர்களிடம் ஒப்படைத்தார் ராசையாவின் ஊர்க்காரர் ஒருவர். இந்தக் கதையைப்போலவே கடந்த மாதமும் ஒரு கதையைக் கேள்விப்பட்டேன். கோவையில் பணிபுரிய வந்த வடமாநிலத் தொழிலாளி ஒருத்தர் இறந்துவிட்டார். அவர் பணிபுரிந்தது மிகச் சிறிய நிறுவனம். இங்கும் அதே மாதிரிதான். அந்த

நிறுவனம் இது மாதிரியான திடீர் மரணச் சூழலை எதிர்கொள்ள எந்தவிதத் திட்டமிடல்களும் இல்லாமல் இருந்தது. வேர் இல்லாத ஊரில் அவர் எரியூட்டப்பட்டார். அவர் சாம்பல் மட்டும் அவர்களது பூமியில் தூவுவதற்காகப் புறப்பட்டுப் போனது. ராசையாவின் கதை வேறு. வடமாநிலத் தொழிலாளரின் கதை வேறு. வடமாநிலத் தொழிலாளர்களைப்போல வாழ வழியில்லாமல் இருப்பவர்களைப் பற்றி இங்கே பேசவில்லை. ராசையாபோல இருந்தும் இல்லாமல் இருப்பதுபோல இருப்பவர்களைதான் குறிவைக்கிறோம். வடமாநிலத் தொழிலாளர்களை வேலைக்கு அமர்த்தும் நிறுவனங்களைச் சிந்திக்கச் சொல்லிக் கேட்கிறோம். கூடவே திட்டமிடல்களே இல்லாமல் வாழ்ந்து கொண்டிருக்கும், நாள் குடியைத் தவறவே விடாத மத்திய தர வர்க்கத்தைப் பற்றி மட்டுமே இங்கு பேசுகிறேன்.

நகரங்கள் பெருகப் பெருக நாடோடிகளும் பெருகியபடியே இருக்கிறார்கள். கண்டம் விட்டு மட்டுமல்ல ஊர் விட்டு ஊர் இடம் பெயரும் புலம்பெயர்பவர்களும் பெருகியபடியே இருக்கிறார்கள். இங்கு வாழ்வது எவ்வளவு கடினமோ, அதைவிட கடினம் சாவது. சாவுச் செலவு என்பது கைக்கு அடக்கமானதாக இல்லாமல், தலையை மூழ்கடிக்கும் நிலையொன்றும் உருவாகியிருக்கிறது. கையில் காசில்லாமல்கூட வாழ்ந்துவிடலாம். ஆனால் காசில்லாமல் கௌரவமாக சாக முடியாது. உண்மையில் காசில்லாமல் சாவது அதுவும் புலம்பெயர்ந்த தேசத்தில் சாவது நம்முடைய நண்பர்களுக்கும் நம்முடைய உறவினர்களுக்கும் நாம் ஏற்படுத்திக் கொடுக்கும் துர்பாக்கிய நிலை. எனக்குத் தெரிந்து சில நண்பர்கள் வெவ்வேறு காலகட்டங்களில் சாவை எட்டியபோது, அவர்களை ஊருக்குக் கொண்டுசெல்வதற்காக பல நண்பர்களிடம் கையேந்த வேண்டிய நிலையில்தான் பல ஆண்டுகள் இருந்திருக்கிறோம். கடன் கேட்கப் போன இடங்களில் பொய் சொல்கிறோம் என்றுகூட சந்தேகித்து சங்கடம் தருகிற முறையில் பார்த்திருக்கிறார்கள். கிட்டதட்ட வடமாநிலத்தில் இருந்து இங்கு குவிபவர்களைப்போல தான் உள்ளூரில் இருந்தும் சென்னையில் வந்து குவிந்திருக்கிறோம். அதில் விதிவிலக்குகள் சில இருக்கலாம். ஊர்மெச்ச கொண்டுபோய் புதைக்கிற அல்லது எரிக்கிற நிலையில் இருப்பவர்கள் பாக்கியவான் கள். அவர்களை விட்டுவிடலாம்.

பெரும்பான்மை என்பது நூறு ரூபாய் வந்து விழுகிற மாதிரியான ஏடிஎம்களைத் தேடிக் கொண்டிருப்பதுதான். வாழ்வைத் திட்ட மிடுவதைப்போல இப்போது சாவையும் திட்டமிட வேண்டிய கட்டாயத்தில் இருக்கிறோம். அப்படித் திட்டமிடச் சொல்லி வலியுறுத்தவும் துவங்கிவிட்டனர். அது இப்போது இன்னொரு மிகப்

பெரிய வணிகமாகவும் வளர்ந்து நிற்கிறது. அமெரிக்கா போன்ற முன்னேறிய நாடுகளில் அப்படியான திட்டமிடல் ஏற்பாடுகள் சகஜமானவை. இப்போது இந்தியாவின் பெருநகரங்களில் அப்படியான ஏற்பாடுகள் தட்டுப்பட ஆரம்பித்துவிட்டன.

அகமதாபாத்தைச் சேர்ந்த எழுபது வயது சுனிதா சுக்லா இப்போதே தன்னுடைய சாவுக்கு அடுத்த ஏற்பாடுகளுக்கு மோக்ஷில் என்கிற இணைய தளத்தில் பதிவு செய்துவிட்டார். அவர் மாதத் தவணையாகக்கூட அந்தப் பணத்தைக் கட்டிவிட முடியும். அதற்கான வாய்ப்புகளையும் இதுபோன்ற இணைய தளங்கள் உருவாக்கித் தர ஆரம்பித்துவிட்டன. மரண ஏற்பாடு தளங்கள் என்று கூகிளிட்டுத் தேடிப் பாருங்கள், இந்தியாவின் பெருநகரங்கள் எல்லாவற்றிலும் இருக்கின்றன. சென்னையில்கூட அப்படியான நிறுவனங்கள் சில இருக்கவும் செய்கின்றன. விரைவில் இம்மாதிரியான நிறுவனங்கள் கிளைபரப்பி வளர்ந்தும் விடும். ஏனெனில் அதற்கான தேவைகளும் இருக்கின்றன. ஒரு தொலைபேசி செய்தால் போதும், ஃப்ரீஷர் பாக்ஸில் துவங்கி பாடை, மலர் ஏற்பாடுகள் அதற்குப் பிறகான புதைத்தல் அல்லது எரியூட்டுதல் வரை அவர்களே பார்த்துக் கொள்வார்கள். மொத்தமாக பத்தாயிரத்திலிருந்து ஒரு லட்சம் வரை விலை நிர்ணயித்திருக்கிறார்கள். எந்த பேக்கேஜில் சாவை எடுத்துப் போட விரும்புகிறோம் என்பதை டிக் செய்தாலே போதுமானது. வெளிநாடுகளில் செத்துப் போனால் விசா நடைமுறைகளை யெல்லாம் நினைத்துக் கலங்கிக் கொண்டிருக்க வேண்டியதில்லை. மும்பையைத் தலைமையிடமாகக் கொண்டு செயல்படும் 1989ல் துவங்கப்பட்ட Indian funeral service என்கிற நிறுவனம் உலகமெல்லாம் இது போன்ற 200 நிறுவனங்களுடன் தொடர்பு வைத்திருக்கிறது. கிட்டதட்ட ஐந்து லட்சம் ரூபாய் செலவில் நம்முடைய சொந்த மண்ணிலேயே கொண்டுவந்து புதைத்து விடலாம். மாதத்திற்கு அப்படி 20 அழைப்புகளாவது வருகின்றன என்கிறது அந்நிறுவனம். இங்கே சொல்லியிருக்கிற தொகையில் கொஞ்சம் கூடக் குறைச்சல் இருக்கலாம். ஆனால் காசு கொடுத்தால் எல்லா இழவு ஏற்பாடுகளையும் அவர்களே பார்த்துக் கொள்வார்கள் என்பதுதான் இதில் சொல்ல வருகிற நீதி. இந்த மாதிரியான சேவைகளைப் பயன்படுத்த இந்தியர்கள் மனதளவில் தயாராகி விட்டார்கள் என்பதும் குறிப்பிடத்தக்கது. சாம்பலை மட்டும் அனுப்பினால் வாரணாசியில் ஓடும் கங்கையில் பூஜை செய்து கரைத்து விடக்கூட ஏகப்பட்ட இணையதளங்கள் வந்துவிட்டன. எந்த மதம் என்று சொல்லிவிட்டால் அவர்களே செலவு குறைவான ஏற்பாடுகளையும் சொல்லித் தந்துவிடுகிறார்கள்.

உதாரணமாக டெல்லியில் ஒரு வசதியான கிறித்துவர் இறந்து விட்டார். டெல்லியில் புதைப்பது செலவு பிடிக்கும் விஷயம் என்பதால், அந்நிறுவனமே கேரளாவின் பத்தனம்திட்டாவின் அருகில் கும்பனாடு என்கிற பகுதியைத் தேர்ந்தெடுத்துக் கொடுத்திருக் கிறார்கள். ஐந்து லட்சம் ரூபாயில் எல்லாமும் முடிந்துவிட்டது. இனி முடிந்தால் வருடத்திற்கு ஒருமுறையோ அல்லது ஞாபகம் வரும்போதோ கல்லறையைப் போய்ப் பார்த்துவிட்டு வந்தால் போதுமானது. அமெரிக்கா போன்ற பெருநாடுகளில் இருந்த இந்த வணிகம் இந்தியாவில் இப்போது அழுத்தமாகக் காலூன்றத் துவங்கியிருக்கிறது. இந்தியளவில் 2015 ஆம் ஆண்டு 2.197 பில்லியன் டாலராக இருந்த இந்த வணிகம் 2018 இல் மூன்று பில்லியன் டாலராக உயரும் என கணக்கிட்டிருக்கிறார்கள். அந்தத் துறை வல்லுநர்கள் சொல்லும் தோராயமான கணக்கீடுதான் இது. இதற்கு மேலேயும் போகலாம் என அந்தத் துறை சார்ந்தவர்கள் சொல்கிறார்கள். முன்கூட்டியே மரணத்தைத் திட்டமிட இவர்கள் கற்றுத் தர ஆரம்பித்திருக்கிறார்கள். அதைத் தவறென்றும் சொல்ல முடியாது தானே? ஏனெனில் சில மாதங்களுக்கு முன்பு வயதான தன்னுடைய கணவரின் பிணத்தோடு பெங்களூருவில் ஒரு வயதான மூதாட்டி நான்கு நாட்களுக்கு மேல் இருந்திருக்கிறார். வந்து பார்க்க உறவினர்கள் இல்லை. அக்கம்பக்கத்தினரிடம் சொல்ல முடியாத நிலை ஏன் வந்தது என்றும் தெரியவில்லை. கையில் கொஞ்சம்கூட காசில்லை என்று அதற்கான காரணத்தைச் சொல்லியிருக்கிறார். ஆனால் அவர்கள் வசித்த வீடு இரண்டு கோடி பெறுமானமானது என்பதையும் நினைவில் நிறுத்த வேண்டும்.

உண்மையில் இலவசமாக இங்கே பிறக்க பெரும்பாலும் வழியில்லை. அதையாவது ஏற்றுக் கொள்ளலாம். இலவசமாக இறப்பதற்கும் வழியில்லாத நிலையில், திட்டமிடச் சொல்பவர்களைப் பார்த்துக் கோபப்படுவதில் என்ன நியாயம் இருந்துவிட முடியும்? அரசாங்க எரியூட்டும் மையங்களில் பணம் வாங்கக்கூடாதென எழுதியே போட்டிருக்கிறார்கள். ஆனால் நடப்பது அப்படியா? விறகுச் செலவு போக குறைந்தது ஆயிரம் ரூபாயாவது தந்தால்தான் கட்டையைத் தூக்கி நெருப்பில் வைக்கிறார்கள். ஊர் விட்டு ஊர் கொண்டுபோக இலவச ஆம்புலன்ஸ் சேவையெல்லாம் கிடையவே கிடையாது. பெரிய மருத்துவமனைகள் சாகிற கட்டத்தை நோயாளிகள் எட்டிவிட்டார்கள் என்று தெரிந்துவிட்டாலே முன்கூட்டியே ஊர் என்ன ஏதென்று விசாரித்து ஆம்புலன்ஸிற்கும் சேர்த்து பணம் திரட்ட ஆரம்பித்து விடுகிறார்கள். அரசாங்க மருத்துவமனைகளில்கூட கூடுதலாகக் கொஞ்சம் பணம் கொடுத்தால்தான் வண்டியை டிரைவர்

எடுக்கவே செய்வார். ஒரே நாளில் தூக்கிப் போட்டால்கூட பரவாயில்லை. இப்போதெல்லாம் குறைந்தது தூக்கிப் போடுவதற்கு ஒன்றரை நாட்களாவது ஆகிவிடுகின்றன என்பதால் ஃப்ரீஷர் பாக்ஸ் கட்டாயம். நாளொன்றிற்கு அதன் வாடகையே குறைந்தது ஐயாயிரம் ரூபாய். அப்படியிப்படி என்று கணக்குப் போட்டால், கன்னியாகுமரிக்காரன் ஒருத்தன் சென்னையில் செத்துப் போனால், அவனை சொந்த ஊருக்குக் கொண்டுபோக எப்படியும் குறைந்தது ஐம்பதாயிரம் ரூபாயாவது ஆகிவிடும். மருத்துவச் செலவுகள் தனி.

இப்போதெல்லாம் நிறுவனங்கள் தங்களது ஊழியர்களின் வாழ்நாளுக்கான படிகளைக் கணக்கிடுவதைப்போல ஒருவேளை திடீரென்று மரணமடைந்துவிட்டால் என்ன செய்வது என்கிற சந்தேகத்தில் சாவதற்கான படிகளையும் கணக்கிட ஆரம்பித்து விட்டன. பெருநிறுவனங்கள் இதற்கென்று தனித் தொகையையும் ஒதுக்க ஆரம்பித்திருக்கின்றன. நிறுவனங்களின் திட்டமிடல்கள், இந்தச் சந்தையைக் குறிவைக்கும் வணிகத்தின் திட்டமிடல்களை யெல்லாம் விடுங்கள். நாம் திட்டமிடுகிறோமா என்பதும் முக்கியம் தானே? வாகனங்கள் உள்ளிட்ட ஏகப்பட்ட இன்ஷூரன்ஸ்களை எடுக்கவேண்டும் என்று திட்டமிடுகிற மனது, சாவதற்கு ஒரு தொகையை ஒதுக்குவதற்கு மட்டும் ஏன் தயங்குகிறது? அப்படியொரு காப்பீடு இருக்கிறதா என்பதைத் தேடிப் பார்க்க ஏன் தயங்குகிறது? மரணம் என்கிற ஒற்றை வார்த்தை எல்லோரையும் பயமுறுத்தும். பதற்றமடைய வைக்கும் என்பதெல்லாம் உண்மைதான். ஆனால் அதைவிட மரணத்திற்கு அடுத்தபடியாக வரும் இது போன்ற செலவுகளுக்கு யார் பொறுப்பேற்பார்கள்? ஆத்ம நண்பர்களோ உறவினர்களோ பொறுப்பேற்றுக் கொள்வார்கள்தான். ஆனால் அவர்களிடமும் அந்த நேரத்தில் பணம் இல்லாவிட்டால் என்ன செய்வது என்கிற கோணத்தில் என்றாவது சிந்தித்துப் பார்த்திருக் கிறோமா? அதைதான் இது மாதிரியான புதிய சிந்தனைப் போக்குகள் சிந்தித்துப் பார்க்கச் சொல்கின்றன. இதை வெறும் வணிகப் புரட்டாக மட்டுமே கருதி ஒதுக்கிவிடதான் மனம் விரும்பும். ஆனால் அவர்கள் நிஜத்தைப் பேசுகிறார்கள். யதார்த்தத்தைப் பேசுகிறார்கள். நம்மை நேசிப்பவர்களின் தலையில் சுமையைச் சுமத்தாமல் இருக்கச் சொல்லி மறைமுகமாக வலியுறுத்துகிறார்கள்.

‘கடவுளே, என் சாவு மனிதர்கள் அறியாததாக இருக்கட்டும். என் பிணத்தைக் கழுகுகள் கொத்தாமலிருக்கட்டும்’ என எங்கோ படித்த வரிகள் இப்போது ஞாபகத்திற்கு வருகின்றன. இந்த மாதிரியான தத்துவார்த்தச் சாவு எத்தனை பேருக்கு வாய்க்கும்? பெரும்பாலும் சாவுகள் நண்பர்களின் உறவினர்களின் தொலைபேசிகளை அலற

வைக்கதானே செய்கின்றன? தத்துவம் பேசுவதற்கான அவகாசத்தை வாழ்க்கை எப்போதும் கொடுப்பதில்லை. அது யதார்த்தத்தை நோக்கியே தள்ளுகிறது. என்னுடைய அப்பா வழி ஆச்சி பூர்விகச் சொத்தைப் பிரிக்கும்போது தன்னுடைய பங்காக இருபத்தைந்தாயிரம் ரூபாயை வலுக்கட்டாயமாக வாங்கிக்கொண்டது. சாகிற வயதில் கிழம் எப்படியிருக்கிறது பாருங்கள் என நாக்கு படப் பேசாதவர்களே அந்த ஊரில் இல்லை. ஆனால் அந்த இருபத்தைந்தாயிரம் ரூபாயை என்னுடைய 'சாவு முதல்' என்று சொல்லி மூத்த மகளிடம் கொடுத்து வைத்துவிட்டது ஆச்சி. ஆச்சி செத்தபோது, சாவை எடுத்துப் போடுவதற்கான பணத்தை யார் செலவழிப்பது என சண்டையிட்டுக் கொண்டிருந்தவர்களின் மத்தியில் அத்தை பெருங்குரலெடுத்து அழுதுகொண்டே அந்தப் பணத்தை எடுத்து வீசியது. ஆச்சி தன்னைப் பூப்பல்லக்கில் வைத்து, வெடி வெடித்து எடுத்துப் போட வேண்டுமென கடைசி ஆசையாய்ச் சொல்லியிருந்ததாம். அதன் படியே பூப்பல்லக்கில் திட்டமிட்டபடி கௌரவமாகப் போய்ச் சேர்ந்தது ஆச்சி. பூப்பல்லக்கிலெல்லாம் போக வேண்டும் என்கிற ஆசையெல்லாம் பெரிய ஆசைதான். குறைந்தபட்சம் நண்பர்களோ நெருங்கிய உறவினர்களோ நம்முடைய சாவிற்கு பிறத்தியாரிடம் கையேந்த வேண்டிய துர்பாக்கிய நிலையை உருவாக்காமல் இருந்தாலே போதுமானது. வாழ்வைத் திட்டமிடுவதைப்போல, சாவையும் உடனடியாகத் திட்டமிட வேண்டிய இக்கட்டான நிலையில்தான் இந்த வாழ்க்கை வைத்திருக்கிறது. ஏனெனில் அது எப்போதும் சொல்லிவிட்டு வருவதில்லை. ஆனால் வரும்போது தலைக்கு மேல் செலவுகளையும் சேர்த்தே கொண்டுவருகிறது. மரணத்தை வெல்ல முடியாது. ஆனால் செலவுகளைத் திட்டமிட்டு விடலாம். நானே போய்ச் சேர்ந்த பிறகு எவன் தாலியை அறுத்தால் எனக்கென்ன என்று நினைப்பீர்களேயானால் உங்களுக்கும் ஒரு ராயல் சல்யூட். வேறென்ன சொல்ல?

# 20

## ஜொலிக்கிற சின்னத்திரை துருவ நட்சத்திரங்கள்

**நா**ம் எப்போதும் சினிமாவைப் பற்றிப் பேச மட்டுமே பழக்குவிக்கப் பட்டிருக்கிறோம். மூக்கணாங்கயிறு கட்டப்பட்ட தொழுவத்து மாடோ அல்லது வண்டி மாடோ எப்படி கயிறு கட்டப்பட்ட அடுத்த நொடியிலிருந்து தன்னுடைய பாதையை இயந்திர கதியில் கண்ணுக்குள் கொண்டுவருமோ, அப்படி சினிமா மட்டுமே எங்கும் நீக்கமற நிறைந்திருக்கிறது. வெள்ளித்திரை அது என்பதை மறுப்பதற்கில்லை. ஜொலிக்கிற துருவ நட்சத்திரங்கள் அங்கேதான் நிறைந்திருக்கிறார்கள் என்பதையும் ஒதுக்கித் தள்ளிவிட முடியாது. அதேசமயம் வெள்ளித் திரையையும் சார்ந்து வாழும் சின்னத் திரையில் அவ்வப்போது என்ன நடக்கிறது என எட்டிப் பார்த்துவிட்டு வருவது தப்பில்லைதானே? வெறும் நான்கு வரிச் செய்திகளாகவே முடித்துவிட்டால் எப்படி? அமெரிக்கத் தேர்தலில் எல்லோரும் ஹிலாரிதான் வெற்றி பெறுவார் என கணித்தார்கள். மனிதர்களைத் தாண்டி சில குரங்குகளும் தவளைகளும்கூட கணித்தன. ஆனால் மாறாக டொனால்ட் ட்ரம்ப் வெற்றி பெற்றார். ட்ரம்பின் வெற்றியைப் போலவே சின்னத்திரையிலும் ஒரு வெற்றி பதிவு செய்யப் பட்டிருக்கிறது. சத்தமில்லாத சாதனை அது. அதேசமயம் அந்தச் சாதனைக்குப் பின்னால் உள்ள மாறியிருக்கிற சில அம்சங்கள் குறித்தும் கவனிக்க வேண்டியிருக்கிறது.

சின்னத் திரையைப் பொறுத்தவரை சூரியன்தான் எல்லாமும். மற்ற நட்சத்திரக் கூட்டங்களெல்லாம் எப்போதும் சூரியனை

அடியொற்றிதான் தங்கள் பாதையை வகுத்துக் கொண்டிருக்கின்றன. கடந்த பத்தாண்டுகளாக சன் தொலைக்காட்சி தவிர்த்த மற்ற சேனல்கள் எப்படியாவது இந்தப் பெருவெளிச்சத்திற்கு நடுவே தாங்களும் வெளிச்சத்திற்கு வந்துவிட மாட்டோமோ என போராடிக் கொண்டிருக்கின்றன. சன் தொலைக்காட்சியைக் குறைந்தது இன்னும் பத்தாண்டுகளுக்கு இந்த வணிகத்தில் நெருங்கக்கூட முடியாது என்பதுதான் நிதர்சனமான உண்மை என்பதை இவை ஏற்கெனவே புரிந்துகொண்டு விட்டன. ரஜினியை எப்படி நெருங்க முடியாதோ அதுபோல என்று புரிந்து கொள்ளுங்கள். இரண்டாவது இடத்திற்குதான் மற்ற சேனல்கள் போட்டியிடுகின்றன. கடந்த மாதம் முதல் தமிழ் பொழுதுபோக்குத் தொலைக்காட்சி ஓட்டத்தில் இதுவரை இரண்டாம் இடத்தில் இருந்த விஜய் டீவியைப் பின்னுக்குத் தள்ளி ஜீ தமிழ் அந்த இடத்திற்கு வந்திருக்கிறது. இதைதான் நான் டொனால்ட் ட்ரம்பின் வெற்றிக்கு நிகரானதாகக் கருதுகிறேன். ட்ரம்பின் வெற்றியை முழு மனதோடு கொண்டாட முடியாத மாதிரி, சந்தேகக் கண்ணோட்டத்துடன் அணுகுகிற மாதிரி, கொஞ்சம் காமெடியாக அணுகுகிற மாதிரி, ஜீ தமிழின் வெற்றியையும் இந்தச் சந்தையில் எல்லோரும் சந்தேகக் கண்ணோட்டத்துடனேயே பார்க்கிறார்கள்.

எனக்கு நன்றாக ஞாபகம் இருக்கிறது. ஐந்தாண்டுகளுக்கு முன்பு நான் ஜீ தமிழில் நிகழ்ச்சிகள் செய்ய ஆரம்பித்த காலத்தில், சில பத்திரிகைகளில் அந்தத் தொலைக்காட்சியைக் கிண்டலடிப்பார்கள். டப்பிங் படங்களை ஒளிபரப்பும் ஒரு தொலைக்காட்சியாகதான் அது அறியப்பட்டிருந்தது. ஜீ தமிழில் வேலை பார்க்கிறேன் என்று வீட்டாரிடம் சொல்லக்கூட கூச்சமாக இருக்கும். இந்த ஐந்தாண்டுகளில் அப்படியென்ன மாற்றம் வந்துவிட்டது? ஜீ தமிழை டாப்டென், அஞ்சறைப் பெட்டி, சொல்வதெல்லாம் உண்மை ஆகிய மூன்று நிகழ்ச்சிகள் சென்னை தவிர்த்த பிற இடத்து மக்களிடம் கொண்டுபோய்ச் சேர்த்தன. எனக்குத் தெரிந்து ஒரு நிகழ்ச்சிக்கு 0.05 ரேட்டிங் வாங்கிக் கொண்டிருந்த ஜீ தமிழ் இப்போது தடாலடியாக இரண்டாம் இடத்திற்கு எப்படி நகர்ந்து வந்தது? ஜீ தமிழ் புதிய படங்கள் வாங்குவது உண்மைதான். ஆனால் அப்படியொன்றும் அது ரஜினி, கமல் நடித்த படங்களையெல்லாம் வாங்கவில்லை. ஏன் இன்னமும் அது விஜய், அஜீத், தனுஷ் ரேஞ்சிற்குக்கூட தன்னை நகர்த்திக் கொள்ளவில்லை. அதில் வருகிற நிகழ்ச்சிகள் எல்லாமும் ஏதாவதொன்றின் காப்பிதான் என்று சொல்பவர்களும் உண்டு. ஜீ தமிழின் பிரத்யேகக் கண்டுபிடிப்பு நிகழ்ச்சி என்று எதையும் சொல்ல முடியாது. ஏன் சொல்வதெல்லாம் உண்மைகூட விஜய் டீவியில்

ஒளிபரப்பான கதையல்ல நிஜம் நிகழ்ச்சியைப் பார்த்துவிட்டுச் செய்ததுதான். ஒரு மூன்று மணி நேரம் அமர்ந்து பார்த்தால், விஜய் டீவியின் பி டீம் என்று உடனடியாகச் சொல்லி விடலாம். ஆனாலும் அது எப்படி இரண்டாவது இடத்திற்கு தன்னை நகர்த்திக்கொண்டது என்கிற கேள்வியில்தான் இந்தத் துறையில் ஏற்பட்டிருக்கிற சமீபத்திய மாற்றங்கள் அடங்கியிருக்கின்றன.

இதற்கு முன்பு அமெரிக்க நிறுவனமான ஏசி நீல்சன் கம்பெனியின் துணை நிறுவனமொன்று இந்தியாவில் டீ.ஆர்.பி எனப்படும் டெலிவிஷன் ரேட்டிங் பாயிண்ட் கணக்கீடுகளை எடுத்துக் கொண்டிருந்தது. விளம்பரதாரர்கள், சேனல்காரர்கள் எல்லாரும் ஒவ்வொரு வியாழக்கிழமையும் நகத்தைக் கடித்துக்கொண்டு அமர்ந்திருப்பார்கள். சம்பந்தப்பட்ட நிகழ்ச்சிகளின் தயாரிப்பாளர்கள் புதன் கிழமை இரவு முழுக்கத் தூங்கவே மாட்டார்கள். காலையில் நெஞ்சைப் பிடித்துக் கொண்டுதான் அலுவலகத்திற்கு வருவார்கள். கோலாகலமாக அந்த வாரத்திற்கான ரேட்டிங் வெளியாகும். வழக்கம்போலதான் என்று உயரதிகாரிகள், டாக்டர்கள் கழற்றுகிற மாதிரி கண்ணாடியைக் கழற்றுவார்கள். ஒரு உதாரணத்திற்குச் சொல்கிறேன். நம்பர் இப்படி வந்து விழுந்திருக்கும். சன் டீவி - 1300, விஜய் டீவி - 286, பாலிமர் டீவி - 111, ஜீ டீவி - 87, ராஜ் டீவி - 64, ஜெயா டீவி - 53. இந்த எண்ணில் கூடக் குறைச்சல் இருக்கலாம். ஆனால் ட்ரெண்ட் இப்படிதான் இருக்கும். எல்லோரும் முட்டி மோதிப் பார்த்தார்கள். பருப்பு எதுவும் வேகவில்லை. இரண்டாம் இடத்தில் விஜய் டீவி நங்கூரம் இட்டு முன்னூறிலிருந்து நானூறு என்று ஊசலாடிக் கொண்டிருந்தது. மூன்றாம் இடத்தில் இன்று இருப்பவர், நாளை இல்லை என்கிற நிலைமையில்தான் ஓடிக் கொண்டிருந்தார்கள். இந்த எண் விளையாட்டில் எல்லோருக்கும் திருப்தி இல்லை. வழக்கம்போல சூரியன் மட்டும் சிரித்துக் கொண்டது.

என்ன காரணம் என்று ஆராய்ந்தார்கள். உதாரணமாக டி.ஆர்.பி ரேட்டிங் எடுப்பதற்கான பாக்ஸ்கள் மொத்தமே எழுநூற்றுச் சொச்சம் மட்டுமே இருந்தன. அதில் பாதிக்குப் பாதி சென்னையில் இருந்தன. மீதிப் பெட்டிகள் இரண்டாம் நிலை நகரங்களில் இருந்தன. அதாவது பத்து லட்சத்திற்கு மேல் மக்கள் வசிக்கும் நகரங்களில் மட்டுமே இருந்தன. ஒரு லட்சம் மக்கள் அல்லது அதற்குக் குறைவான அளவில் மக்கள் வசிக்கும் நகரங்களில் இல்லை. கிராமப்புறங்களில் இல்லவே இல்லை. ஏற்கெனவே வரையறுக்கப்பட்ட பாதையிலேயே மாடுகளும் தங்களுக்குப் போடப்பட்டிருக்கிற மூக்கணாங் கயிற்றோடு சுற்றிக் கொண்டிருந்தன. ஏசி நீல்சன் நிறுவனத்தை எதிர்த்து சிலர்

நீதிமன்றத்தைக்கூட நாடினார்கள். இந்த விஷயத்தில் நிறைய வம்பு வழக்குகளும் இருக்கின்றன. மாற்று என்ன என்று எல்லோரும் சேர்ந்து யோசித்தபோதுதான் பார்க் Broadcast Audience Research Council (BARC) என்ற ஒரு அமைப்பைத் தோற்றுவித்தார்கள். இப்போது பார்க்கின் வழியாகதான் இந்த எண் விளையாட்டுகள் நிகழ்த்தப்படுகின்றன. இதை விளம்பரதாரர்களும் ஒத்துக் கொண்டிருக் கிறார்கள்.

ஏற்கெனவே இருந்த முறைக்கும் இந்த முறைக்கும் என்ன வித்தியாசம்? ஏற்கெனவே இருந்ததில் 41 சதவிகித ஒதுக்கீடு (weightage) சென்னைக்கு மட்டுமே இருந்தது. இப்போது சென்னையின் ஒதுக்கீடு 13 சதவிகிதம். தமிழக மக்கள் தொகையில் கிட்டதட்ட மூன்றே முக்கால் கோடி மக்கள் வசிக்கும் கிராமப்புறங்கள் கவனத்தில் கொள்ளப்படாமல் இருந்த நிலை மாறியிருக்கிறது. எழுநூறு கணக்கிடும் பாக்ஸ்கள் பழைய முறையில் இருந்தன. இப்போது தோராயமாக இரண்டாயிரம் பாக்ஸ்களுக்கு மேல் இருப்பதாகச் சொல்கிறார்கள். எதிர்காலத்தில் இவை பத்தாயிரம் பாக்ஸ்களாகக் கூட உயர்த்தப்படலாம் என இந்தத் துறை சார்ந்தவர்கள் சொல்கிறார்கள். பார்க் தமிழகத்தின் எல்லா கிராமப் பகுதிகளையும் ஆய்விற்கு உட்படுத்துகிறது என்கிறார்கள். பெருநகரங்கள் மட்டு மல்லாமல் சிறு நகரங்களும் கணக்கீட்டிற்குள் வந்திருக்கின்றன. கணக்கீடுகளை எடுப்பதற்கு கண்ணுக்கே தெரியாத வாட்டர் மார்க் தொழில்நுட்பம் பயன்படுத்தப்படுவதாகவும் சொல்கிறார்கள். இதோடு டிஜிட்டல் தொலைக்காட்சிப் புரட்சியும் சேர்ந்துகொள்ள சந்தையில் இப்போது வெவ்வேறு மாற்றங்கள் நிகழ ஆரம்பித்திருக்கின்றன.

தன் சந்தையைத் தீர்மானிப்பதில் சிறு நகரத்தானுக்கும் கிராமத்தானுக்கும் இப்போது பங்கு கிடைத்துவிட்டது. அதனால் தான் ஜீ தமிழ் தொலைக்காட்சி இரண்டாம் இடத்தைத் தட்டிப் பறித்திருக்கிறது. ஏனெனில் ஏற்கெனவே அது 'சொல்வதெல்லாம் உண்மை' நிகழ்ச்சியின் வழியாகக் கிராமப் புறங்களில் வலுவாக தன்னுடைய அடித்தளத்தை அமைத்திருந்தது. அதை இப்போது அறுவடை செய்து கொண்டிருக்கிறது. வழக்கம்போல முதலிடம் சூரியனுக்குதான். ஏற்ற இறக்கங்கள் கொண்ட இந்தச் சந்தையின் வணிக மதிப்பீடுகள் ஒருபக்கம் இருந்தாலும், நிகழ்ச்சிகளின் தரம் மற்றும் கோணத்தில் இப்போது நிறைய மாற்றங்கள் வரத் துவங்கியிருக்கின்றன. இப்போது திடீரென விஜய் டீவி 'நடந்தது என்ன?' என்கிற க்ரைம் சார்ந்த நிகழ்ச்சியைத் தூசு தட்டி மறுபடியும் கையில் எடுத்திருப்பதை இந்தக் கோணத்தில்தான் புரிந்துகொள்ள

வேண்டும். இதுவரை ஒதுக்கப்பட்டிருந்த கிராமத்தான் கையிலும் பாயிண்டிங் ரிமோட்டைக் கொடுத்த வகையில் இதை ஒரு புரட்சியாகதான் பார்க்க முடிகிறது.

கிராமங்கள் மற்றும் சிறுநகரங்களில் உள்ள பார்வையாளர்களை உள்ளடக்கியும் இப்போது நிகழ்ச்சிகளைத் திட்டமிட்டே ஆகவேண்டிய கட்டாயத்திற்கு எல்லா தொலைக்காட்சி நிறுவனங்களும் தள்ளப் பட்டிருக்கின்றன. இந்த இடத்தில் பொழுதுபோக்குத் தொலைக்காட்சிச் சேவைகளை மட்டுமே குறிப்பிடுகிறேன். செய்தித் தொலைக்காட்சி களைக் கணக்கிலேயே எடுத்துக் கொள்ளவில்லை. ஏனெனில் அவை மிகச் சின்ன அளவிலேயே இந்தச் சந்தையில் தங்களுக்கான இடத்தைப் பகிர்ந்து கொள்கின்றன. சரியான உதாரணத்தைச் சொல்ல வேண்டுமெனில், வாரத்தில் ஐந்து நாட்களில் ஐந்து மணி நேரம் ஒளிபரப்பாகும் 'சொல்வதெல்லாம் உண்மை' நிகழ்ச்சி 50 ஜி.ஆர்.பிகளை வாங்குகிறது. 24 மணி நேரமும் ஏழுநாட்களும் ஓடும் செய்தித் தொலைக்காட்சிகள் இப்போதுதான் முப்பதைத் தொட ஆரம்பித்திருக்கின்றன.

சன் தொலைக்காட்சியைப் பொறுத்தவரை எப்போதும் நகரங்களைப் போலவே கிராமங்களிலும் தன்னுடைய பலத்தை ஏற்கெனவே உறுதி செய்திருக்கிறது. இன்னமும் கிராமப்புறங்களில், 'எங்கள் வீட்டில் சன் டீவி கனெக்ஷன் வந்துவிட்டது' என்று சொல்பவர்கள் இருக்கிறார்கள். ஒருமுறை தன்னுடைய கணவன் குறித்துப் புகார் சொன்ன மனைவி ஒருத்தர் இப்படிச் சொன்னார். 'எங்க வீட்டுக்காரரு சன் டீவி வயர எடுத்து கழுத்த நெறிச்சாரு.'

இந்தச் சந்தை இப்போது டிஜிட்டல் தரத்தில் துல்லியமாகி யிருக்கிறது. சுதந்திரமான போட்டியும் இப்போதுதான் ஆரம்பமாகி யிருக்கிறது. பத்தாண்டுகளுக்கு முன்பு சன் தொலைக்காட்சி பெரும் பலத்தோடு இருந்ததைப்போல இப்போது இல்லை. கோட்டையைக் கரையான்கள் மெல்ல அரிக்க ஆரம்பித்திருக்கின்றன. சன் தொலைக்காட்சி மனதளவில் சோர்ந்து போயிருக்கிற மாதிரிதான் தெரிகிறது. ஏனெனில் விஜய் டீவி அப்போது 'கதையல்ல நிஜம்' நிகழ்ச்சியைக்கொண்டு ஹிட் அடித்தபோது, சன் டீவி அதைக் கண்டுகொள்ளக்கூட இல்லை. ஆனால் காலத்தின் மாற்றமாய் இப்போது அது சொல்வதெல்லாம் உண்மைக்குப் போட்டியாக நடிகையும் அரசியல்வாதியுமான குஷ்புவை வைத்து 'நிஜங்கள்' என இறங்கி வந்திருக்கிறது. இந்த எண் விளையாட்டில் தமிழகத்தின் எல்லா இடங்களும் உள்ளடக்கப்பட்டு விட்டதால், இப்போது கலவையான நிகழ்ச்சிகளைத் தந்தேயாக வேண்டிய கட்டாயத்திற்கு

எல்லா தொலைக்காட்சி நிறுவனங்களும் தள்ளப்பட்டிருக்கின்றன என்பதைதான் இந்த உதாரணங்கள் சுட்டிக் காட்டுகின்றன.

இந்தத் திறந்த சந்தையில் எல்லோருக்குமான இடமும் இப்போது உறுதி செய்யப்பட்டிருக்கிறது. இன்று ஜீ தமிழ் இரண்டாவது இடத்திற்கு வந்திருக்கிறது. நாளை பாலிமர் வரலாம். நாளை மறுநாள் ராஜ் டீவி வரலாம். அடுத்த வாரம் ஜெயா டீவிகூட வீறுகொண்டு எழுந்து வரலாம். ஆனாலும் சன் தொலைக்காட்சியின் கோட்டையை அரிக்க முடியுமே தவிர, இப்போதைக்கு சாய்க்க முடியாது. அதுதான் நிதர்சனமான உண்மை. ஒரு சந்தையில் அடுத்தவனை அதிகமான விலை வைத்து விற்கச் சொல்லும் விநோதமும் தமிழ்த் தொலைக்காட்சிச் சந்தையில் மட்டுமே நடந்து கொண்டிருக்கிறது. உதாரணமாக பத்து நொடிகளுக்கு சன் டீவி நாற்பதாயிரம் ரூபாய் வரை விளம்பரக் கட்டணமாக வசூலிக்கிறது என்று வைத்துக் கொள்வோம். அதற்கடுத்த இடங்களில் இருப்பவர்கள் இருபதாயிரம், பத்தாயிரம், ஆறாயிரம் என விளம்பரக் கட்டணத்தை நிர்ணயம் செய்வார்கள். இப்போது தயாரிப்புச் செலவு என்பது எல்லோருக்கும் ஒன்றாகி விட்டது. சன் டீவி தன்னுடைய கட்டணத்தை எழுபதாயிரம் என்று நிர்ணயித்தால், மற்ற போட்டி யாளர்களும் தங்களுடைய கட்டணத்தை உயர்த்த முடியும். ஆனால் சன் தொலைக்காட்சி எனக்குக் கிடைக்கும் இலாபம் போதும் என சொல்லாமல் சொல்கிறது. மற்றவர்கள் புலம்புகிறார்கள். போட்டியாளனின் விளம்பரக் கட்டணத்தை அதிகரிக்கச் சொல்லும் பரிதாப நிலையில்தான் வர்த்தக ரீதியில் மற்ற சேனல்கள் இன்னமும் இருக்கின்றன.

அதேசமயம் தங்களுக்கான பிரத்யேகமான சந்தையை நோக்கியும் மற்ற சேனல்கள் இப்போது திட்டமிட்டு நகரத் துவங்கியிருக்கின்றன. அதை இந்தச் சமீபத்திய பார்க் புரட்சி உறுதி செய்திருக்கிறது. இனியும் யாரையும் நீங்கள் கேலி பேசமுடியாது. டப்பிங் சேனல் என ஒருகாலத்தில் கிண்டலடிக்கப்பட்ட ஜீ தமிழ் இப்போது ‘சொல்லு மாமா ஜீ’ என தன்னை மேல் நோக்கி இந்தப் போட்டியில் நகர்த்திக் கொண்டிருக்கிறது. ஒருவகையில் மற்ற சேனல்களுக்கு அது நம்பிக்கையையும் தந்திருக்கிறது. தமிழ்த் தொலைக்காட்சி சந்தையில் மாற்றங்களுக்கான நேரம் கனிந்து வந்திருக்கிறது. மற்ற சிறிய நட்சத்திரங்களும் பார்வைக்குத் தட்டுப்பட ஆரம்பித்திருக்கின்றன.

# 21

## விளையாட்டு விளைநிலங்கள்

**நா**ன் அடிப்படையில் ஒரு ஹாக்கி விளையாட்டு வீரன். திருநெல்வேலி விளையாட்டு விடுதியில் தங்கி பயின்றவன். என்னோடு ஹாக்கி மட்டுமல்லாமல் வாலிபால், தடகளம் என கிரிக்கெட் தவிர்த்த பிற விளையாட்டு வீரர்களும் தங்கிப் பயின்றனர் அங்கே. எல்லோருக்கும் கிரிக்கெட் விளையாடப் பிடிக்கும். ஆனால் கிரிக்கெட் விளையாடுவதை ஒருவகையில் வெறுத்தோம். ஏனெனில் அந்த விளையாட்டை விளையாடும் வீரர்கள் மேல் படியும் வெளிச்சம் இந்த இயல்பான எரிச்சலை எங்களுக்குள் புகுத்தியிருக்கலாம். நாடு முழுக்க இதுதான் நிலைமை என்கிறபோது நாங்கள் மட்டும் குறைபட்டுக் கொள்வதில் நியாயம் இல்லை என்பது புரிகிறது. இருந்தாலும் ஒரு விளையாட்டை விளையாடும் வீரர்கள் தங்களது சமகாலத்திய மற்ற விளையாட்டு வீரர்களை நோக்கிப் பொறாமை யோடு பார்க்கும் பார்வை விளையாட்டுத் துறையில் மட்டும் இல்லை. இது எல்லா துறைகளிலும் இருக்கிறது. பெரிய திரை நட்சத்திரங் களுக்குக் கிடைக்கும் வரவேற்பைப் பார்த்து சின்னத் திரை நட்சத்திரங்கள் புழுங்குவதில்லையா?

அந்த அடிப்படையிலேயே கிரிக்கெட் தவிர்த்த மற்ற விளையாட்டுக் களின் கதி என்ன என்கிற இயல்பான கேள்வியும் அதற்கான தேடல்களும் எழுந்தன. அதனடிப்படையில் ஒரு ஆவணப்படத்திற் காக தமிழகம் முழுக்க இருக்கிற விளையாட்டுக் கிராமங்களைச் சுற்றிப் பார்த்தோம். உண்மையைச் சொல்ல வேண்டுமெனில் இந்தியாவில் கிரிக்கெட் ஒரு மதம். அந்த விளையாட்டை

விளையாடும் வீரர்கள் கடவுளுக்கு நிகராகப் புகழ்பெற்றவர்கள் என அடிக்கடி எல்லோரும் சொல்வதைக் கேட்டிருப்பீர்கள். பெருங் கடவுள்களுக்கு மத்தியில் சிறிய எளிய கடவுளர்கள் காணாமல் போவதுதானே விதி. அதைப் போலதான் இந்த துருவ நட்சத்திரங் களுக்கு மத்தியில் கோடிக்கணக்கான நட்சத்திரங்கள் ஒளியிருந்தும் விழியில் காணக் கிடைப்பதில்லை. திறமையிருந்தும் மக்கள் பார்வையில் ஜொலிக்காத நட்சத்திரங்களாக அவை இருக்கின்றன.

விளையாட்டு உபகரணங்களை விற்பனை செய்யும் நிறுவனம் ஒன்று ஆராய்ச்சியொன்றை நடத்தியது. அந்த ஆராய்ச்சியில் நாற்பது சதவிகித பொருட்கள் கிரிக்கெட் சார்ந்து மட்டுமே விற்பனையா கின்றன என்பது தெரிய வந்தது. 100 கோடிக்கும் மேல் மக்கள் தொகை கொண்ட ஒரு நாட்டில் விளையாடுபவர்களில் சரிபாதி கிரிக்கெட் சார்ந்தே இயங்குகிறார்கள். விளையாடுபவர்களை விட்டு விடலாம். பார்ப்பவர்களும்கூட கிரிக்கெட் சார்ந்தே இயங்குகின்றனர்.

தேசிய அளவில் மற்ற விளையாட்டுகளின் நிலை என்ன என்பதைத் தாண்டி தமிழக அளவில் அவை எப்படி இருக்கின்றன என்பதை அறிவதுதான் எங்களது குழுவின் நோக்கமாக இருந்தது. கைப்பந்து, ஹாக்கி, கால்பந்து உள்ளிட்ட சில விளையாட்டுகளில் சர்வதேச அளவில் பதக்கங்களைப் பெற்றிருந்தாலும், அவை பெரும்பாலும் பெரியளவில் கிரிக்கெட்போல வெளிச்சத்திற்கு வரவில்லை. ஆனாலும் சத்தமில்லாமல் சாதனைகள் பல தமிழ் மண்ணில் நிகழ்த்தப்பட்டுக் கொண்டுதான் இருக்கின்றன.

அரசுப் புறக்கணிப்புகள், நிதிப் பற்றாக்குறைகள், திறமையான பயிற்சியாளர்கள் இல்லாமை போன்ற பல்வேறு காரணங்களுக்கு மத்தியிலும் தமிழ்நாடு இந்த விளையாட்டுகளில் சிறந்து விளங்குவதற்குக் காரணம் என்ன என்கிற ஒற்றைக் கேள்வியுடன் எங்கள் குழு புறப்பட்டபோது அதற்கான ஆணிவேர் போன்ற காரணங்கள் கிடைத்தன. தமிழகத்தில் பல்வேறு இடங்களில் ஒவ்வொரு குறிப்பிட்ட சில விளையாட்டுகளை தங்களது பெரு மிதமாகக் கருதி பல ஆண்டுகளாக எந்தப் பிரதிபலனையும் எதிர்பார்க் காமல் மக்கள் வளர்த்து வருவது தெரிய வந்தது. அதில் சில ஊர்களை மட்டும் ஒரு உதாரணத்திற்காகக் குறிப்பிடுகிறேன். தமிழகம் முழுக்க பிற ஊர்களின் கதியும் நிலையும் இதுதான். வடுவூர், சத்துவாச்சேரி, கோவில்பட்டி, நாசரேத் என முக்கியமான சில இடங்களை ஒரு புரிதலுக்காக முன்வைக்கிறேன். இந்த மாதிரியான ஊர்களும் இந்த மாதிரியான ஊர்களைச் சேர்ந்த மக்களும் இருப்பதால்தான் தமிழ்நாட்டில் இன்னமும் மற்ற விளையாட்டுகள் உயிர்ப்போடு இருக்கின்றன. இவை விளையாட்டு விளைநிலங்கள்.

வடுவூர். தஞ்சை மாவட்டம் என்றாலே நெற்களஞ்சியம் என்ற சொல்தான் உடனடியாக ஞாபகத்திற்கு வரும். அப்படியே தஞ்சை பெரிய கோயிலைச் சொல்வார்கள். தஞ்சைக்கு இன்னொரு அடையாளமும் இருக்கிறது. வடுவூர். நீங்கள் நினைக்கிற மாதிரி பெரிய ஊரெல்லாம் இல்லை. தமிழகத்தின் பரிதாபப்பட்ட கிராமங்களில் ஒன்றுதான். ஆனால் அந்தச் சிறிய கிராமத்தில் சர்வதேசத் தரத்தில் ஸ்டேடியம் ஒன்று வரப் போகிறது என்ற செய்தியே அந்த ஊரில் ஆழமாக ஏதோ ஒரு விஷயம் காலூன்றி இருக்கிறது என்பதை உணர்த்திவிடும். இந்தச் சின்னஞ் சிறிய கிராமத்திலிருந்து தேசிய அளவில், சர்வதேச அளவில் விளையாட்டு வீரர்கள் கபடி மற்றும் வாலிபால் விளையாட்டுகளில் கலந்து கொண்டிருக்கிறார்கள்.

இந்தியாவில் உள்ள பல்வேறு அரசுத் துறை நிறுவனங்களில் விளையாட்டு கோட்டா பிரிவில் வேலை வாய்ப்பையும் பெற்றிருக்கின்றனர் என்பது ஆச்சரியகரமான செய்திதான். எங்கள் குழு அங்கு போனபோது அங்கு இளைஞர்கள் குழு ஒன்றால் கபடிப் போட்டி ஒன்று நடத்தப்பட்டுக் கொண்டிருந்தது. வாரா வாரம் நடப்பதுதான் இது. இதில் ஆச்சரியப்படுவதற்கு என்ன இருக்கிறது என்றார்கள் அந்த ஊர் மக்கள். அந்த ஊர் மக்களைப் பொறுத்தவரை இது ஒரு வழக்கமான நிகழ்வு. ஆனால் பல ஆண்டுகளாகத் தொடர்ந்து இந்த நிகழ்வை அரங்கேற்றிக் கொண்டிருக்கிறார்கள். ஒரு ஊர் தங்களுக்குள் முறைவைத்து வசூலித்து தங்களுக்கான ஸ்டேடியம் ஒன்றைக் கட்டிக் கொண்டிருக்கிறார்கள் என்பது முக்கியமான தகவல். இந்த ஒற்றைத் தகவலே அந்த ஊரின் சிறப்பைச் சொல்கிறது.

தங்களது ஊர் கபடி மற்றும் வாலிபால் விளையாட்டில் சிறந்து விளங்குகிறது என்கிற பெருமிதம் அவர்களது நாடி நரம்பெல்லாம் வியாபித்திருக்கிறது. வார்த்தைக்கு வார்த்தை அதைச் சொல்லிக் கொண்டாடுகிறார்கள். சிறியவர்கள் முதல் பெரியவர்கள் வரை வயது பேதமில்லாமல் விளையாட்டிற்காகக் கூடுகிறார்கள். தங்களது இனம் சாதி போன்ற வேறுபாடுகளைக் களைவதில் இந்த விளையாட்டிற்கு பங்கிருப்பதாக வெளிப்படையாகவும் சொல்கிறார்கள். தங்களது தேவைகளை நிறைவேற்றித் தந்தால் இந்த விளையாட்டில் இன்னமும் பல படிகள் முன்னேறிவிடுவோம் என நம்பிக்கை தெரிவிக்கிறார்கள். அப்படிதான் நாங்கள் சந்தித்த ஆனந்த் சர்வதேச அளவிலான வாலிபால் போட்டியில் கலந்துகொண்டவர். சிறுவனாக இருந்தபோது மைதானத்திற்கு வெளியே நின்று பார்த்துக் கொண்டிருந்தேன் என்று சொல்லும் இவர் இப்போது மைதானம் அதிரும்படி விளையாடும் சர்வதேச வீரர்.

அதே சமயம் இப்போதுள்ள புதிய தலைமுறை மெல்ல மெல்ல இந்த விளையாட்டிலிருந்து விலகிச் செல்வதாகவும் வருத்தம் தெரிவிக்கிறார்கள். வடுவூரைப் பொறுத்தவரை கபடி மற்றும் வாலிபால் வெறும் விளையாட்டல்ல. அது அவர்களின் கௌரவம். அது அவர்களின் அடையாளம். அந்த ஊரைச் சுற்றி வந்தபோது அதன் ஒவ்வொரு அசைவிலும் இந்தப் பண்பாட்டுப் பெருமிதம் ஒட்டியிருப்பதை உணர முடிந்தது.

வடுவூருக்குச் சற்றும் குறைவில்லாமல் கோவில்பட்டியில் ஹாக்கி விளையாட்டைக் கொண்டாடுகிறார்கள். இந்தியாவின் ஹாக்கி விளையாட்டின் தந்தை என தயான்சந்தைச் சொல்வார்கள். ஹிட்லர் வியந்து பார்த்த வீரர் தயான்சந்த். ஜெர்மனியில் அவருக்குச் சிலையே வைத்திருக்கிறார்கள். அப்படிப்பட்ட தயான்சந்தே எங்களது ஊர் மைதானத்தில் வந்து விளையாடியிருக்கிறார் என அந்த ஊர்க்காரர்கள் பெருமிதம் கொள்கிறார்கள். வருடா வருடம் இங்கு நடந்த துரைசாமி நினைவு அகில இந்திய ஹாக்கிப் போட்டி வெகு பிரசித்தம்.

பக்கத்து ஊர்களில் இருந்தெல்லாம் பொதுமக்கள் ஒரு திருவிழாவைப் போல இந்தப் போட்டிகளில் வந்து கலந்து கொள்வார்களாம். இந்தியாவில் ஜலந்தர் எப்படி ஹாக்கி விளையாட்டிற்குத் தலைநகரோ, அதைப்போல தமிழ்நாட்டில் கோவில்பட்டி. சின்ன மைதானம் கிடைத்தால்கூட போதும். ஹாக்கி மட்டைகளைத் தூக்கிக்கொண்டு விளையாடக் கிளம்பி விடுகிறார்கள். புல்பூண்டு கூட முளைக்காத இந்தக் கரிசல் பூமியில் ஹாக்கி விளையாட்டு மட்டும் செழித்து வளர்கிறது. தீப்பெட்டி ஒட்டும் தொழிலை மேற்கொள்ளும் இந்தக் கந்தக பூமியில் வறுமையை வென்றெடுக்க விளையாட்டைத் தேர்ந்தெடுக்கிறார்கள் இங்குள்ள இளைஞர்கள்.

வீட்டுக்கு ஒருத்தரை ராணுவத்திற்கு அனுப்புவதைப்போல ஹாக்கி விளையாட்டிற்கு குடும்பத்தினர் அனுப்புவார்களாம். நாங்கள் பார்த்த அந்த மனிதரின் பெயர் குருசித்ர ஷண்முக பாரதி. அவர்தான் இப்போதைய தூத்துக்குடி மாவட்ட ஹாக்கி சங்கத்தின் செயலாளர். இவரும் பழைய ஹாக்கி விளையாட்டு வீரர்தான். 'என் முன்னோர்கள் எனக்குக் கற்றுக் கொடுத்த திறமையை அடுத்த தலைமுறைக்குக் கடத்துவது என்னுடைய தலையாய பணி' என்கிறார். அதன்படி அடுத்த தலைமுறைக்கு இந்த விளையாட்டைக் கடத்துவதை அவருடைய கடமையாகவே வைத்திருக்கிறார்.

அவரோடு இணைந்து சிறுவர்களுக்குப் பயிற்சியளிக்கிறார் காளிமுத்து பாண்டிய ராஜா. இவரும்கூட திருநெல்வேலி விளையாட்டு விடுதியில் என்னோடு பயின்ற ஹாக்கி வீரர்தான். அந்தச் சின்ன ஊரில்

ஜிம் ஒன்றை நடத்துகிறார். குருசித்ர பாரதி கல்லூரி ஒன்றில் உடல்கல்வி பேராசிரியராக இருக்கிறார். நாங்கள் விட்டுவிட்டால், இந்த விளையாட்டு அடுத்த தலைமுறைக்குக் கடத்தப்படாமலேயே போய்விடும் என்கிறார்கள். தங்களுடைய ஊர்ப் பெருமிதம் தொடர்ந்து நிலைநாட்டப்பட வேண்டும் என்பதில் உறுதியாக இருக்கிறார்கள். இந்தப் பணியில் அவர்களுக்கு நிறைய சிக்கல்கள் இருக்கின்றன. என்றாலும் சந்தோஷமாகவே அந்தப் பணியைச் செய்கிறார்கள்.

கன்னியாகுமரியைப் பற்றி அறிமுகம் தேவையில்லை. பல அம்சங்களில் அந்த ஊர் முன்னோடியாக இருந்து வருகிறது. ஆனாலும் அறியப்படாத அந்த மாவட்டத்தில் உள்ள இரண்டு ஊர்களின் இன்னொரு முகம் அறியப்படாதது. அந்த மாவட்டத்திலுள்ள நாசரேத் மற்றும் தூத்தூர் ஆகிய இரண்டு ஊர்கள் மிக முக்கியமானவை. அந்த இரண்டு ஊர்களைச் சேர்ந்தவர்களின் வாழ்வில் இருந்து கடலை எப்படிப் பிரிக்க முடியாதோ, அப்படி கால்பந்து விளையாட்டையும் பிரிக்க முடியாது.

நாங்கள் பார்த்தது திருவாளர் ஜெகதீசனை. அந்தப் பகுதியின் முன்னாள் நாடாளுமன்ற உறுப்பினராக இருந்தவர். ஆனால் அவர் அரசியல் பேச விரும்பவில்லை. அதுகுறித்து ஒரு சின்னச் சலனத்தைக்கூட அவர் காட்டவில்லை. தன்னை பழைய கால்பந்தாட்டக்காரனாகவே நிலை நிறுத்திக்கொள்ள விரும்புகிறார். அதைப் பேசும்போது அவரது முகம் பெருமிதத்தில் பொங்கி வழிகிறது. அதைதான் இன்றளவும் தன்னுடைய அடையாளமாக முன்னிறுத்துகிறார்.

அவரைப்போலவே அங்கு விளையாடும் பலரும் தங்களது அடையாளமாக கால்பந்து விளையாட்டையே முன்னிறுத்து கிறார்கள். கடலோடு போட்டி போட்டு வளர்ந்தவர்கள் என்பதால், கால்பந்து விளையாட்டிற்குத் தோதான உடல் தகுதியை இங்குள்ள இளைஞர்கள் இயல்பாகவே பெற்றிருக்கிறார்கள். தேசிய அணியில் பல்வேறு அரசு நிறுவன அணிகளில் இந்த இரண்டு ஊரைச் சேர்ந்தவர்கள் அதிகளவில் இருக்கிறார்கள். சுதந்திரத்திற்குப் பிந்தைய காலகட்டத்திலிருந்து இப்போது வரை தொடர்ச்சியாக கால்பந்துப் போட்டிகளை நடத்திக் கொண்டிருக்கிறார்கள். வருடா வருடம் புதியவர்களை உற்பத்தி செய்து தமிழகத்திற்கும் இந்தியாவிற்கும் தந்தபடியே இருக்கிறார்கள். அதை ஒரு கடமையாக வேள்வியாகச் செய்வதை நேரடியாகச் சந்தித்தபோது அறிந்து கொள்ள முடிந்தது.

தமிழக வரைபடத்தில் இந்த இரண்டு ஊர்கள் கால்பந்தால் மட்டுமே அறியப்பட்டிருக்கின்றன. கடல் துள்ளி விளையாடுவதைப்போல இங்கு இளைஞர்கள் கால்பந்து விளையாட்டில் துள்ளி விளையாடு கிறார்கள். பல்வேறு தடைகளைத் தாண்டி சோர்வில்லாமல் இன்னமும் இந்த விளையாட்டை அடுத்த கட்டத்திற்கு எடுத்துச் செல்ல உழைத்தபடி இருக்கிறார்கள்.

சிறைச்சாலைக்குப் பெயர் போனது வேலூர். பெரும்பாலும் கெட்ட விஷயங்களைதானே நம்முடைய அடையாளமாகவும் வைத்திருக் கிறோம். இந்த விஷயத்திலும் அது விதிவிலக்கா என்ன? அங்குள்ள சத்துவாச்சாரியைப் பற்றி நிச்சயம் சொல்லியே ஆகவேண்டும். தேசிய நெடுஞ்சாலையை ஒட்டி இறங்கும் சாலைகளில் நெருக்கடி யான தெருக்களுக்கு மத்தியில் அமைந்திருக்கும் இந்த ஊரில்தான் உடலை முன்னிறுத்திய ஒரு விளையாட்டு பெரும் புகழ் பெற்றிருக்கிறது. ஒலிம்பியன்களும் இந்திய அரசின் உயரிய விருதான அர்ஜுனா விருது பெற்றவர்களும் நிரம்பியிருக்கிற இந்தச் சின்ன ஊரில் இருந்து கனவுகளோடு புறப்பட்டார் அன்புக் கதிரவன். இப்போது அவர் ரயில்வேயில் இருக்கிறார். இந்த ஊரின் புகழ்பெற்ற விளையாட்டான பளுதூக்குதல்தான் அவருக்கு இந்த வேலை வாய்ப்பைப் பெற்றுத் தந்திருக்கிறது. அவருக்கு மட்டுமல்ல அவருடைய முன்னோர்கள் பலரும்கூட இந்த விளையாட்டால்தான் தங்களது வாழ்க்கையை முன்னேற்றிக்கொண்டு இருந்திருக்கின்றனர்.

வேலூர் பளுதூக்கும் விளையாட்டின் மையமாக காலம் காலமாக இருந்து வருகிறது. இந்த விளையாட்டில் ஈடுபட்டால், வாழ்க்கையில் உறுதியான வெற்றி சாத்தியம் என்று நம்புகிறார்கள். அந்தச் சின்ன ஊரில் பத்திற்கும் மேற்பட்ட பளுதூக்கும் மையங்கள் லாபநோக்கில்லாமல் செயல்படுகின்றன. அங்கிருந்து ஈசல்கள் போல ஆனால் அதேசமயம் வலுவான வாழ்வைக்கொண்ட இளைஞர்கள் புறப்பட்டு வந்து கொண்டேயிருக்கின்றனர். அப்படிக் கிளம்பி வந்த இன்னொரு இளைஞரைப் பற்றியும் சொல்ல வேண்டியிருக்கிறது. சதீஷ் சிவலிங்கம். ஏற்கெனவே வரலாற்றுப் பெருமை கொண்ட சத்துவாச்சாரி பளு தூக்கும் விளையாட்டின் கேந்திரத்தின் தற்போதைய பெருமை அவர். இந்த ரியோ ஒலிம்பிக்ஸில் அவர் கலந்து கொண்டார். சதீஷின் தந்தை சிவலிங்கம் முன்னாள் ராணுவ வீரர். அவரும்கூட முன்னாள் பளுதூக்கும் வீரர்தான். ராணுவ வேலையே அவருக்கு இந்த விளையாட்டின் வழியாகதான் கிடைத்திருக்கிறது. இப்போது தற்காலிக வாட்ச்மேனாக பணியில் இருந்தாலும், தன்னுடைய மகனை சர்வதேச அரங்கில் கொண்டுபோய் நிறுத்தியிருக்கிறார்.

அப்படி பல மகன்களை அங்குள்ள தந்தைகள் சர்வதேச அரங்கில் நிறுத்துவதற்கான கனவுகளோடு இருக்கிறார்கள். சதீஷைப்போல சாதிக்கவேண்டும் என ஒரு இளைஞர் படை புறப்பட்டிருக்கிறது. அந்தப் படைக்கு உதவியாய் முன்னாள் படை வீரர்கள் தங்களது வாழ்க்கையை அர்ப்பணித்துக் கொண்டிருக்கிறார்கள். அதனால்தான் அந்த ஊர் தமிழக வரைபடத்தில் பளுதூக்கும் விளையாட்டில் அழுத்தமாகக் காலூன்றி இருக்கிறது.

நாகராஜன். இந்திய அளவில் தடகள விளையாட்டில் இவரது பெயரைத் தெரியாதவர்களே இருக்க முடியாது. தடகள விளையாட்டில் நூற்றுக்கணக்கான சாதனையாளர்களை உருவாக்கி இந்த நாட்டிற்குத் தந்தவர். இருபது ஆண்டுகளாக இந்தப் பணியில் லாபநோக்கில்லாமல் தன்னை ஈடுபடுத்திக் கொண்டிருக்கிறார்.

மற்ற குழு விளையாட்டுகளைப்போல அல்லாமல் தடகளம் என்கிற விளையாட்டு சவாலானது. இங்கு ஒவ்வொரு நொடியும் ஒவ்வொரு அடியும் முக்கியமானது. இந்தத் துல்லியத்திற்காகதான் இவர்கள் நிறைய பாடுபடுகிறார்கள். தமிழகம் தடகளம் விளையாட்டில் சிறந்து விளங்குகிறது என்றால் அதற்கு இவரைப் போன்றவர்களும் மிக முக்கிய காரணம்.

அடையாளம் காண்கிறார்கள். தேர்ந்தெடுக்கிறார்கள். பயிற்சியளிக்கிறார்கள். ஊக்கப்படுத்துகிறார்கள். தேசத்திற்கு அந்த இளைஞர்களைத் தாரை வார்க்கிறார்கள். இப்படித் தமிழகம் முழுக்க சுற்றியலைந்ததில் தெரிந்துகொண்ட விஷயம் இதுதான். அரசு சார்ந்த அமைப்புகள் இப்போதுதான் விளையாட்டு குறித்த கரிசனத்திற்குத் தயாராகி இருக்கிறார்கள். தமிழகத்தின் முன்னாள் முதல்வர் ஜெயலலிதா பெயரிலான விளையாட்டுக் கோப்பை போன்ற திட்டங்கள் வழியாக இந்தத் துறையில் சின்ன மாற்றத்தை உருவாக்க முடிந்திருக்கிறது. உண்மையில் அந்தத் திட்டம் பயனுள்ளதாக இருப்பதாகவே சந்தித்த அத்தனை விளையாட்டு வீரர்களும் சொல்கிறார்கள். அந்த வீரர்களை உருவாக்குபவர்களும் சொல்கிறார்கள்.

அதேபோல திருநெல்வேலி, சென்னை, மதுரை, கோவை உள்ளிட்ட தமிழ்நாட்டில் உள்ள விளையாட்டு விடுதிகளின் வழியாக மிகச் சிறந்த வீரர்களும் உருவாகிக் கொண்டிருக்கிறார்கள். விளையாட்டு விடுதியில் பயிலும் வீரர்களுக்கான உணவுப்படிகள் கடந்த ஐந்தாண்டுகளில் வெகுவாக முன்னேறியிருக்கிறது. ஆனால் அது மட்டும் போதாதே... கிராமப்புற விளையாட்டு குறித்து என்ன கவனம் கொண்டிருக்கிறோம்? ஒரு சின்ன புள்ளி விவரம் கிராமப்புற விளையாட்டுகளின் இன்றைய பரிதாப நிலையைச் சொல்கிறது.

தமிழகத்தில் 36,956 அரசு நடுநிலைப் பள்ளிகள், உயர்நிலைப் பள்ளிகள், மேல்நிலைப் பள்ளிகள் உள்ளன. 11,462 அரசு உதவி பெறும் தனியார் சுயநிதி பள்ளிகள் உள்ளன. 8407 அரசு உதவி பெறும் தனியார் பள்ளிகள் உள்ளன. இப்பள்ளிகளில் 1 கோடியே 33 லட்சம் மாணவ மாணவிகள் படிக்கின்றனர். 5 லட்சத்து 9 ஆயிரம் ஆசிரியர்கள் பணிபுரிகின்றனர். இதில் 3500 உடற்கல்வி ஆசிரியர்கள் மட்டுமே பணிபுரிகின்றனர். மொத்த ஆசிரியர்களைக் கணக்கிடும் போது ஒரு சதவிகிதம் கூட உடற்கல்வி ஆசிரியர்கள் இல்லை. இது ஒரு உதாரணம்தான். விளையாட்டு விடுதிகள், விளையாட்டு மேம்பாட்டு ஆணையம் தாண்டி வட்டத்திற்கு வெளியேயும் ஆயிரக்கணக்கான கிராமப்புற மாணவர்கள் விளையாடிக் கொண்டிருக்கின்றனர். அவர்களையும் உதவிகள் சென்று சேர வேண்டும் என்கிறார்கள் இந்தத் துறை சார்ந்த வல்லுநர்கள்.

இன்னொரு உதாரணமாக ஒரு விஷயத்தைச் சொல்ல வேண்டுமெனில், ஒலிம்பியன்களும் அர்ஜுனா விருது பெற்றவர்களும் நிறைந்திருக்கிற வேலூரில் ஒரு ஸ்டேடியம் இல்லை. வடுவூரில் கட்டப்பட்டு வரும் ஸ்டேடியம் இன்னும் ஒரு வடிவத்திற்கு வரவில்லை. கோவில் பட்டியில் செயற்கை இழை மைதானம் வந்துவிட்டது. ஆனால் அது திறப்பு விழாவிற்காகக் காத்துக் கொண்டிருக்கிறது. இப்படி பல்வேறு சிக்கல்களால் தமிழக விளையாட்டுத் துறை திக்கித் திணறிக் கொண்டிருக்கிறது. அதற்குப் பிராண வாயுவைத் தர வேண்டிய இடத்தில் இருக்கும் தமிழக அரசு உடனடியாக இந்த விஷயத்தில் கவனம் செலுத்த வேண்டும்.

விளையாட்டு என்கிற துறையை எடுத்துக்கொண்டால் நிறைய பிரச்சினைகள் இருக்கின்றன. ஏற்கெனவே பெற்றோர்கள் தற்போது விளையாட்டுகளில் தங்களுடைய பிள்ளைகளை ஈடுபடுத்துவதற்கு ஆர்வம் காட்டாத சூழலும் நிலவுகிறது. உறுதியான வேலைவாய்ப்பு என்பதற்கு உத்தரவாதம் ஏற்படுத்தித் தந்தால், இன்னமும் கிரிக்கெட் தவிர்த்த மற்ற விளையாட்டுகளின் மீது பெற்றோர்களுக்குக் கரிசனம் வந்துவிடும். விளையாடுவது என்பது வேலைவாய்ப்புக்காக மட்டு மில்லை என்கிற புரிதல் பெற்றோர்களுக்கு வருவதற்கு இன்னும் கொஞ்சம் காலம் பிடிக்கலாம். ஆனால் எதற்காக விளையாடுகிறோம் என்று அவர்கள் எழுப்பும் கேள்விகளையும் கணக்கில் எடுத்துக் கொள்ள வேண்டும் என்பதையும் மறுக்க முடியாது இல்லையா?

இது போன்ற பிரச்சினைகளையெல்லாம் தாண்டி ஆர்வமும் அர்ப்பணிப்பும் உள்ள தனிநபர்களால் தமிழக விளையாட்டு சாம்ராஜ்ஜியம் நிர்வகிக்கப்பட்டு வருகிறது. தமிழக விளையாட்டு

மேம்பாட்டு ஆணையத்தின் பணிகளை எல்லோரும் மெச்சுகிறார்கள். அதேசமயம் கிராமப்புறம் சார்ந்த விளையாட்டு வீரர்களுக்கான போதாமைகளை யார் தீர்த்து வைப்பது என்றும் கேள்வி எழுப்புகிறார்கள். குழு அரசியல், விளையாட்டு உபகரணங்கள் இல்லாமை, சத்தான உணவின்மை போன்ற பிரச்சினைகளில் கிராமப் புறங்களைச் சேர்ந்த விளையாட்டு வீரர்கள் தவிப்பதை உணர முடிகிறது.

இதையெல்லாம் களைய வேண்டும் என்கிற குரல் ஆங்காங்கே எழுவதைத் தவிர்க்க முடியாது. அரசு இந்த விஷயத்தில் இன்னும் கூடுதல் கவனம் செலுத்தினால் கிரிக்கெட் தவிர்த்த இது போன்ற விளையாட்டுகளில் இன்னும் பல படிகள் முன்னேறிவிடலாம். இப்போது விரல் விட்டு எண்ணும் அளவிலேயே தமிழகத்தில் சாதனைகள் நிகழ்த்தப்படுகின்றன. முறையான வசதி வாய்ப்புகளை உருவாக்கித் தந்தால் அவர்கள் தேசமெங்கும் தமிழகத்தின் பெருமையை நிலைநாட்டுவார்கள். தேசியளவில் முதலிரண்டு இடங்களுக்குள் தமிழகம் இருக்கிறது என்பது பெருமைதான். ஆனால் சர்வதேச அளவில் தமிழக விளையாட்டு வீரர்கள் சாதிக்க வேண்டும் என்பதும் மிக முக்கியமானது.

இந்த விளையாட்டு விளை நிலங்களில் விளைந்த பயிர்களைப் பாதுகாப்பாகப் பொத்திப் பாதுகாத்து அவற்றை விருட்சமாக வளர்த்தெடுக்க வேண்டிய பொறுப்பு அரசிற்கு மட்டுமல்லாமல், தனியார் நிறுவனங்கள் உள்ளிட்ட எல்லோருக்கும் இருக்கிறது. அதைச் செய்து கொடுத்தால் அவர்கள் சர்வதேச விளையாட்டு வரைபடத்தில் தமிழகத்தின் தனித்த அடையாளத்தை வரைந்து காட்டிப் பெருமைப்படுத்துவார்கள்.

# 22

## கிராமத்தான் மிட்டாய்க் கடையைப் பார்த்த மாதிரி!

**கி**ராமத்தில் பிறந்து வளர்ந்தவன் நான். பெண் என்றால் எங்களைப் பொறுத்த வரை முகம் மட்டும்தான். எங்கள் சாகசமெல்லாம் இந்தளவிற்குதான். முகத்தைதான் உற்று உற்றுப் பார்த்துக்கொண்டு அலைவோம். வேறு வகையிலான கிரிமினல் வேலைகளை எல்லாம் அப்போது யோசித்துக்கூட பார்த்ததில்லை. இப்போதுள்ள கிராமத்துத் தம்பிகளுக்குச் சத்தியமாக சர்டிஃபிகேட் தர மாட்டேன். மொபைலும் கையுமாகப் படம் பிடித்தலைவதைப் பார்த்திருப்பீர்கள்தானே?

வட்ட முகங்கள் சிரித்தாலே அன்றிரவு சித்ரா பௌர்ணமி கொண்டாட்டம்தான். இதற்கு நேர் எதிரான, ரம்மியமற்ற சித்திரங்களும் காணக் கிடைக்கும். அண்ணன்கள் அக்காக்களை இழுத்துப் போட்டு அடிப்பார்கள். ஒரு பள்ளியே விரட்டி விரட்டிக் காதலித்த தங்கமலர் அக்காவை, அவருடைய வீட்டுக்காரர் நடுரோட்டில் விரட்டி விரட்டி அடித்தார். அந்தக்காவை எனக்குத் தெரிந்த சீனியர் அண்ணன் ஒருத்தர் ஃப்ரூட்டியெல்லாம் வாங்கிக் கொடுத்துக் காதலித்துக் கொண்டிருந்தார். குத்துக்கல் ஒன்றில் அமர்ந்து அழுது கொண்டிருந்த அந்தக்கா, "கட்டினவ மேல கைநீட்டக் கூடாது பாத்துக்க" என்றது. அச்சாணியாய் மனதில் நின்றுவிட்டது.

ஊரில் நான் பார்த்த பெண்கள் எல்லோரும் கிட்டதட்ட அடிவாங்கிக் கொண்டே இருந்தார்கள். அண்ணன் ஒருத்தர் நண்பர்களிடம் பந்தயம் கட்டிவிட்டு வீட்டுக்குப் போய் அடிப்பார். எப்படி

அடக்கியாள்வதென சின்னப் பயல்களான எங்களுக்கு வகுப்பெடுப்பார்கள். ‘‘அக்குருவம் பிடிச்சவங்க அவங்க. அவங்க சொல்றதையெல்லாம் கேட்கக் கூடாது சாமி’’ என வேப்பிலை அடிக்கும் பசுபதி அத்தை. அத்தைகள் வளர்த்த பையன்கள் தப்பு செய்ய மாட்டார்கள் என்பது கிராமத்துப் பொதுமொழி. என் பால்யம் முழுக்கவே இது மாதிரி வட்ட முகங்களும், அடிவாங்குகிற தங்கமலர் அக்காக்களும் நல்லது சொல்லி அரவணைக்கிற அத்தைகளும் இருந்தார்கள்.

சின்ன வயதில் இருந்து அவர்கள் பட்ட துயரங்களை மட்டுமே பார்த்துப் பார்த்து வளர்ந்தோம். காமாட்சி அக்கா, தீப்பெட்டிக் கட்டு ஒட்டி சேர்த்து வைத்த பணத்தை அந்த அண்ணன் எடுத்துப் போய்க் குடித்தார். அந்த அக்காவின் ஓலம் இப்போதும் காதுக்குள் கேட்கிறது. அந்த அண்ணன் துளிகூட துயரப்படவில்லை. எப்படி அந்தப் பணத்தைத் திருடினேன் என சிரித்துக்கொண்டே விவரித்தார். கல்லூரிக்குப் போறேன் என அந்த அண்ணனிடம் சொன்னபோது, ‘‘வாய்ப்பு கிடைச்சா விட்டுறாத. பெரிய எடமா பாத்து கரெக்ட் பண்ணிப் போட்டுரு’’ என்று சொல்லி வழியனுப்பி வைத்தார். வெகுமதியான புத்திமதியாம்!

சென்னைக் கிறித்துவக் கல்லூரி. காதல் என்கிற பெயரில் கத்தரிக்காய் கூட்டெல்லாம் வைத்தோம். அது வழக்கமானதுதான் என்பதால் கடந்துவிடலாம். கிராமத்தான் மிட்டாய்க்கடையைப் பார்ப்பது போல, பார்த்துக்கொண்டே அலைவோம். நேரே போய்ப் பேசத் தைரியம் இல்லாததால் விதம் விதமாக உற்றுப் பார்ப்போம். இந்தக் காலகட்டத்தில் முகத்தில் இருந்து உடலுக்கு நகர்ந்துவிட்டோம். சீனியர் அக்கா ஒரு தடவை நிறுத்தி, ‘‘அவளை பிடிச்சிருக்குன்னா போய்ச் சொல்ல வேண்டியதுதானே? ஏன் உத்து உத்துப் பாக்கறீங்க...’’ என நண்பன் ஒருத்தனுக்கு அறிவுரை சொன்னார். உற்றுப் பார்ப்பதே தப்பு என்பதே அப்போதுதான் தெரிந்தது. ஒரு தப்பைத் தப்பு என்று புரிந்து கடப்பதற்கே கல்லூரி வரைக்கும் வர வேண்டியிருந்தது.

அந்தக் கல்லூரி, பெண்கள் குறித்த வேறு வகையான திறப்புகளைத் தந்தது. ஆணும் பெண்ணும் பக்கத்தில் பக்கத்தில் அமர்ந்து வகுப்பு களைக் கவனிக்க முடியும் என்பது விசித்திரமாக இருந்தது. கண்ணா லட்டு தின்ன ஆசையா போன்ற விளம்பரங்கள் அப்போது வந்திருந்தால் கொண்டாடித் தீர்த்திருப்போம். பார்த்தவுடன் காதலைச் சொல்லி விடு என்கிற வம்சாவழியில் வந்தவர்களென்பதால், சகட்டுமேனிக்கு காதலைச் சொல்லதான் பழக்குவிக்கப்பட்டிருந்தோம். பெண்களின்

முகங்களுக்குள்ளும் உடல்களுக்குள்ளும் மட்டுமே எக்ஸ்ரே கதிர்களைப் பாய்ச்சிக் கொண்டிருந்தோம். விஸ்பர் அல்ட்ராவை கூச்சமில்லாமல் இன்னமும் போய்க் கடையில் வாங்க முடியவில்லை. அந்த வேலைகளை எல்லாம் எங்கள் ஊரில் பையன்களுக்குக் கொடுப்பது பெரும்பாவம்தான் இன்னமும். அம்மாக்கள்கூட சொந்த சோகங்களை சொல்லி இருக்கிறார்களே தவிர, உரையாடியதில்லை.

உரையாடல் எவ்வளவு அவசியம் என்பதை அதற்கடுத்த சென்னை வாழ்க்கை உணர்த்தித் தந்தது. தொலைக்காட்சி ஒன்றில் நேரெதிரான தன்மைகள் கொண்ட இரண்டு நிகழ்ச்சிகள் செய்தேன். ஒரு நிகழ்ச்சி பெருமிதத்தையும் இன்னொன்று குற்றவுணர்வையும் ஒருசேரத் தருகிறது இப்போது. ஆனால் வாழ்க்கையை அந்த இரண்டு நிகழ்ச்சிகளும் கற்பித்தன. நேரெதிரான பெண்களின் பிம்பங்கள் கிடைத்தன அவற்றில். தமிழ் நிலத்தில் உள்ள வெவ்வேறு குணாதிசயங் கள் கொண்ட பெண்கள், அவர்களோடு இருக்கும் ஆண்களைச் சந்தித்தேன். முகங்களைத் தாண்டி உடல்களைத் தாண்டி மனங்களுக்குள் ஊடுருவும் வித்தை அப்போதுதான் கைவரப் பெற்றது.

ஒரு தாயின் சபதம் என்கிற நிகழ்ச்சியின் வழியாக நூறு தாய்மார் களைச் சந்தித்தேன். ராக்கு என்கிற ஒரு அம்மா லாரி டயர்களுக்குப் பஞ்சர்போட்டு பிள்ளைகளைப் படிக்க வைத்தார். இன்னொரு அம்மா பாட்டு கிளாஸ் நடத்தி பிள்ளைகளை அமெரிக்காவிலும் ஆஸ்திரேலியாவிலும் உட்கார வைத்தது. ராக்குவும் பாட்டு கிளாஸ் அம்மாவும் வேறு வேறு அல்ல. பாட்டு கிளாஸ் அம்மாவும் நாகரிகமாக பிள்ளைகளுக்காகப் பிச்சையெடுத்தது. உண்மையை அப்பட்டமாகச் சொல்ல வேண்டுமெனில், அந்த நிகழ்ச்சியில் கலந்துகொண்ட அத்தனை அம்மாக்களும் இப்படிதான் பிள்ளை களுக்காக நாகரிகமாகப் பிச்சையெடுத்தார்கள். பெரியகுளம் பக்கத்தில் இருந்து வந்த அம்மா ஒருத்தர் நிஜமாகவே தன்னுடைய ஆரம்ப காலத்தில் பிச்சையெடுத்துதான் பிள்ளைகளுக்குச் சாப்பாடு வாங்கித் தந்திருக்கிறார். கோயில் அன்னதானங்களில் போய் வரிசையில் நிற்பாராம். அதைச் சொல்லும்போது சிரித்துக்கொண்டே சொன்னதுதான் மனதைப் பிசைந்தது. இந்த நிகழ்ச்சியைச் செய்த பிறகுதான் அம்மாக்கள் படுகிற துயரங்களெல்லாம் உறைக்க ஆரம்பித்தது. ஆண்கள் இல்லாமலும் வண்டி ஓடும் என்கிற நிதர்சனம் உறைத்தது. அந்த நூறு அம்மாக்களில் ஒருத்தருக்குக்கூட, கணவர் தவிர்த்த பிற தொடர்புகள் இல்லை. ஒரு அம்மா, ‘‘வைராக்கியம் என்பது ஆண்களை விட பெண்களுக்கு ஜாஸ்தி’’ என்று சொன்னார். உண்மை ஒரு பக்கம் இப்படி இருக்கதான் செய்கிறது. பச்சைக் கண்ணாடி போட்டிருப்பதால் பசுமையான காட்சிகள் தெரிகின்றன.

இப்போது இன்னொரு கண்ணாடியைப் போட்டுக் கொள்ளலாம். அதற்கு நேரெதிரான சித்திரமும் இருக்கிறது. அதைப் போட்டு மூடி வைக்க பெரிய அண்டா மூடி உலகத்தில் இன்னமும் கண்டு பிடிக்கப்படவில்லை. அரசு வேலையில் இருக்கிற டீச்சர் ஒருத்தர், தலைமையாசிரியராக இருந்த கணவரை, கள்ளக் காதலுக்காகக் கொன்றார். இன்னொரு பெண் கள்ளக்காதலுக்காக கணவர் படுத்திருந்தபோது தலையணையை அழுத்திக் கொன்றார். எல்லா மட்டத்திலும் இதுபோல கொலைகள் நடக்கின்றன. வட இந்தியாவில் ஒரு பெண் தொழிலதிபர் இதுமாதிரியான கொலையில் ஈடுபட்ட செய்தியையும் பார்த்திருப்பீர்கள்தானே? கள்ளக்காதலி களுக்காக கணவர்களும் மனைவிமார்களைக் கொலை செய்தார்கள். தராசில் எந்தப் பக்கத்தில் முள் அதிகமாக நிற்கிறது என துல்லியமாக வெல்லாம் சொல்லவே முடியாது. இதிலாவது கள்ளக்காதல் என்கிற வஸ்து இருக்கிறது.

ஆனால் இன்னபிற பல காரணங்களுக்காகவும் கொல்ல ஆரம்பித்தார்கள். இந்தக் கொலைகளின் வழியாக விசித்திரமான மனங்களையும், ஆண் பெண் உறவில் இருக்கிற சிக்கல்களையும் குடும்பம் என்கிற அமைப்பின் போதாமைகளையும் தெளிவாக உணர்ந்துகொள்ள முடிந்தது. கடந்த இருபதாண்டுகளில் ஆண் பெண் உறவில் முளைத்திருக்கிற புதிய பெருஞ் சிக்கல்களை அடையாளம் காண முடிந்தது. யார் தவறு செய்தார்கள் இதில் என்கிற ஆராய்ச்சி களை எல்லாம் தாண்டி, தமிழ்ப் பாரம்பரியம் குறித்தெல்லாம் பேசுகிற வேளையில் இதைப் பற்றியும் பேசியாக வேண்டியிருக் கிறது. கணவரது முகத்தில் தாலியைக் கழற்றி வீசிவிட்டு, ''கழுத்துல கிடக்கிற வரைக்கும்தான் அது தாலி. தரையில் கிடந்தால் அது கயிறு'' என்று அடிவயிற்றில் இருந்து கோபத்தோடு கத்திய பெண்களை எனக்குத் தெரியும். அடிவாங்குகிற அக்காக்கள் இல்லை அவர்கள். பதிலுக்குத் திருப்பித் தருவது எப்படி என்பதைக் கற்றுக் கொண்டு விட்டார்கள்.

ஆனால் சண்டை சச்சரவுகள், அறுத்து விடுதல் என்பதையெல்லாம் தாண்டி, இருதரப்பும் ஏன் கொலைகள் செய்கிற அளவிற்குப் போகிறார்கள் என்கிற கேள்விகளைக் கேட்டுப் பாருங்கள். கடந்த வருடம் மட்டும் நான்கு பெண்கள் காதலை மறுத்த காரணத்திற்காகக் கொல்லப்பட்டிருக்கின்றனர். சிற்றூரொன்றில் கணவர் ஒருத்தர் ஒரே குடும்பத்தைச் சேர்ந்த ஐந்து பேரை நடுரோட்டில் வைத்து வெட்டிக் கொன்றார். என்ன காரணம்? சேர்ந்து வாழ மறுத்துவிட்ட மனைவி அவருக்கு விவாகரத்தும் கொடுக்காமல் வாழ்க்கையை பாழ்பண்ணிக் கொண்டிருந்தார். 'நீ சாகிற வரை இன்னொரு கல்யாணம் முடிக்க

முடியாது' என சபதமும் போட்டிருந்தாராம். இன்னொரு கணவர் தூக்கில் தொங்கி உயிரை விட்டார். என்ன காரணம் என்று விசாரித்த போது, அந்தப் பெண்ணிற்கு அவரைப் பிடிக்கவில்லை. தினமும் சோறு போடும்போது தட்டைத் தரையில் வைத்து காலால் தள்ளிவிடுவாராம். ஒன்று கொலை செய்துவிடுகிறார்கள். இல்லாவிட்டால் கொலைக்கு நிகரான காரியங்களைச் செய்ய ஆரம்பித்திருக்கின்றனர். ஆண்பால் பெண்பால் என்றெல்லாம் பிரித்துப் பார்க்க முடியவில்லை. ஒரு குறிப்பிட்ட சதவிகிதத்தினர் உச்சகட்ட கொதிநிலையில் குடும்பம் என்கிற அமைப்பிற்குள் வாழ்ந்து கொண்டிருப்பதாகப் படுகிறது. நேர்மறையான (Positive) மனநிலையில் இருக்கும்போது எப்படி இருக்கிறோம் என்பது முக்கியமில்லை. எதிர்மறையான (Negative) மனநிலையின்போது எப்படி உறவுகளில் நடந்து கொள்கிறோம் என்பதுதான் முக்கியமானது. அன்பைக் கக்குகிற கதைகளை மட்டுமே சொல்லிக்கொண்டு போவதில்லை வரலாறு. வெறுப்பைக் கக்குகிற கதைகளையும் சொல்வதுதான் ஆவணம்.

ஒரு உறவில் உள்ளே நுழைவதற்கான வழிகள் எவ்வளவு எளிதாக இருக்கின்றனவோ, அதைப்போல வெளியேறுவதற்கான வழிகளும் எளிமையானதாக இருக்க வேண்டும். வெளியே போக நினைத்த ஒரு இளைஞனை அவனுடைய அலுவலகம் வரை விரட்டி விரட்டி அவமானப்படுத்தினார் இளம்பெண் ஒருத்தர். அந்தப் பையன் துக்கம் தாளாமல் தற்கொலை செய்து கொண்டான். இதுவும்கூட ஆசிட் அடிப்பதற்குச் சமம்தான். இந்த அமைப்பில் ஒரு தடவை மாட்டிக் கொண்டால், பிறகு வெளியேறவே முடியாது என்கிற மாதிரிதான் ஒரு நிலைமை இருக்கிறது. கொலைகள் என்பதெல்லாம் ஒரு சிறு சதவிகிதம்தான். தற்கொலைகள் என்கிற ஒரு விஷயத்தையே எடுத்துக்கொள்வோம்.

சமீபத்திய குற்ற ஆவணக் கணக்கீட்டின்படி, இந்தியா முழுவதிலும் தற்கொலை செய்து கொண்டவர்களின் எண்ணிக்கை 1,31,000. இதில் முப்பத்திரண்டு சதவிகிதத்திற்கும் மேலானவர்கள் குடும்பப் பிரச்சினையால் தற்கொலை செய்து கொண்டிருக்கிறார்கள். நோய், பொருள் இழப்பு, போதை உள்ளிட்ட பல்வேறு காரணங்களுக்காகவும் மக்கள் தற்கொலை செய்து உயிரை மாய்த்துக் கொள்கின்றனர். ஆனால் அதிகமானோர் தற்கொலை செய்து கொள்வதற்குக் காரணம் குடும்பப் பிரச்சினை என வரையறுக்கிறது இந்தப் புள்ளிவிவரம். குடும்பப் பிரச்சினையால் தற்கொலை செய்துகொண்டதில் 30 லிருந்து 60 வயதிற்கு உட்பட்டவர்கள் 30659 பேர். இதில் 11,723 பேர் பெண்கள். தமிழ்நாட்டில் இதே காலகட்டத்தில் மட்டும் தற்கொலை

செய்து கொண்டவர்கள் 16122 பேர். இதிலும் முப்பது சதவிகிதத்திற்கு மேலானவர்கள் குடும்பப் பிரச்சினையால் தற்கொலை செய்து கொண்டவர்கள்.

குடும்பப் பிரச்சினையென்றால் என்னவெல்லாம் இருக்கலாம் என நீங்களே யோசித்து மனசாட்சியோடு பட்டியல் இடுங்கள். இந்தப் புள்ளி விவரங்களை உற்றுப் பார்க்கையில், குடும்பப் பிரச்சினையால் தற்கொலை செய்துகொள்வதில் பெண்களைவிட ஆண்களின் எண்ணிக்கைதான் அதிகம் என்கிற உண்மையும் பளிச்சென்று துலங்குகிறது. இதைப் பெண்களும் புரிந்துகொள்ள வேண்டும்.

ஒரு பக்கம் ஆண் பெண் உறவில் உள்ள மகத்துவங்கள் பற்றிப் பேசுகிறோம். அதே சமயம் இதே பிரச்சினைகளால் வருடா வருடம் கொத்துக் கொத்தாக மனிதர்கள் செத்துக்கொண்டே இருக்கிறார்கள். என்ன பிரச்சினை? உரையாடல் நின்று போய்விட்டது. அதுதான் பிரச்சினை. தங்க மலர் அக்காக்களும் பசுபதி அத்தைகளும் இன்னமும் இருபது வருடங்கள் கழிந்த பிறகும் அதேமாதிரிதான் இருக்கிறார்கள். இன்னும் மேல் நோக்கி வாழ்க்கை ஒரு அங்குலம் கூட நகரவில்லை. இப்போது திருப்பி அடிக்க ஆரம்பித்து விட்டார்கள் என்பதுமட்டுமே ஒரே ஆறுதலான வளர்ச்சி. மற்றபடி தமிழ்ச் சமூகம் இன்னமும் தன்னோடு வாழும் இணையர்களிடம் உரையாடலைத் துவங்கவே இல்லை என்பதுதான் நிஜம். கோவையில் வழக்கறிஞ நண்பர் ஒருவரின் அலுவலகத்தில் அமர்ந்திருந்தபோது, பெண் ஒருவர் விவாகரத்திற்காக வந்தார். அவர் ஒரே வரியில் காரணத்தைச் சொல்லி முடித்துவிட்டார். ''காதலிக்கும் போது மணிக்கணக்காகப் பேசுவான். இப்போது பேசுவதில்லை.'' இந்த மாற்றம் எப்படி நடக்கிறது, பரஸ்பர காதலை எந்த இடத்தில் தொலையக் கொடுக்கிறார்கள், விட்டு விலகுகிற இடத்தில்கூட தொட்டுத் தொடர வேண்டிய கட்டாயத்துடன் வாழ்க்கை நகர்த்த வேண்டிய நிர்ப்பந்தம் ஏன் வருகிறது, இந்த நிர்ப்பந்தம் கொலை என்கிற எல்லைகளுக்கு ஏன் எடுத்துச் செல்கிறது என்கிற கேள்விகளுக்கான உண்மையான பதிலைக் கண்டடைய வேண்டிய தேவையில் இருக்கிறோம். அதைப் பற்றி விளக்கிச் சொல்வதற்கு நான் மனநல மருத்துவர் கிடையாது என்பதால் தாவிச் செல்கிறேன்.

ஒரு வரியில் சொல்வதென்றால் உரையாடலை நிறுத்துகிற இடத்தில் கலகங்கள் துவங்கிவிடும். காதல்கள் தொலைந்துவிடும். மூக்கணாங் கயிறு கட்டப்பட்ட மாடு போலவே உறவுகள் குடும்பம் என்கிற அமைப்பில் இருந்தால் என்ன செய்வது? குடும்பம் என்கிற அமைப்பு எந்தளவிற்கு பலம் வாய்ந்ததாக இருக்கிறதோ, அந்தளவிற்கு சில

நேரங்களில் துயரமானதாகவும் இருக்கிறது. ஆண்-பெண் உறவைக் கெடுப்பதில் குடும்பங்களுக்கே மிக முக்கியமான பங்கிருக்கிறது. இப்படிதான் குடும்பம் என்கிற அமைப்பு ஏதோ ஒருவகையில் வாழ்க்கையில் மண்ணை அள்ளிப் போடுகிறது. சில நேரங்களில் ஸ்டவ்வை வெடிக்கவும் வைத்துவிடுகிறது. தற்கொலைகளுக்கும் தள்ளுகிறது. திருமணம் என்பதே இரண்டு வீட்டார் சேர்ந்து நடத்தும் போர் என்றாகிவிட்டதே... முதலிரவு என்று சொல்லப்படும் ஒன்றில் கதவைத் தட்டி மகனை வெளியே இழுக்கும் அம்மாக்கள் இன்னமும் இருக்கதான் செய்கிறார்கள். சீரியல்கள் போலவே நிஜ வாழ்விலும் மாமியாரும் மருமகளும் ஏற்ற இறக்கங்களோடு பேசுகிறார்கள். கற்கக் கூடாததையெல்லாம் கற்றுக்கொண்டு விட்டார்கள். கற்றபின் அதற்குத் தக நிற்கவும் ஆரம்பித்து விட்டார்கள். மருமகள் குளிக்கும் போது எட்டிப் பார்க்கிற மாமனார்களையும் சேர்த்துதான் சொல்கிறேன்.

உண்மையில் ஒரு வெளிப்படையான உரையாடலை நிகழ்த்த வேண்டிய நேரமிது. பொத்திப் பொத்தி வைத்தாலும் பன்றிக் குட்டிகள் வெளியே வந்துவிடும். "அவ உள்ளங்கை சொரசொரப்பா இருக்கு." விவாகரத்திற்கு ஒரு பையன் சொன்ன காரணம். இதைப் போலதான் ஆண்-பெண் உறவில் இன்னமும் நாம் முதல் சில அடுக்குகளையே தாண்டவில்லை. என்னைப் பொறுத்தவரை பட்டிக் காட்டான் முட்டாய்க் கடையைப் பார்த்த மாதிரிதான் சென்னை வந்த புதிதில் பெண்கள் விஷயத்தில் இருந்தேன். பெண்களை எப்படிக் கையாள்வது என்றுதான் சொல்லிக் கொடுத்திருந்தார்களே தவிர, அவர்களோடு வாழ்வது எப்படி என்பது சொல்லிக் கொடுக்கப்பட வில்லை.

அதை வாழ்ந்துதான் பார்க்கவேண்டும் என்று விட்டுவிட முடியாது இல்லையா? ஆண்-பெண் உறவில் புதிய புதிய சிக்கல்கள் புறப்பட்டு விட்டன. அதையெல்லாம் வெளிப்படையாக திறந்த மனதோடு உரையாட வேண்டிய கட்டாயத்தில் இருக்கிறோம். இவை அத்தனையையும் கற்றுத் தந்தது இந்த சமூகம்தான் என்பதை மட்டும் மறந்துவிடாதீர்கள். கள்ளக்காதலுக்காகக் கணவரைக் கொலை செய்த அந்த மனைவியிடம் ஒரு முறை கேட்டேன், ஏன் அவரைக் கொலை செய்கிற அளவிற்குத் துணிந்தீர்கள்? "அவர் என்னிடம் பேசுவதே கிடையாது" என்றார். உடன் வாழ்பவர்களுடன் உரையாடலை நிறுத்தாதே என எனக்கு வாழ்க்கை கற்றுத் தந்திருக்கிறது. பாரசீக ரோஜாக்களை ஏந்திக்கொண்டுதான் காதல் வாழ்க்கையை ஆரம்பிக் கிறோம். ஆனால் குறுக்கே போவதற்கே பிறந்த பூனைகளைப்போல நுணுக்கமான சங்கடங்கள் குறுக்கே கடந்து போகின்றன.

# 23

## விழித்துக் கொள்வோரெல்லாம் பிழைத்துக் கொள்வார்!

**க**பாலியில் ரஜினி கோட் போட்டு நடித்தார். அப்படிதான் நான் போடுவேன் என்று நெஞ்சு நிமிர்த்தி அறைகூவல் விட்டார். அந்த கோட் குறித்த சாதி சார்ந்த குறியீடுகளுக்குள் நான் போக விரும்பவில்லை. அவர் கோட் போட்டதை வேறொரு தொனியில் பயன்படுத்த விரும்புகிறேன். அதை ஒரு காலத்தின் குறியீடாகச் சுட்ட விரும்புகிறேன். ஒரு காலத்தில் இதே ரஜினி இதே கோட்டை வேண்டாம் போதுமென தூக்கி எறிந்திருக்கிறார். அவர் ஒரு காலத்தில் கோட்டைக் கழற்றியதற்கும் இப்போது திருப்பித் தூக்கி மாட்டியதற்கும் இடையில் ஒரு மிகப் பெரிய காலமும் தமிழ் சினிமா என்கிற பரந்த உலகத்தின் படிப்படியான வளர்ச்சியும் அடங்கியிருக் கிறது. அந்தக் காலத்தை மீண்டும் நினைவுபடுத்திக் கொள்வது, காதில் கோழி இறகைக்கொண்டு குடைந்து விடுவதைப்போல சுகமானது. தமிழ் சினிமா ஆண்டவன் கட்டளை, ஜோக்கர் போன்ற சமீபத்திய படங்களின் வழியாக அதன் பொற்காலத்தில் அடியெடுத்து வைத்திருப்பதாக எல்லோரும் சொல்ல ஆரம்பித்திருக் கிறார்கள். அது உண்மைதான். ஆனால் அதற்கு முன்னாலும் குப்தர்கள் காலம்போல ஒரு பொற்காலம் இருந்தது. அதை நூல் பிடித்து மேலே கொண்டு போயிருந்தால், இப்போதைய காலமெல்லாம் தேவ காலமாகதான் இருந்திருக்கும். இடையில் ஏழரைச் சனி பிடித்தது போல கொஞ்சம் தமிழ் சினிமா மாறிதான் போய்விட்டது. ஏழரைச் சனி பிடிப்பதற்கு முன்பிருந்த பொற்காலத்தையே இதில் பதிவு செய்ய

விரும்புகிறேன். ஏனெனில் அந்தப் பொற்காலத்தில் தமிழ் சினிமா சமூக மாற்றங்களை மிகச் சரியாகத் திரையில் பிரதிபலித்தது.

ரஜினி கழற்றி எறிந்த கோட்டில் இருந்தே ஆரம்பித்துவிடலாம். 'நான் உள்ளுக்குள்ளே சக்ரவர்த்தி... ஆனால் உண்மையிலே மெழுகுவர்த்தி...' என பழைய கிழிந்த கோட் ஒன்றைப் போட்டுக்கொண்டு ரஜினி சோகமாக ஒரு காலத்தில் பாடிக் கொண்டிருந்தார். அதைப் பார்த்த இளைஞர்களும் தங்களது சட்டையை வம்படியாகக் கிழித்துவிட்டுக் கொண்டு அலைந்தனர். அவர்கள் தங்களது குடும்பங்களில், சுபநிகழ்ச்சிகள் நடக்கும்போதுகூட தங்களை அன்னியப்பட்டவர்களாக விடாப்பிடியாக, செயற்கையாக ஒதுக்கப் பட்டவர்களாக உருவகித்துக்கொண்டு ஒதுங்கி நின்று தாடியுடன் சோகமாக அலைந்து கொண்டிருந்தார்கள். அந்தக் காலத்து இளைஞர்கள் தங்களது இந்தச் சோகமான மனநிலையை இறக்கிவைக்கத் தோதான இடம் தேடிக் கொண்டிருந்தனர். அவர்களுக்குக் கோழையாக இருக்கப் பிடிக்காமல் போயிருந்த காலகட்டமாக அது இருந்தது. அளவு கடந்த தன்னிரக்கம் உடம்புக்கு ஆகாது என்பதை அந்தக் காலத்தில் உணரத் துவங்கியிருந்தனர். ஆனால் அதை உணராத ரஜினிக்கள் கோட்டை வம்படியாகக் கிழித்து விட்டலைந்தனர். ஒரு காலத்தின் மாற்றத்தை, ஒரு சமூகத்தின் மாற்றத்தை ஆரம்பத்தில் உணராமல் இருந்தனர்.

அவர்கள் வெளி உலகத்தைப் பார்க்க ஆரம்பித்திருந்தனர். நகருக்கு கார்கள் பல வரத் துவங்கின. புரோட்டாக்களும் விதம் விதமான கேக்குகளும் தெருமுனையிலேயே கிடைக்கத் துவங்கின. அவர்கள் சாகசப் பயணமாய் தமிழகத்தில் குறுக்கு வெட்டாகப் பயணம் போகத் துவங்கினார்கள். சிலர் பம்பாய்க்கெல்லாம் வேலை நிமித்தமாகப் போக ஆரம்பித்தார்கள். புதிய நட்புகளைத் திரட்டிக் கொண்டார்கள். பெண்ணுடல் குறித்த தேடலில் இறங்கியிருந்தார்கள். பெண் நட்பு சாத்தியம் என்ற புரிதலுக்கும் வந்திருந்தார்கள். அவர்கள் எல்லோரது வீடுகளிலும் தொலைக்காட்சிப் பெட்டிகள் வந்தமர்ந்தன. கேபிள் டீவி என்கிற புதிய வஸ்து அவர்களுக்கு அறிமுகமாகியிருந்தது. டேப் ரெக்கார்டர்கள் இல்லாத வீடுகளைக் கேவலமாகப் பார்க்க ஆரம்பித்தார்கள். அவர்களது நகரங்களில் உள்ள தியேட்டர்களில் அவ்வப்போது ஆங்கிலப் படங்களையும் தமிழ்ப் படங்களுக்கு இணையாக திரையிட ஆரம்பித்தார்கள். அவர்கள் தமிழகத்தைத் தாண்டி உலகத்தைப் புரிந்துகொள்ள ஆரம்பித்த காலகட்டமாக அது இருந்தது.

சமூக அவலங்கள் அவர்களது கண்களுக்கு அந்தக் காலகட்டத்தில் தென்பட ஆரம்பித்தன. யாராவது ஒருவர் இந்தச் சமூக

அவலங்களைக் களைய வருவார்கள் என எதிர்பார்த்துக் காத்திருந்த இந்தியன்களாக அவர்கள் இருந்தார்கள். அவர்களது ஊரில் உள்ள பெண்கள் தாவணியிலிருந்து சுடிதாருக்கு மாற ஆரம்பித்தார்கள். தலையில் சூடிய கனகாம்பரத்தைத் தூக்கி எறிந்துவிட்டு ஒற்றை ரோஜாவைச் சூடிக்கொள்ள ஆரம்பித்தார்கள். இதைப் பார்த்த இளைஞர் கூட்டம் சட்டையைக் கிழிப்பதை நிறுத்திவிட்டு பகட்டான ஆடைகளுக்கு மாறினார்கள். நாங்கள் வேறுமாதிரியான ஆட்கள் என இந்த உலகிற்கு அவர்கள் பறைசாற்றத் துவங்கியிருந்தார்கள்.

90களில் மெல்ல நுழைந்த உலகமயமாக்கல் சாகச மனநிலை கொண்ட இளைஞர்கள் கூட்டத்தை ஆட்டுமந்தை மனோபாவத்தில் இருந்து விடுவித்தது. புதிய சுவை, புது நோக்கம் தேடி அவர்கள் குடும்பங்களில் இருந்தும் தங்களது ஊர்களில் இருந்தும் விடுபட்டு அன்னிய திசைகளை நோக்கிப் பறக்க ஆரம்பித்தார்கள். அந்த இளைஞர்கள் கூட்டத்தில் இருந்து உருவான ஒரு கூட்டம் இயக்குநர்களாக தமிழ் சினிமா உலகில் பிரவேசித்தார்கள். அதுவரை இயக்குநர்களின் முகங்கள் என்று சொன்னால், பாரதிராஜா, பாலுமகேந்திரா, பாலசந்தர் என ஒரு சில முகங்களே நினைவிற்கு வந்து கொண்டிருந்தன. பீம்சிங்கெல்லாம் தோற்றத்தில் எப்படி யிருந்திருப்பார் என யாருக்கும் தெரியாது அப்போது. ஆனால் இந்த சாகச மனநிலைகொண்ட இளம் இயக்குநர்கள் கூட்டம் தங்களது முகங்களை ஆழமாக இந்தத் துறையில் ஊன்ற ஆரம்பித்தார்கள். ஆர்.கே. செல்வமணி, ஆர்.வி. உதயகுமார், அகத்தியன், ஷங்கர், கே.எஸ். ரவிக்குமார், சுந்தர். சி என அந்தப் பட்டியல் நீண்டது. அவர்கள் இறங்கி அடிக்க ஆரம்பித்தார்கள். அதுவரை கமல், ரஜினி, விஜயகாந்த், ராமராஜன் என ஒரு ஃபார்முலாவிற்குள் சுற்றிக் கொண்டிருந்த சினிமா உலகில் புதிய புதிய இளைஞர்கள் கூட்டமும் நடிப்பதற்காகப் படையெடுத்தது. இந்த இயக்குநர் கூட்டமும் இளம் நடிகர்கள் கூட்டமும் இணைந்து ஒரு புதிய வரலாற்றை 90களில் எழுத ஆரம்பித்தார்கள்.

குடும்பம், ஊர் என மட்டுமே சுற்றிக் கொண்டிருந்த தமிழ் சினிமாவை அவர்கள் வெவ்வேறு தளங்களுக்கு எடுத்துச் சென்றார்கள். பல்வேறு வகை மாதிரியான படங்களைச் சாத்தியமாக்கியும் அவர்கள் காட்டத் துவங்கினர். காதல் படங்கள், அரசியல் படங்கள், அதிரடிப் படங்கள், நகைச்சுவைப் படங்கள், கிராமத்துப் படங்கள், சமூகப் படங்கள், புதிய முயற்சிப் படங்கள் என பல்வேறு வகைமாதிரிகளும் இந்தக் காலகட்டத்தில்தான் அணிவகுத்தன. இன்றைக்குத் தமிழ் சினிமாவில் இருக்கும் ட்ரெண்ட் என்று சொல்லப்படுவதற்கு சரியான அச்சாணியை ஊன்றிய காலகட்டம் 90கள்தான். கல்விக்காகக் கொள்ளையடிப்பது

சரியென சொல்லி 'ஜென்டில்மேன்' வந்தபோது அது அந்த வேலை வாய்ப்புத் தேடி அலைந்து கொண்டிருந்த இளைஞர்கள் கூட்டத்திற்குப் புதிதாக இருந்தது. அவர்களும் அதுபோல கொள்ளையடித்தால் தப்பில்லை என்றுதான் புரிந்து கொண்டார்கள். ஏனெனில் எப்படியாவது பணம் சம்பாதித்துவிட வேண்டும், இந்தச் சமூகத்தை மாற்றிவிட வேண்டும் என நினைக்கத் துவங்கிய காலகட்டமும் அதுவே. தவிர அதுவரை அவர்கள் மறைந்து மறைந்து பார்த்துக் கொண்டிருந்த பெண்களின் மார்பகங்களை அந்தப் படம் வெளிப்படையாகக் காட்டியதால் கிளர்ச்சியடைந்தார்கள். அது பெண்ணுடலைத் திரையில் திறந்து காட்டும் ஒரு புதிய போக்கிற்கு வழிகாட்டியது. அவர்கள் சட்டையைக் கிழித்துவிட்டு சோகமாக அலைந்த மனநிலையில் இருந்து மாறி, காதல் உட்பட எல்லா விஷயங்களிலும் ஒரு சாகச மனநிலைக்குத் தங்களை நகர்த்திக் கொண்டனர். இளைஞர்களின் இந்த மாற்றத்தை தமிழ் சினிமாவின் நாயகர்களும் அவர்களை ஆட்டிவைக்கும் இயக்குநர்களும் கப்பென பிடித்துக் கொண்டார்கள். திரையில் விதம்விதமான கற்பனைகளுக்கு எட்டாத சித்திரங்களையெல்லாம் நவீனமாக வரைய ஆரம்பித்தார்கள்.

காதலுக்காக 80களில் தற்கொலை செய்து கொண்டவர்கள், தாடி வளர்த்து சோகமாக அலைந்தவர்களெல்லாம் 90களில் காதலின் புதிய புதிய பரிமாணங்களை நோக்கி நகர ஆரம்பித்தார்கள். உருகி உருகிக் காதலித்து ரத்தம் கக்கிச் செத்துப் போன நாயகர்கள், காதல் குறித்த ஒரு புரிதலுக்கு வந்தார்கள். விதம் விதமாக காதலிக்கவேண்டிய அவசியத்தையும் உணர்ந்தார்கள். அவர்கள் நட்பிற்காக காதல் தேசத்தில் காதலை விட்டுத் தந்தார்கள். காதலிக்காக சொல்லாமலே நாக்கை அறுக்கத் துணிந்தார்கள். ஊரைவிட்டு ஓடிப்போகாமல் காதலுக்குக் குடும்பத்தின் அனுமதி வேண்டி காதலுக்கு மரியாதை செய்தார்கள். முகம் பார்க்காமலேயே காதலித்து காதலுக்குக் கோட்டை கட்டினார்கள். ஒற்றை ரோஜாவைக் கையில் சுமந்து கொண்டு காதலை எப்படிச் சொல்வது என இதயம் துடிக்கத் தயங்கிக் கொண்டிருந்தனர். இதன் உச்சகட்டமாக அப்பாவின் நினைவுகளுக் காகக் காதலைத் தூக்கி எறிந்து லவ் டுடே என்று சொன்னார்கள். இப்படிக் காதலை 360 டிகிரி கோணத்தில் அணுகி ஒரு காதல் புரட்சியை நம்முடைய நாயகர்கள் நிகழ்த்திக் காட்டினார்கள்.

புதுவரவான இளைஞர்கள் இப்படித் திகட்டத் திகட்டக் காதலிக்க வந்துவிட்ட பிறகு ரஜினி, கமல், விஜயகாந்த், சரத்குமார் போன்ற மூத்த தலைகள் பாவம் என்ன செய்வார்கள்? அவர்கள் இப்படி இளைஞர்கள் காதலில் இறங்கி அடிப்பதைக் கண்டு பதறிப் போனார்கள். அந்தக் காலகட்டத்தில் மூத்த தலைகளில் விழித்துக்

கொண்டோரெல்லாம் பிழைத்துக் கொண்டார்கள். அவர்கள் தங்களது இடத்தை எப்படி அடுத்த கட்டத்திற்கு நகர்த்துவது என யோசித்துக் கொண்டிருந்தபோதுதான், புதிய இளம் இயக்குநர் படையுடன் அவர்கள் கரம் கோர்த்து பாட்ஷா, படையப்பா, உள்ளத்தை அள்ளித் தா, தெனாலி, நாட்டாமை என மாயாஜாலங் களை நிகழ்த்திக் காட்ட ஆரம்பித்தார்கள்.

அப்படிதான் அண்ணாமலையும் அருணாச்சலமும் வந்தன. வெற்றி விழாவில் இருந்து விடுபட்ட கமலுக்கு குருதிப்புனலும் இந்தியனும் வந்தன. அலட்டிக்கொள்ளாத விஜயகாந்திற்கு சின்னக் கவுண்டர் வந்தது. சரத்குமாருக்கு சூரியனும் சூர்யவம்சமும் வந்தன. கார்த்திக்கிற்கு கிழக்கு வாசலும் பொன்னுமணியும் வந்தன. பிரபுவிற்கு சின்னத் தம்பி வந்தது. இப்படி விதம்விதமாகக் கொடுத்தே ஆகவேண்டிய கட்டாயமும் இந்தப் படங்களோடு சேர்த்து அந்தக் கால மூத்த தலைகளுக்கு வந்தது. அஜீத், விஜய், அப்பாஸ், பிரசாந்த், பிரபுதேவா என புதிய இளைஞர்கள் கூட்டமும் அவர்களோடு காதல் செய்ய சிம்ரன், நக்மா, ஜோதிகா போன்ற இளைஞிகள் நிறைந்த காதலன் கூட்டமும் வாலி கூட்டமும் வந்த பிறகு தமிழ் சினிமாவின் மூத்த நாயகர்கள் தங்களது இடம் குறித்துத் தீவிரமாகச் சிந்திக்க ஆரம்பித்தபோது, நகரத்தை இளைஞர்கள் பிடித்துக் கொண்டதால், அதில் சிலர் மெல்ல தங்களைக் கிராமத்துப் பக்கமாக நகர்த்த ஆரம்பித்தனர். அப்படி அவர்கள் கிராமத்திற்கு நகர்ந்ததற்கு ஒரு நியாயமான காரணமும் இருந்தது. என் ராசாவின் மனசிலே என ராஜ்கிரண் நங்கூரம் போட்டு வந்து அமர்ந்தார். அந்தக் காலத்திலேயே ஒரு கோடி ரூபாய் சம்பளத்தை அந்தப் படத்திற்கு அடுத்து பெற்றார் என அப்போது பேசப்பட்டது. நவீனம் மட்டுமல்ல, அழுத்தமான கிராமப் படங்களும் வெற்றியடையும் என்கிற போக்கிற்கு அவர் முன்னோடியாக அப்போது இருந்தார்.

இப்போது தமிழ்த் திரையில் மதுரை கொடி கட்டிப் பறப்பதுபோல அப்போது கொங்கு கொடிகட்டிப் பறந்ததால், கொங்கு மண்டலத்தில் செட்டிலானார்கள். தாங்கள் படங்களில் ஒப்பந்தமாவதற்கு முன்பாகவே கவுண்டமணி-செந்தில் கூட்டணியை மறக்காமல் முன்கூட்டியே ஒப்பந்தம் செய்து கொண்டனர். இப்படியொரு ஆரம்பகட்டத் தடுமாற்றங்களுக்குப் பிறகு எல்லா தலைமுறையைச் சேர்ந்தவர்களும் இணைந்து தமிழ்த் திரையுலகில் ஒரு வித்தியாசமான ஆட்டத்தை ஆடிக் காட்டினார்கள்.

தமிழின் அத்தனை வகைமைகளிலும் புதிய புதிய படங்கள் வந்தது இந்தக் காலகட்டத்தில்தான் என்பதை துணிந்து சொல்லலாம்.

அரசியல் நையாண்டி என்கிற புதிய வகைமை தமிழுக்கு அறிமுகமானது. அதற்கு முன்னமும் தமிழ் சினிமாவில் நாயகர்கள் அரசியல் பேசியிருக்கிறார்கள். ஆனால் அமைதிப்படை படத்திற்கு அப்புறமாகதான் அவர்கள் கூர்மையாக அரசியல் பேச ஆரம்பித்தார்கள். சத்யராஜ், மணிவண்ணன் கூட்டணி அரசியல் நையாண்டியில் ஒரு புதிய சரித்திரத்தைத் துவக்கி வைத்தது. என்னுயிர்த் தோழன் என பாரதிராஜாவும் அரசியல் பேசினார். வெளிமாநிலங்களில் இருந்து வந்த ராஜசேகர், விஜயசாந்தி போன்றவர்கள்கூட இதுதாண்டா போலீஸ் என்பதைப்போல காவல்துறை வழியாக அரசியல் பேசினார்கள். ராம்கோபால் வர்மாவின் உதயம் படம் டப் செய்யப்பட்டு தமிழகத்தில் 175 நாட்கள் ஓடியது என்பது வரலாறு.

அரசியல், கிராமம், சமூகம் என தீவிரமான குரலில் பேசிக் கொண்டிருந்த இதே காலகட்டத்தில்தான் முழுநீள நகைச்சுவை வகைமைப் படங்களும் வந்து ரசிகர்களைக் குஷிப்படுத்தின. உள்ளத்தை அள்ளித் தா என கார்த்திக் வயிறு வலிக்கச் சிரிக்க வைத்தார். சூரசம்ஹாரம் என மீசையை முறுக்கி விட்டுக்கொண்டு அலைந்த கமல் ஆவேசமாகி, மைக்கேல் மதன காமராஜன் என வயிற்றைப் பதம் பார்த்த நகைச்சுவைத் தோரணத்தைக் களம் இறக்கினார். சத்யராஜ் நடிகன் என முழுநீள நகைச்சுவை ஆட்டத்தை ஆடிக் காட்டினார். ரஜினி பதிலுக்கு தன்னுடைய எல்லா படங்களிலும் நகைச்சுவை உத்தரவாதமாக இருக்கும்படி பார்த்துக் கொண்டார். சீனியர்கள் நகைச்சுவையைக் கட்டிப்பிடித்து டூயட் பாடிக் கொண்டிருந்தபோது, புதிய இளம்தலைமுறை நடிகர்கள் நடிகைகளின் மார்பகங்களில் முகத்தைப் புதைத்து காதல் சுவை தேடி அலைந்து கொண்டிருந்தனர்.

வராது வந்த மாமழைபோல ஒரு மிகப் பெரிய தொழில் நுட்பத்தைத் துணைக்கு அழைத்துக்கொண்டு வந்து சேர்ந்தார் ஏ.ஆர். ரஹ்மான். அதே காலகட்டத்தில் ஷங்கர் என்கிற ஒற்றைச் சொல்லும் களத்தில் குதித்தது. 90களின் தமிழ் சினிமாவை இவர்கள் இருவர் இல்லாமல் பூர்த்தி செய்ய முடியாது. ரஹ்மான் புதிய சத்தங்களைக் கொண்டுவந்தார். ஷங்கர் புதிய காட்சிகளைக் கொண்டுவந்தார். புதிய காட்சிகள் நவநாகரிக புதிய தலைமுறை ரசிகர்களை வசீகரித்தன. ஷங்கரின் காட்சிகளின் வழியாக ரஹ்மானின் புதிய சத்தங்களுக்குத் தோதானபடி ஆடியே ஆகவேண்டிய கட்டாயத்திற்கு நாயகர்கள் தள்ளப்பட்டனர். வெறுமனே கைகளை மட்டும் அதுவரை ஆட்டி ஆடிக் கொண்டிருந்த நாயகர்களுக்கு பிரபுதேவாவின் வருகையும் அவரது ஆட்டத்திற்குப் பின்னணியில் ஒலித்த ரஹ்மானின் இசையும் அச்சத்தைத் தந்தன. அதற்கப்புறம்தான்

சின்சியராக நாயகர்கள் ஆடப் பயிற்சி எடுக்க மாஸ்டர்களைத் தேடிப் போனார்கள்.

ஒருவகையில் ஏற்கெனவே இருந்த மூத்த நடிகர்களும் புதிதாக வந்த இளம் நடிகர்களும் தங்களைப் பட்டை தீட்டிக் கொள்ளும் காலகட்டமாக 90களைப் பயன்படுத்திக் கொண்டார்கள். உலகளாவிய மாற்றங்கள் ஏற்பட்ட ஒரு புதிய காலம், நிறைய தொழில்நுட்பங் களைக் கொண்டுவந்த காலம், உலகைத் தரிசிக்க வாய்ப்புகளைத் திறந்து வைத்த காலத்தில் புதிய முயற்சிகளின் வழியாக தங்களது பாதங்களை அழுத்தமாக ஊன்றிக்கொள்ள இந்தக் காலகட்டத்தைத் தமிழ் சினிமா உலகினர் பயன்படுத்திக் கொண்டார்கள் என்றுதான் தோன்றுகிறது. 90களின் இறுதியில் வெளியான சேது, அலைபாயுதே படங்களின் வழியாக அவர்கள் தங்களை இன்னொரு கால கட்டத்திற்கு நகர்த்திக் கொள்வதற்கு இந்தக் காலகட்டத்தை மிகச் சரியான பயிற்சிக் களமாகப் பயன்படுத்திக் கொண்டனர். தமிழ்சினிமா இப்போது பலதரப்பட்ட வகைமைப் படங்களைத் தந்து கொண்டிருக்கிறது என்றால், அதற்கு அடித்தளம் இட்டது 90கள்தான். கிழிந்த சூட் அணிந்துகொண்டு சோகமாகப் பாடிய ரஜினி, பாட்ஷா என திமிறிக்கொண்டு நின்ற மாற்றம் அந்தக் காலத்தின் கட்டாயம். காலம்தான் மாற்றங்களை உருவாக்குகிறது. 90கள் என்ற அந்தக் காலத்தைத் தமிழ் சினிமா மிகச் சரியாகப் பயன்படுத்திக் கொண்டது. தமிழ் சினிமாவின் பொற்காலம் அது.

அந்தப் பொற்காலத்தைப் போலவே இப்போதும் ஒரு காலம் உருவாகியிருக்கிறது. தமிழில் 90களில் இருந்ததைப்போலவே ஒரு கதம்பமான பல்வேறு வகைமைகள் அடங்கிய படங்கள் வருவதற்கான அறிகுறிகள் தெரிய ஆரம்பித்திருக்கின்றன. இந்தக் காலத்தைப் பிரதிபலிக்கும் இளைஞர்களின் கைகளுக்கு சினிமா மறுபடியும் வந்து சேர்ந்திருக்கிறது. அவர்கள் மறுபடி தமிழ் சினிமாவின் வேறொரு சித்திரத்தை வரைந்து காட்டுவார்கள் என்று தான் தோன்றுகிறது. அந்தக் காலத்தின் அடையாளமும் குறியீடும் தான் ரஜினி இப்போது திருப்பி எடுத்து அணிந்திருக்கிற கோட். ரஜினியை ஒரு காலத்தில் அதைக் கழற்ற வைத்தார்கள். இப்போது திருப்பி எடுத்து மாட்ட வைத்திருக்கிறார்கள்.

# 24

## இரவு ராணியிடம் தஞ்சமடைந்த கதை!

**த**லைப்பைப் பார்த்துவிட்டு வேறு வகையான புரிதல்களை வளர்த்துக்கொண்டால் நிர்வாகம் பொறுப்பேற்காது. முழுக்க முழுக்க வணிகக் குடும்பத்தில் இருந்து வந்த எனக்கு விவசாயம் என்பது எப்போதுமே செலவு அதிகம் பிடிக்கும் வேலையாகவும் நச்சுப் பிடித்த வேலையாகவும் தண்ணீர் கரைபுரண்டு ஓட வேண்டிய தேவை இருக்கும் வேலையாகவும்தான் புத்தியில் பதிந்திருந்தது. சின்னவயதில் சில தோட்டங்களுக்குப் போய் வாய்க்காலில் தண்ணீர் பாய்ச்சி உதவியதைத் தவிர விவசாயத்திற்கும் எனக்கும் நேரடியான சம்பந்தம் இல்லவே இல்லை. ஏதாவது தோப்பிற்குள் நுழைந்தாலே அங்கு வாய்க்கால் இருக்கிறதா என்றுதான் உடனடியாகக் கண்கள் தேடும். தோப்புக்காரர்களும் வாய்க்காலில் நுரை புரண்டோடும் நீர் குறித்த கதைகளைச் சொல்வார்கள். அது ஒருகாலம் என்று சொல்லி விட்டுக் கடந்து போய்விட வேண்டும். நிதர்சனம் இப்போது வேறுமாதிரியாக இருப்பதைதான் சமீபத்திய புள்ளி விவரமொன்று உணர்த்துகிறது. அந்தப் புள்ளி விவரத்தைப் பார்த்துவிட்டு, இரவு ராணியும் அவரது தோழிகளையும் பற்றிய சில கதைகளைச் சொன்னால் சரியாக இருக்கும். தவிர என்னுடைய நீர் மேலாண்மை குறித்த புரிதல்களை சுக்குநூறாக உடைத்த கதைகளும்கூட இவை.

தமிழகத்தில் ஒவ்வொரு ஆண்டும் வடகிழக்குப் பருவமழை அக்டோபர் இரண்டாவது வாரத்தில் தொடங்கும். இந்தாண்டு, வடகிழக்குப் பருவமழை கடந்த அக்டோபர் 30ஆம் தேதிக்குப் பிறகு தொடங்கியது. ஆனாலும், தமிழகத்தில் ஆங்காங்கே விட்டு விட்டு

மழை பெய்தது. சராசரியைக் காட்டிலும் அதாவது, 440.10 மி.மீ மழை பெய்ய வேண்டும். ஆனால், 160 மி.மீ மழைதான் பதிவாகியுள்ளது. சுமார் 280 மி.மீட்டர் இயல்பை விட குறைவாக பதிவாகியுள்ளது. குறிப்பாக, 62 சதவிகிதம் வரை பருவமழை குறைந்துள்ளது. எதிர்காலத்திலும் இதே நிலை தொடர்வதற்கான வாய்ப்புகளும் இருக்கின்றன என எச்சரிக்கை மணியடிக்கிறார்கள்.

இது தொடர்பாக, நிலத்தடி நீர்மட்டம் குறித்து, மாநில நில மற்றும் நீர்வள ஆதார விவரக் குறிப்பு மையம் அவ்வப்போது ஆய்வு மேற்கொள்ளும். வழக்கமான ஆய்வுதான் அது. இந்த ஆய்விற்காக, அமைக்கப்பட்டுள்ள 3,238 பகுதிகளில் உள்ள திறந்தவெளிக் கிணறுகள் மற்றும் 1,480 ஆழ்துளைக் கிணறுகளில் நிலத்தடி நீர்மட்டம் ஆய்வு செய்யப்படும். தமிழகத்தில் அந்தந்தப் பகுதிகளில் சேகரிக்கப்படும் நீர் அளவு, மொத்தமாக ஒவ்வொரு மாதமும் நீர்வள ஆதாரத்துறை மூலம் கணக்கிடப்படும்.

இந்த ஆய்வில் கடந்த 2015ஆம் ஆண்டு டிசம்பர் மாதத்தை ஒப்பிடுகையில் தமிழகத்தில் திருவள்ளூர், காஞ்சிபுரம், திருவண்ணாமலை, தர்மபுரி, வேலூர், கிருஷ்ணகிரி, கடலூர், விழுப்புரம், நாகை, திருச்சி, கரூர், பெரம்பலூர், புதுக்கோட்டை, சேலம், தூத்துக்குடி, விருதுநகர், தஞ்சாவூர், திருவாரூர், நாமக்கல், ஈரோடு, கோவை, திருப்பூர், திண்டுக்கல், மதுரை, ராமநாதபுரம், சிவகங்கை, தேனி, திருநெல்வேலி, கன்னியாகுமரி ஆகிய 30 மாவட்டங்களில் நிலத்தடி நீர்மட்டம் குறைந்திருக்கும் அதிர்ச்சித் தகவல் தற்போது வெளியாகியுள்ளது. ஆனால், நீலகிரி மாவட்டத்தில் மட்டும் நிலத்தடி நீர்மட்டம் உயர்ந்து இருப்பது ஆய்வின் மூலம் தெரியவந்துள்ளது.

இதுதான் தமிழகத்தின் ஒட்டுமொத்த நிலவரம். ஐந்நூறு அடி தோண்டியவர்களெல்லாம் இப்போது ஆயிரம் அடி தோண்டி டாப் அப் செய்யவேண்டிய நிலைதான் இருக்கிறது. இன்னும் தோண்டத் தயாராக இருந்தாலும், இல்லவே இல்லை என்கிற நிலையும் பல இடங்களில் நிலவுகிறது. சில இடங்களில் நீரை விலைகொடுத்து லாரியில் கொண்டு வந்தெல்லாம் ஊற்றிக் கொண்டிருக்கிறார்கள். கடுமையான வறட்சியை நோக்கி நடைபோட்டுக் கொண்டிருக் கிறோம் என்பதைச் சொல்லித் தெரியவில்லை. இதுமாதிரியான வறண்ட காட்சிகளுக்கு நடுவே, இதுமாதிரியான பாதிப்புகளை முன்னுணர்ந்து மாற்று நடை போட்ட சில பசுமையான காட்சிகளும் தெரிய ஆரம்பித்திருக்கின்றன. தமிழ் நிலத்தில் அரேபிய நிலங்களில் இருந்து மெக்சிகோ நிலங்களில் இருந்து ஆப்கானிஸ்தான்

மதிகெட்டான் சோலை

நிலங்களில் இருந்தெல்லாம் புறப்பட்டு வந்த இரவு ராணிகள் பலர் குடியேற ஆரம்பித்துவிட்டனர். நிலத்தடி நீர் குறைந்திருக்கிற நிலையில் வேறு சில இடைக்கால ஏற்பாடுகளை அரசியலைப் போலவே செய்தாகவேண்டிய நிலையில்தான் தமிழகம் இருக்கிறது. விவசாயத்தில் மாற்று முயற்சிகளை நோக்கி நகரவேண்டிய தேவையும் இருக்கிறது. அப்படி சில பேர் சத்தமில்லாமல் சில சாதனைகளை விவசாயத் துறையில் நிகழ்த்திக் காட்டிக் கொண்டிருப்பதையும் பதிவு செய்ய வேண்டியிருக்கிறது.

வழக்கமான கடைமடை விவசாயிகளை இந்த இடத்தில் பொருத்திப் பார்த்துப் புரிந்துகொள்ள வேண்டாம். அவர்களுக்கும் இந்தப் பரிந்துரைக்கும் சம்பந்தமே இல்லை. ஏனெனில் அவர்களது நிலத்தில் நெல்லை நடமுடியும். விட்டால் கரும்பை நட முடியும். இரண்டிற்குமே நீர் சுற்றித் தழும்ப வேண்டும். கையை விட்டால் முழங்கை ஆழமாவது இருக்க வேண்டும் என விளையாட்டாகச் சொல்வார்கள். ஒருகாலத்தில் அப்படி இருந்தது என்பதால் அதைப் புரிந்து கொள்ளவும் முடிகிறது. ஆனால் காவிரி பாசனம் அல்லாத ஏற்கெனவே நிலத்தடி நீர் கொண்டு மோட்டார் பம்புகள் மூலம் வாய்க்காலில் நீர்பாய்ச்சி விவசாயம் செய்து கொண்டிருந்தவர்களை நோக்கிதான் இந்த விஷயத்தைச் சொல்ல வேண்டியிருக்கிறது.

வறண்ட நிலம் குறித்த புலம்பல்கள் நிகழ்ந்து கொண்டிருக்கிற பூமியில்தான் சில விவசாயம் குறித்த நன்னம்பிக்கைக் கதைகளும் உலவுகின்றன. ஒரு உதாரணத்திற்காக திண்டுக்கல் மாவட்டத்தை எடுத்துக்கொண்டால், பழனி பகுதியில் மழை வரத்து என்பது பிற பகுதிகளை ஒப்பிடுகையில் குறைவுதான். எல்லா இடங்களிலும் அடித்துப் பெய்து கொண்டிருந்தாலும் மழை இங்கே மட்டும் வருடம் தோறும் பொய்த்துக் கொண்டுதான் இருக்கிறது. நிலத்தடி நீரை வைத்துதான் எல்லாமும் ஓடிக் கொண்டிருக்கிறது. அங்கிருக்கிற விவசாயிகள் சொட்டு நீர்ப் பாசனம் மூலம் சில அற்புதங்களை நிகழ்த்திக் காட்டிக் கொண்டிருக்கின்றனர்.

அந்தத் தாலுகாவில் பல இடங்களில் கொய்யா விவசாயம் கொடிகட்டிப் பறக்கிறது. லக்னோ 49 கொய்யாவில் துவங்கி விலை போகும் பன்னீர் கொய்யா வரை பல்வேறு வெரைட்டிகள் இங்கு அதிகமாக விளைவிக்கப்படுகின்றன. பன்னீர் கொய்யா கேள்விப் பட்டிருப்பீர்கள்தானே? காருக்குள் வைத்தால் பன்னீர் வாடை ஆளைத் தூக்கிவிடும். ஒரு வருடத்தில் விளைச்சலுக்கு வந்துவிடும். விளைகிற இடத்திலேயே பழங்களை எடுத்துக்கொள்ள ஆட்கள் இருக்கிறார்கள். சராசரியாக கிலோ நூறு ரூபாய்க்கு இருக்கிற

இடத்திலேயே வந்து எடுத்துக் கொள்வார்கள். தாய்லாந்து கொய்யா என்கிற புது வெரைட்டி ஒன்றும் வந்திருக்கிறது. சந்தையில் நல்ல விலையும் போகிறது. அதையும் கடை விரித்தால் கொத்திக்கொண்டு போக ஆட்கள் இருக்கிறார்கள்.

பழனிக்குப் பக்கத்தில் இருக்கிற ஆயக்குடி கொய்யா மார்க்கெட் பிரசித்தம். இங்கிருந்துதான் கேரளா உள்ளிட்ட பிற மாநிலங்களுக்கு கொய்யா அனுப்பப்படுகிறது. விரைவில் கொய்யா விலை ஆப்பிளுக்கு நிகராக வந்தாலும் ஆச்சரியப்படுவதற்கில்லை என விவரம் அறிந்தவர்கள் சொல்கிறார்கள். எனக்குத் தெரிந்த பேன்ட் சட்டை போட்ட சம்சாரி ஒருவர் தன்னுடைய ஐந்து ஏக்கரில் நான்காயிரம் லக்னோ கொய்யா செடிகளைப் போட்டிருக்கிறார். முதல் வருடத்தில் மட்டும் செலவுகள் போக பதினைந்து லட்சம் ரூபாய் சம்பாதித்திருக்கிறார். இரண்டாம் வருடத்தில் நாற்பது லட்ச ரூபாயை எதிர்பார்க்கிறார். முழுக்க முழுக்க சொட்டு நீர்ப் பாசனத்தின் வழியாக இதைச் செய்து கொண்டிருக்கிறார்.

இவர் மட்டுமல்ல ஏகப்பட்ட பேர் கொய்யா விவசாயத்தில் இதுபோல் அந்தப் பகுதிகளைச் சுற்றிலும் இறங்கியிருக்கிறார்கள். நேரடியாக சந்தைப்படுத்துவதன் வழியாக அதிக லாபத்தைப் பெற முடியும். அதேசமயம் சந்தைப்படுத்துதலை நச்சுப்பிடித்த வேலையாகக் கருதுபவர்கள் அப்படியே குத்தகைக்கும் விட்டு விடலாம். ஒரு வருட மரத்திற்கு சுமார் 350 ரூபாய் வரை தருகிறார்கள். இரண்டாம் வருட மரத்திற்கு சுமார் 750 ரூபாயும் மூன்றாம் வருடத்திற்கு ஆயிரம் ரூபாயும் தருகிறார்கள். பாதிக்குப் பாதி விலையில்தான் குத்தகை எடுப்பார்கள் என்பது குறிப்பிடத்தக்கது. குத்தகைக்கு விட்டால் சில பேர் குதறி எடுத்து விடுவார்கள் என்பதையும் சொல்லிவிடுகிறேன். நேரடியாக சந்தைப்படுத்தினால் இரண்டு மடங்கு வரும் என்பது தொழில் புரிதல்.

ஒரு சின்ன உதாரணம்தான் இது. ஆனால் கர்நாடகா, மஹாராஷ்டிரா பக்கம் பயணம் செய்தால் அந்த வறண்ட நிலங்களில் ஏராளமான பசுமைகள் தெரிகின்றன. கர்நாடகாவில் ஒருமுறை பயணம் செய்த போது நூற்றிற்கும் மேற்பட்ட வீடுகளில் 'ஈஸ்வரப்பா உபயம்' என்று எழுதியிருந்தது. என்னவென்று விசாரித்தால், அந்தப் பகுதியின் விவசாய கன்சல்டன்ட் அவர். ஒரு விவசாய ஆலோசகர் பெயரை வீட்டில் பொறிக்கும் அளவிற்கு வந்திருக்கிறதென்றால் அப்படி என்ன மாயாஜாலம் நிகழ்ந்துவிட்டது? உண்மையில் அந்தப் பகுதி விவசாயிகள் அற்புதத்தை நிகழ்த்திக் காட்டிக் கொண்டிருக்கின்றனர். அப்படி நிகழ்த்துவதற்கு இவர் உதவிகரமாக இருந்தார் என்பதால்

இந்தப் பதில் மரியாதை. ஆப்கானிஸ்தானில் இருந்து வந்து இங்கு பெயர் சூட்டப்பட்ட 'கணேஷ்' என்கிற மாதுளைச் செடி வகையை அந்தப் பகுதி முழுவதும் போட்டிருக்கின்றனர். இந்த வகையைப் பொறுத்த வரை தண்ணீர் என்பது அளவாக இருந்தாலே போதுமானது. எப்பேர்ப்பட்ட மண்ணாக இருந்தாலும் முறையாகப் பராமரித்தால் வந்துவிடும். குளிர்தான் ஆகாது. ஆனால் வெய்யிலுக்குத் தோழன்தான் கணேஷ். சரளைக் கற்கள் கொண்ட நிலத்தில்கூட வந்துவிடும் என்பதை சித்திரதுர்க்கா, பிஜாப்பூர் போன்ற பகுதிகளில் பயணம் செய்தபோது உணர்ந்துகொள்ள முடிந்தது. சித்திரதுர்க்காவில் நாங்கள் பார்த்த விவசாயி ஒருத்தர், ஒரு ஏக்கர் மாதுளையால் வருடம் இருபது லட்சம் ரூபாய் சம்பாதிக்கிறார். மேலும் சில ஏக்கர்களை நோக்கி அவர் நகர்ந்தும் கொண்டிருக்கிறார். பதினெட்டு மாதத்தில் போட்ட பணத்தை எடுத்துவிடலாம் என்கிறார் அவர். அதற்கடுத்து வருவதெல்லாம் போனஸ். கர்நாடகா, மஹாராஷ்டிரா விவசாயிகள் புத்திசாலித்தனமாக இந்த வகை விவசாயத்தில் கால் பதித்துவிட்டனர். அது அவர்களுக்குக் கைமேல் பலனையும் தந்து கொண்டிருக்கிறது. இதை அடியொற்றி இப்போது தமிழகத்தில் சேலம், பெரம்பலூர் பகுதிகளில் சில விவசாயிகள் மாதுளை பயிரிடத் துவங்கியிருப்பதையும் சந்தோஷமாகப் பதிவு செய்ய வேண்டியிருக்கிறது.

மாதுளையாவது ஏற்கெனவே பார்த்திருப்பீர்கள். கண்ணகியின் சிலம்பில் இருந்து மாதுளை முத்துக்கள்போல சிதறி ஓடின என்றெல்லாம் வர்ணிக்கப்பட்டதையும் படித்திருப்பீர்கள். ஆனால் இதுவரை கேட்டேயிராத இரவு ராணி ஒருத்தரும் இருக்கிறார். டிராகன் பழம்தான் அது. இரவில் பூ பூப்பதால், உலகம் முழுக்க இந்தப் பெயர் அதற்கு. டிராகன் என்கிற கற்பனைக் கதாபாத்திரத்தைப் பற்றி உலகமெல்லாம் கதைகள் இருக்கின்றன. சீனாவில் மார்க்கோ போலா பயணம் செய்தபோது இரண்டு குட்டிக் கால்களையுடைய, ஒவ்வொரு காலிலும் மூன்று கூர்நகங்களைக்கொண்ட பாம்புகளைப் பார்த்ததாகப் பதிவு செய்கிறார். அதைதான் அவர் டிராகன் என்று சொல்கிறார். பொதுவாகவே இதுமாதிரியான விஷயங்களில் பயண ஆசிரியர்கள் கொஞ்சம் உள்ளூர் சரக்கடித்துவிட்டு ஜல்லியடிப்பார் கள் என்பதால் நம்பத் தேவையில்லை. ஆனால் கூர்நகங்கள் என்ற வர்ணனை அப்படியே டிராகன் பழத்திற்கும் பொருந்திப் போகும். அந்தப் பழத்தைச் சுற்றி சிறுசிறு நகங்களைப்போல முட்கள் இருக்கும்.

மெக்சிகோவைப் பூர்விகமாகக்கொண்ட கேக்டர்ஸ் என்றழைக்கப்படும் கற்றாலை வகைப் பழச் செடியான இது, மத்திய அமெரிக்கா வழியாக இந்தோனேசியா, சீனா, மலேசியா, இலங்கை, வியட்நாம் வழியாக

இந்தியாவிற்குள் நுழைந்தது. இந்தியாவில் குஜராத், ஆந்திரா உள்ளிட்ட சில நகரங்களில் நுழைந்திருந்தாலும், தமிழகப் பயிர்ப் பரப்பில் கால் நுழைக்காமல் இருந்தது. மூன்று வகைகள் இருக்கிற டிராகன் பழங்களில், சிவப்பு வகை டிராகன்கள் கிலோ 500 ரூபாய் வரை விலை போகின்றன. தண்ணீர் நிறைய தேவையில்லை. நாற்பத்தைந்து டிகிரிக்கு மேலே தொடர்ச்சியாக வெய்யில் போனால் தான் பிரச்சினை. மற்றபடி வழக்கமான ஒன்றிரண்டு நோய்கள். அதற்கும் மருந்துகள் இருக்கின்றன. பசுமை மருந்துகளையும் சேர்த்துதான்.

கடந்த நவம்பர் மாதம் ஒரு மழைப் பயணத்தில், சத்தியமங்கலத்திற்கு அருகே உள்ள யானைகள் அதிகம் உலவுகிற கடம்பூர் வனத்தில் டிராகன் பழத்தைத் தேடிப் போனோம். இந்தப் பழம் நம்முடைய மண்ணில் வருமா? அந்தச் சந்தேகம் கடம்பூரில் உள்ள டாக்டர் சபரீசன் நிலத்தில் அவற்றை சிறு கட்டிங்குகளாகப் பார்த்தபோது எனக்கும் இருந்தது. அதற்குப் பிறகு பழமுதிர்ச் சோலைகளில் இருக்கும் அவற்றை ஆசையாய்த் தடவிக் கொடுப்பேன். ஆனால் அப்போதும் வாங்கத் துணிந்ததில்லை. மார்க்கெட் நிலவரங்களை மட்டும் அடிக்கடி விசாரித்துக் கொள்வேன்.

ஆனால் அடுத்த ஆறுமாத இடைவெளியில் டிராகன் பழங்களைப் பார்க்கப் போனபோது, நான் கொண்டிருந்த அவநம்பிக்கையையும் பயத்தையும் விளைந்து நிற்கிற அப்பழங்கள் போக்கின. விலை கொடுத்து ஆர்வமாய் நண்பர்களோடு வாங்கிச் சாப்பிட்டேன். காடு முழுக்கச் சுற்றி பழுத்துக் கிடந்த அத்தனை பழங்களையும் தொட்டுப் பார்த்தேன். மெக்சிகோவில் புறப்பட்ட ஒரு விதை ஒரு வழியாய் தமிழகத்தில் முதன் முறையாக காலூன்றிவிட்டது. மெக்சிகோவில் இருந்து புறப்பட்ட விதை மட்டுமல்ல. அரபு நிலத்தில் இருந்து புறப்பட்ட பேரிச்சை விதைகளும் தமிழ்நாட்டில் காலூன்றிவிட்டன. ஒருகாலத்தில் விதைக் கன்றுகளாக வந்தபோது விளைய மாட்டேன் என அடம்பிடித்த பேரிச்சை இப்போது திசுக் கன்றுகளாக வர ஆரம்பித்த பிறகிலிருந்து விளைந்து தள்ளுகிறது. இராஜபாளை யத்திற்குப் பக்கத்தில் உள்ள நம்பியூரில் விளைகிறது. முழுக்க முழுக்க சொட்டு நீர்ப் பாசனத்தில் சாத்தியமாகியிருக்கிறது இது. ஆஸ்திரேலியாவில் புகழ்பெற்ற நோனி பழ மரங்களை இங்கேயும் விளைவிக்க முடியும் என்பதே ஆச்சரியமாக இருக்கிறது. இந்தப் பழச்சாறு ஒரு லிட்டர் 1500 ரூபாய் என்பது குறிப்பிடத்தக்கது. அமெரிக்கா மற்றும் ஐரோப்பிய சந்தையில் இந்தப் பழச் சாற்றிற்கு மதிப்பு அதிகம். தமிழகத்தின் வறண்ட பாலையாகக் கருதப்படும் ராமநாதபுரத்தில் உள்ள 'பஞ்சம்தாங்கி' கிராமத்தில் இதை வளர்த்து சாதித்துக் காட்டியிருக்கிறார் அங்குள்ள விவசாயியான

சந்தவழியான். இவை போக ஆப்பிள் பெர்ரி மரங்கள் இருக்கின்றன. ஆப்பிளுக்கும் பேரிக்காய்க்கும் ஒட்டிப் பிறந்த குழந்தை. இப்படி தண்ணீர் அதிகம் தேவையில்லாத பணப்பயிர்களைச் சுட்டிக் காட்டிக் கொண்டே போகலாம்.

இவையெல்லாம் வெளியில் இருந்து வந்தவை. உள்ளூரிலும் எலுமிச்சை போன்ற ஆபத்பாந்தவர்கள் இருக்கதான் செய்கிறார்கள். ''தண்ணீர் குறைவாக இருக்கிறது என்று புலம்பத் தேவையில்லை. முறையான அறிவுரைகள் பெற்று களத்தில் இறங்கினால் இவற்றினால் பெரிய லாபத்தைப் பார்த்துவிட முடியும்'' என்கிறார் அக்ரோபிள் நிறுவனத்தின் உரிமையாளரான விக்ரம் சுதாகர். கனடாவில் மேனேஜ்மென்ட் படித்த இந்த இளைஞர் நண்டு ஓட்டிலிருந்து கைட்டோஜென் என்கிற உரத்தைத் தயாரித்து இந்தப் பழ விவசாயத்தில் கொடிகட்டிப் பறக்கிறார். இந்தியாவிலேயே முதல்முறையாக இந்த ப்ராடக்ட் தயாரிக்கப்பட்டிருக்கிறது என்பதும் குறிப்பிடத்தக்கது. எதற்காக இதைச் சொல்ல வேண்டியிருக்கிறது என்றால் இங்கே யோசனைகளும் இருக்கின்றன. செயல் வடிவத்திற்குக் கொண்டுவர திட்டங்களும் இருக்கின்றன. எல்லா வகையான மருந்துகளும் கிடைக்கின்றன. ஆனால் மாற்ற முடியாத ஒன்று அழுத்தமாக நிலத்தில் கால்பரப்பி நின்று கொண்டிருக்கிறது. நீர் மேலாண்மை குறித்த தவறான புரிதல்கள்தான் அவை. ஒருநாளைக்கு ஒரு செடிக்கு பத்து லிட்டர் தண்ணீரை சொட்டுச் சொட்டாக விட்டால் போதும் என்றால் எளக்காரமாகச் சிரிக்கிறார்கள் பூர்விக விவசாயிகள் சிலர்.

நேரடியாகக் கண்ணால் கண்ட காட்சிகள் இவை. தவிர இந்த விஷயத்தில் நாங்களும் சம்பந்தப்பட்டிருப்பதால் இந்தப் புள்ளி விவரங்களை உறுதியானதாக எடுத்துக் கொள்ளலாம். இதன் அடிப்படையில் விவசாயம் பணத்தைத் திரட்ட முடிந்தவர்களைப் பொறுத்தவரை இலாபகரமான தொழில்தான். கடுமையான வறட்சியைச் சந்தித்தால் ஒழிய இதனால் பெரிய பிரச்சினைகள் எதுவும் ஏற்படுவதற்கு வாய்ப்புகள் இல்லை. இயற்கை முறை மற்றும் கெமிக்கல், பயோ கெமிக்கல் என எல்லா வகையான விவசாய முறைகளும் இருப்பதால் பயப்படாமல் களத்தில் இறங்கிவிடலாம். வாய்க்காலில் கரை புரண்டோடும் தண்ணீர் குறித்த கனவுகளை மட்டும் எடுத்துத் தூர வைத்துவிட்டால், மனமிருந்தால் மார்க்கம் என்கிற மார்க்கத்தில் சேர்ந்துவிடலாம். சொட்டு நீர் அமைப்பைக் கொண்டுவர வசதியிருந்தாலே, இரவு ராணியோடு எல்லோரும் டூயட் பாடலாம். அதை யாராலும் தடுக்க முடியாது. காலத்தின் தேவையும்கூட இது.

# 25

## மதிகெட்டான் சோலையில் சுற்றியலைந்த பாரதியும் வாஸிம் அக்ரமும்!

'**கொ**டைக்கானலில் உள்ள மதிகெட்டான் சோலைக்கு என்னை அழைத்துச் செல்ல முடியுமா?' நான் கேட்ட கேள்வியை ஏதோ நெருப்பை மிதித்ததுபோல அஞ்சி ஒதுக்கினார்கள் உள்ளூர் மக்கள் பலர். 'அதற்குள் போனவர்கள் மதிமயங்கி போதையில் வீழ்ந்து விடுவார்கள். போனவர்களில் பலர் அதிலிருந்து மீண்டதில்லை. உங்களை மாதிரி நுனிக் கொம்பேறித்தனத்தோடும் தலைப்பிரட்டைத் தனத்தோடும் போனவர்கள் பலர் பைத்தியமாகிதான் திரும்பி வந்தார்கள். எதற்கு வேண்டாத வேலை' என பார்ப்பவர்கள் பலரும் அச்சுறுத்திக் கொண்டிருந்தார்கள். அப்படி என்னதான் இருக்கிறது அந்த மதிகெட்டான் சோலையில்? இந்தப் பூமிப் பந்தில் மூன்று தாவரங்கள் மட்டுமே எங்கும் நீக்கமற நிறைந்திருக்கின்றன. முதலிரண்டு பெயர்களை தாவர மொழியில் சொன்னால், அது உங்களை அயர்ச்சியில் ஆழ்த்தும். உங்களுக்கு ஆர்வம் இருப்பின் நீங்களே அதை கூகிளிட்டுத் தேடிக் கொள்ளுங்கள். மருஜுவானா (marijuana), கெனபீஸ் (Cannabis) என்றெல்லாம் அழைக்கப்படும் தாவரம்தான் அந்த மூன்றாவது தாவரம். கடந்த மாதம் பெங்களூருவில் ஒரு கருத்தரங்கம் நடத்தப்பட்டிருக்கிறது. அந்தக் கருத்தரங்கம் பற்றிய செய்தி டைம்ஸ் ஆஃப் இந்தியா நாளிதழிலும் வெளியாகி யிருக்கிறது. கேன்சரைக் குணப்படுத்தும், வலிநிவாரணியாகச் செயல் படும் இந்தத் தாவரத்தின் மீதான தடையை நீக்க வேண்டும் என்று

உலகம் முழுவதுமிருந்து வந்திருந்த, அக்கருத்தரங்கில் கலந்து கொண்டவர்கள் வலியுறுத்தி இருக்கிறார்கள். அப்படி ஒரு மகத்துவம் இந்தத் தாவரத்திற்கு இருப்பதாக கலந்து கொண்டவர்கள் சொல்லியிருக்கிறார்கள். ஒருசிறு விதையைத் தூவினால்கூட போதும் அது எல்லா இடங்களிலும் நீக்கமற நிறைந்துவிடும் அளவிற்கு அதீத வளர்ச்சி குணத்தை உடையது இந்தத் தாவரம். இந்தத் தாவரம் அதிகமாக மதிகெட்டான் சோலையில் நிறைந் திருப்பதால்தான், அதன் நறுமணத்தைச் சுவாசிப்பவர்கள் மயங்கிப் போய்விடுகிறார்கள் என அந்த ஊர்மக்களால் நம்பப்படுகிறது. உண்மையில் இப்படியான தாவரம் அங்கே வளர்வதை யாரும் நெருக்கத்தில் பார்த்துவிடக்கூடாது என்பதற்காகவே மயக்கம், பைத்திய நிலை என்றெல்லாம் கதைகட்டி விடப்பட்டிருக்கிறது என்று சொல்பவர்களும் இருக்கதான் செய்கிறார்கள்.

கால்வைத்ததும் நம்மைப் போதையில் ஆழ்த்தி சித்தபிரமையை உருவாக்கும் அந்தத் தாவரக் காட்டை நான் பார்த்தே தீர்வது என்கிற முடிவில் உள்ளூர் வழக்கறிஞர் நண்பரைத் தொடர்பு கொண்டேன். "நீங்களுமா அதை நம்புகிறீர்கள்?" என்று சிரித்துக்கொண்டே கேட்ட அந்த நண்பர் அந்தத் தாவரத்தின் பயன்பாடுகள், நன்மைகள், தீமைகள் பற்றியெல்லாம் எனக்கு விளக்கிச் சொல்ல ஆரம்பித்தார். அவர் விளக்கிச் சொன்னதைச் சொல்வதற்கு முன்பாக ஒரு சில விஷயங்களையும் சொல்லிவிடுகிறேன். ஒருமுறை சென்னை பூக்கடை காவல் நிலையத்தில், வயதான அம்மா ஒருவரை மண்டியிட்டு அமரச் செய்து அடித்துக் கொண்டிருந்தார்கள். அந்த அடி இந்த அடி என்றெல்லாம் இல்லை. மரண அடி அடித்துக் கொண்டிருந்தார்கள். நான் பத்திரிகையாளன் என்பதால், அந்தக் காவல்நிலைய ஆய்வாளரிடம், 'பாவம் இப்படிப் போட்டு அடிக்கிறீர்களே, எனக்காக விட்டுவிடுங்கள்' என்று கேட்டுக் கொண்டதற்காகவே அடியை நிறுத்தினார்கள். அப்படி என்ன பாவம் செய்தார் அந்த அம்மாள்? அவர் அனுமதிக்கப்பட்ட அளவைவிட அதிகமாக மருஜுவானா தாவர இலைகளை வைத்திருந்தாராம். இந்த அம்மாளாவது அந்தத் தாவர இலையை விற்றுக் கொண்டிருந்தார். தமிழக அரசியலில் வேண்டாதவர்கள் யார் மீதாவது வழக்குப் போடுவதற்கும் மருஜுவானாவை வைத்திருந்தார் என்றுதான் காரணம் சொல்வார்கள். நான் என்னைச் சுட்டுப் போட்டால்கூட அந்தத் தாவரத்தின் பெயர் தமிழில் கஞ்சா செடி என்று சொல்லவே மாட்டேன். ஏனெனில் அதற்கு மரியாதையான இடம் இங்கு தரப்படவில்லை. தீண்டத்தகாத ஒன்றாகவே நீண்டகாலமாக ஒதுக்கி வைத்திருக்கிறார்கள். இங்கு நம்முடைய பாரம்பரியம் என

தம்பட்டம் அடித்துக் கொள்வதற்கு எந்த மதிப்பும் இல்லை. ரஷ்யாவின் நாட்டுச் சரக்கான வோட்காவை உலகம் முழுக்க பரப்பியிருக்கிறார்கள். ஏதோ ஒரு தேசத்தின் நாட்டுச் சரக்கான ஒயினை உலகம் முழுக்கக் கொண்டாடுகிறார்கள். விஸ்கியைக் கொண்டாடுகிறார்கள். ஆனால் நம்முடைய நாட்டுச் சரக்கான சாராயத்தை மட்டும் கள்ளச் சாராயம் என்று முத்திரை குத்த அனுமதித்து அதை வேடிக்கையும் பார்க்கிறோம். நாட்டுச் சாராயம் கள்ளச்சாராயமாக எப்படி அரசியல் ரீதியிலாக பெயர் மாற்றம் பெற்றதோ, அதைப்போலதான் கஞ்சா பற்றிய கற்பிதங்களும் அரசியல் ரீதியிலாக கட்டமைக்கப்பட்டதே. அது என்ன அரசியல் என்பதைதான் அந்த வழக்கறிஞர் நண்பர் எனக்கு விளக்கிச் சொன்னார். 1985 வரை மருஜுவானா மீது தடையேதும் இல்லை இந்தியாவில். பல நூற்றாண்டுகளாக உபயோகிக்கப்பட்டு வந்த ஒரு தாவரத்தை ஏன் திடீரென தடை செய்ய வேண்டும்? அதற்குப் பின்னணியில் இருந்த காரணங்களை எனக்கு விளக்கிச் சொன்னார் அந்த வழக்கறிஞர் நண்பர். நான் கஞ்சா தாவரத்திற்கு வக்காலத்து வாங்கவில்லை. ஆனால் ‘கஞ்சா குடித்தவன் போறான் பாரு’ என்றோ, ‘கஞ்சா குடித்தவனெல்லாம் பைத்தியம் பிடித்துச் சுற்றுகிறான்’ என்றோ உங்களுக்குக் கற்பிக்கப்பட்டிருப்பதை மறக்கடித்து இதன் இன்னொரு கோணத்தை விளக்க விரும்புகிறேன். அவ்வளவுதான். வெளிப்படையாகச் சொல்ல வேண்டுமெனில் எல்லா வகை போதைகளும் கண்டிக்கப்பட வேண்டியவையே. மனிதனை எல்லா வகை போதைகளிலிருந்தும் மீட்டெடுக்க வேண்டும் என்பதிலும் மாற்றுக் கருத்தில்லை. திருப்பதி லட்டே ஆனாலும், அனுமதிக்கப் பட்டிருக்கிற அளவை மீறி ஒரு சிட்டிகை எடுத்தாலும், மரணம்தான் என்பதிலும் மாற்றுக் கருத்தில்லை. அவ்வழியே கஞ்சா தாவரத்தைப் பயன்படுத்தச் சொல்லி நான் வலியுறுத்தவில்லை. கஞ்சா மீதான தடையை நீக்கச் சொல்லும் அரசியலை நான் ஆதரிக்கிறேன். உங்களையும் ஆதரிக்குமாறு கோருகிறேன். ஏனெனில் கஞ்சா மீது மட்டுமான தடை என்பது ஒருவகையில் சிந்தனை மீதான தடையும் கூட. அதிகாரத்தின் கொடூரக் கரங்கள் நினைத்தால், ஒருவிஷயத்தை மிகக் கீழ்த்தரமானது என்று முத்திரை குத்திவிட முடியும் என்பதற்கான அடையாளமே இதன் மீதான தடை என்பதால், நான் இதுபற்றி பேச விழைகிறேன்.

மதிகெட்டான் சோலை என்பதை உருவகமாக எடுத்துக் கொண்டீர் களானால்கூட, இந்தச் சோலைக்குள் உலவியவர்கள் என்று நிறைய பேரைச் சொல்ல முடியும். விளையாட்டு வீரர்களில், வாஸிம் அக்ரம் துவங்கி சோயப் அக்தர் வரை என ஒரு பெரிய லிஸ்ட்டையே

வளர்த்துக்கொண்டு போகலாம். அமெரிக்க அதிபர் ஒபாமா தனது இரண்டாவது முறை அதிபர் தேர்தலுக்கான தேர்தல் பிரசாரத்தின் போது சொன்னார். ''நான் பாட் (POT என்பது கஞ்சாவின் இன்னொரு பெயர்) உபயோகித்தேன். ஆனால் இப்போது விட்டுவிட்டேன். என்னுடைய அனுபவத்தில் பாட் உபயோகிப்பதை விட அதிகமான பாதிப்புகள் ஆல்கஹால் உபயோகிப்பதால் வருகின்றன'' என்று வெளிப்படையாகச் சொன்னார் ஒபாமா. ஷேக்ஸ்பியர் துவங்கி ஜார்ஜ் புஷ், சிக்மெண்ட் பிராய்டு, ஐம்பெரும் ஆங்கிலக் கவிஞர்களில், கோல்ட்ரீஜ் என பெரிய லிஸ்ட்டே போடலாம். இத்தனை பெரிய ஆளுமைகள் இதைப் பயன்படுத்தியிருக்கிறார்கள் என்பதால், இனி நான் துணிந்து கஞ்சா என்றே பயன்படுத்தத் தலைப்படுகிறேன். கஞ்சா தாவரத்தின் இலையைக் கசக்கி அதில் இருந்து வழியும் எண்ணெயைத் திரட்டி அதைக் காய வைத்து உருண்டையாக ஆக்குவார்கள். அதன் பெயர் செரஸ் அல்லது ஹேஷ். பாரதிக்கு குள்ளச்சாமியார் கொடுத்தது செரஸ் என்னும் உருண்டைகளை என்று சொல்லிக் கொண்டிருக்கிறார்கள். சத்தியமாக புதுச்சேரி தெருக்களில் அந்தக் காலத்தில் செரஸ் கிடைத்திருப்பதற்கு வாய்ப்புகள் இருந்திருக்க வாய்ப்புகள் இல்லை. கஞ்சா இலைகளைதான் அவர்கள் பயன்படுத்தி புகைத்திருப்பார்கள் என உறுதியாகச் சொல்ல முடியும்.

இது சிவனின் மூலிகை என்று அழைக்கப்படுவதாலும், இந்த மூலிகையைக் கண்டடைந்து உலகிற்குக் காட்டியவர் கோரக்கர் சித்தர் என்பதாலும் ஒரு தெய்விகத்தன்மையை பாரதிமேல் ஏற்றிவைப்பதற்காக சொல்லப்பட்ட செரஸ் கதையாகக்கூட அது இருக்கலாம். ஆனால் பசிக் கொடுமையில் பாரதி இதைச் சாப்பிட்டதாக எத்தனை காலம்தான் சொல்லிக் கொண்டிருக்க முடியும்? பாரதியின் பாடல்களை எடுத்துக் கொண்டாலே, அவர் பல நேரங்களில் கஞ்சா போதையில் எழுதியிருப்பதை எளிதாக உணர முடியும். இதற்கு மேல் இதற்குள் போனால், என்னைக் கட்டம் கட்டிவிடுவார்கள் என்பதால் இத்தோடு நிறுத்திக் கொள்கிறேன்.

நீங்கள் ஒரு அறுவை சிகிச்சை நிபுணராக இருக்கிறீர்கள் என்று வைத்துக் கொள்ளுங்கள். தவறுதான் என்றாலும், நீங்கள் மருஜுவானா எடுத்துக்கொண்டு அறுவை சிகிச்சை செய்கிறீர்கள் என்றே வைத்துக் கொள்ளுங்கள். நீங்கள் அறுக்கப்போகும் உறுப்பின் உள்ளே ஓடும் மெல்லிய நரம்புகூட உங்கள் கண்ணிற்குத் தெளிவாகத் தெரியும். டெலஸ்கோப்புகள் இல்லாத காலத்தில், எப்படி கோள்களைக் கணித்தார்கள், நட்சத்திரக் கூட்டங்களைக் கவனித்தார்கள், வானியலின் போக்கை அனுமானித்தார்கள் என்று என்றைக்காவது கேள்வி கேட்டுப் பார்த்திருக்கிறீர்களா? அவர்கள் கோரக்கர் சித்தர் அருளிய கஞ்சா

தாவர இலைகளைப் புகைத்ததாலேயே அதைக் கண்கொண்டு பார்த்தார்கள் என்பதைச் சொல்லித் தெரியவேண்டியதில்லை. வானியல் என்று மட்டும் இல்லை, இந்து மதத்திலேயே கடவுளைக் கண்டடையும் பாதையில் கஞ்சா புகைப்பது அனுமதிக்கப்பட்டிருக்கிறது. 39 வயதில் ஏன் விவேகானந்தர் அகால மரணமடைந்தார் என்பதற்கான கேள்வியையும் கேட்டுப் பாருங்கள். இந்துத்துவ சக்திகள் என்னை சிரச்சேதம் செய்யக்கூட உத்தரவு போடலாம். யாரேனும் ஒரு பரசுராமர் அதற்குத் தயாராகக்கூட இருக்கலாம். என்னுடைய கேள்வி இதுதான். மேற்குவங்காளத்தில் உள்ள பேளூர் விவேகானந்த மடத்தில் விவேகானந்தர் பயன்படுத்திய பொருட்கள் என வைக்கப்பட்டிருப்பவைகளில் கஞ்சா புகைப்பதற்குப் பயன்படும் சீலம் என்றழைக்கப்படுகிற சிலும்பி எதற்காக காட்சிக்கு வைக்கப்பட்டிருக்கிறது என்பதற்கு மட்டும் பதில் சொன்னாலே போதுமானது. 'அர்ஜுனா உனக்கு என்ன தெரிகிறது?' என துரோணாச்சாரியார் கேட்டபோது, 'குருவே எனக்கு கிளியின் கழுத்து மட்டும் தெரிகிறது' என்று சொன்னபோது அர்ஜுனன் செரஸ் உட்கொண்டிருந்தானா இல்லையா என்பதுவே எனது மண்டையைக் குடையும் இன்னொரு கேள்வி.

பார்த்தீனியத்திற்கு அடுத்தபடியாக பூமிப் பந்தில் நீக்கமற நிறைந்திருக்கும் தாவரம், பல்லாயிரம் ஆண்டுகள் அதைப் பயன்படுத்தியதற்கான ஆதாரம், அதன் மருத்துவ குணங்கள் என சொல்லப்பட்டாலும் அது இந்தியாவில் தடை செய்யப்பட்டதற்கு என்ன காரணம் என்று கேட்கும்போதுதான் அதன் அரசியல் பற்றியும் பேசியாக வேண்டியிருக்கிறது. அமெரிக்காவில் அறுபது எழுபது ஆண்டுகளுக்கு முன்பு வரை அங்கு ஹெம்ப் ப்ளான்ட் என்றழைக்கப் படும் கஞ்சாவிற்குத் தடை இல்லை. இப்போது அமெரிக்காவின் சில மாகாணங்களில் மெடிக்கல் ஷாப்புகளில் விற்கலாம் என படிப்படியாக அதன் மீதான தடையை விலக்கி வருகிறார்கள். அமெரிக்காவைத் தொடர்ந்து பல நாடுகளில், அதன் மீதான தடையை விலக்கியபடியும் வருகிறார்கள். இரண்டாம் உலகப் போருக்கு அடுத்து சிதறுண்ட மனங்கள் ஒன்று சேர்ந்து உருவான ஹிப்பிகள் கலாசாரம் பற்றி நீங்கள் நன்றாக அறிந்ததே. ஹிப்பிகளின் சிந்தனைக் கான முக்கியமான ஆதாரம் கஞ்சா உபயோகிப்பது. ஹிப்பிகளின் அரசுக்கு எதிரான சிந்தனைகளைக் கட்டுப்படுத்த அரசு எடுத்த ஆயுதம்தான் கஞ்சா மீதான தடை. ஆல்கஹால் மூளையை மழுங்கடிக்கிறது. கஞ்சா சிந்தனையைத் தூண்டுகிறது. அது பல நேரங்களில் வலி நிவாரணியாக இருக்கிறது. உங்களை வேறு ஒரு உலகத்தில் சஞ்சாரம் செய்ய வைக்கிறது. புற உலகில் இருந்து சில

மணி நேரங்கள் விலகி அக உலகிலேயோ அல்லது நீங்கள் சிந்தனை செய்கிற உலகிலேயோ உங்களை இருத்தி வைக்கிறது என்பதால், எப்போதும் சிந்தனைக்கு எதிராகச் செயல்படும் அரசு அதைத் தடை செய்ய விழைகிறது. அதனடிப்படையிலேயே அங்கு கஞ்சா தடை செய்யப்பட்டது என்பது ஒரு காரணம். கஞ்சாவிற்கு எதிராக பன்னாட்டு மருந்துக் கம்பெனிகள் ஒன்று திரண்டது இன்னொரு காரணம்.

அவ்வப்போது கஞ்சா புகைப்பது கேன்சரை வரவிடாமல் தடுக்கிறது, பல நேரங்களில் வலி நிவாரணியாகச் செயல்படுகிறது என்ற காரணங்கள் மருந்துக் கம்பெனிகளுக்கு உவப்பானதாக இருக்கப் போவதில்லைதானே? தங்களுடைய கேன்சருக்கான மருந்துகள் மற்றும் வலிநிவாரண மருந்துகளை எப்படி சந்தைப்படுத்துவது என்பதால், கம்பெனிகள் ஒன்று சேர்ந்து அழுத்தம் கொடுத்ததன் விளைவே அதன் மீதான தடை. அது அப்படியே இந்தியாவிலும் பிரதிபலித்தது. இந்தியாவைப் பொறுத்தவரை சிந்தனை பற்றிய பயமெல்லாம் கிடையாது. அப்படியே சிந்தித்தாலும், எதையும் இங்கு புடுங்கிவிட முடியாது என்பது அரசிற்கு நன்றாகவே தெரியும். ஏதோ காசி ஹரித்துவாரில் சாமியார்கள் அல்லது பைத்தியக்காரர்கள் புகைக்கும் ஒரு பொருள் என்பதாகவே புரிந்துகொள்ளப்பட்டதால், சிந்தனை என்கிற கோணத்தில் பயம் வரவில்லை. 1985ல் ராஜீவ்காந்தி பிரதமராக இருந்தபோது, அமெரிக்க மருந்துக் கம்பெனிகள் கொடுத்த அழுத்தத்தின் காரணமாக, அந்த ஆண்டு கஞ்சா விற்பதும் வாங்குவதும் குறிப்பிட்ட அளவிற்கு மேல் கையிருப்பாக வைத்திருப்பதும் தடை செய்யப்பட்டது. 90களுக்கு அப்புறம் குக்கிராமங்களில்கூட கேன்சர் பரவியதும், அதற்கான மருந்துகள் மற்றும் மருத்துவச் செலவுகள் பெருகியதும் உங்கள் அனைவருக்கும் தெரிந்த வரலாறு. இப்போது மெல்ல மெல்ல இதுபற்றியான புரிதல் உலகமெங்கிலும் வர ஆரம்பித்திருப்பதன் அடையாளமே இதன் மீதான படிப்படியான தடை விலக்கங்கள். உலகமெங்கிலும் இதை மருத்துவப் பயன் பாட்டிற்கு மட்டும் திறந்துவிடலாம் என்பதே அழுத்தமான வாதங்களாக முன்வைக்கப்படுகின்றன. உலகெங்கிலும் நோய்த் தணிப்பு மருத்துவத்திற்கும் (Palliative care) கேன்சருக்கு எதிரான மருத்துவத்திற்கும் கஞ்சா தாவரத்தைப் பயன்படுத்தலாம் என மாற்று மருத்துவச் சிந்தனையாளர்கள் பரிந்துரை செய்து கொண்டிருக் கிறார்கள். இந்தியாவிலும் அதன் எதிரொலி கேட்கும் நாள் அதிக தூரத்தில் இல்லை என்பது என்னுடைய புரிதல்.

அரசுதான் இதைத் தடை செய்திருக்கிறது. மக்கள் மத்தியில் அதிலும் குறிப்பாக விலையுயர்ந்த ஆல்கஹாலை வாங்கிக் குடிக்கமுடியாத அல்லது ஆல்கஹால் என்கிற விஷத்திற்கு எதிரான மனநிலை

கொண்டவர்கள் மத்தியில் கஞ்சா உபயோகத்திற்கான குரல் ஓங்கி ஒலிக்கதான் செய்கிறது. ஒருவேளைக்கு பயன்படுத்தும் ஒரு குவார்ட்டர் பிராந்தி பாட்டிலின் விலை சராசரியாக 150 ரூபாய். ஒருவார காலம் அல்லது ஒருமாத காலம் பயன்படுத்தும் கஞ்சா தாவரப் பொட்டலத்தின் விலையும் அதே 150 ரூபாய்தான் என்பதிலிருந்தே தெரியவில்லையா, இதை ஏன் ஆல்கஹால் லாபி தடைசெய்ய விரும்புகிறது என்பதன் பின்னணிக் காரணம். எனவேதான் எளிய மக்களின், ஒதுங்கி வாழ விரும்பும் மக்களின், சிந்தனை செய்ய விழையும் மக்களின் ஊக்கியாக கஞ்சா பயன்படுத்தப்படுகிறது. தமிழகத்தைப் பொறுத்தவரை தடை என்பது இன்னமும் தொடரதான் செய்கிறது. ஆனால் வட இந்தியாவைப் பொறுத்தவரை ராமராஜ்ஜியமே வந்தால்கூட இதைத் தடைசெய்ய முடியாது. மக்களின் அன்றாட வாழ்வில் நீக்கமற நிறைந்திருக்கும் சிவபானமாகவே இது கருதப்படுகிறது.

ஜம்மு காஷ்மீர், ஹிமாச்சல் பிரதேசங்களில் வீட்டின் வாசல் அருகிலேயே கொட்டி வளர்ந்து கிடக்கின்றன இந்தச் செடிகள். ஜம்மு காஷ்மீர் மற்றும் உத்தரப் பிரதேசத்தில் 'பாங்க் பக்கோடா' என்று பக்கோடா சுட்டுச் சாப்பிட்டுக் கொண்டிருக்கிறார்கள். வசந்தத்தை வரவேற்கும் ஹோலி பண்டிகையின்போது பெரியவர் முதல் சிறியவர், பெண்கள் என எல்லோரும் கலந்து கட்டிக் குடிக்கும் 'பாங்க் திரவம்' என்ன வெறும் முந்திரியைக் கடைந்தெடுத்தா தயாரிக்கிறார்கள்? கஞ்சா தாவரத்தின் பெண் இலைகளையும் பூக்களையும் பறித்து அதை வேப்பக் கொழுந்தை அரைப்பதுபோல் அரைத்து அதனுடன் பாலைச் சேர்த்துக் கலக்கி முந்திரி, பாதாம் இவற்றை அரைத்துக் கலந்து தயாரிக்கப்படுவதுதான் 'பாங்க்' என்பதைப் புரிந்து கொள்ளுங்கள். வட இந்தியாவின் எந்த மூலைக்குச் சென்று வேண்டுமானாலும் கேட்டுப் பாருங்கள். ஹோலி பண்டிகைக்கு அடுத்து பாங்க் பானம் கிடைக்கவே கிடைக்காது என்கிற உண்மை புரியவரும். வருடத்திற்கு ஒருமுறை மட்டுமே பயன்படுத்த வேண்டும் இதை என மக்கள் தெளிவாகவே புரிந்து வைத்திருக் கிறார்கள். சரி, இதைத் தொடர்ந்து பயன்படுத்தினால் என்னவாகும்? நரம்புத் தளர்ச்சி வரும். சிந்தனையில் குளறுபடிகள் வரலாம். உடலின் நரம்பு மண்டலச் செயல்பாடுகள் வெகுவாகப் பாதிக்கப்படும். மூளைக்குப் போகும் நரம்புகள் என்றாவது வெடிக்கும் அபாயம் இருக்கிறது. கடைசியாய் ஒரு முக்கியமான எச்சரிக்கை என்னவெனில், லௌகீக உலகில் இருந்து நீங்கள் அன்னியப்பட்டு துண்டிக்கப் பட்டுப் போவீர்கள். இறுதியாய்ச் சொல்ல வேண்டுமெனில், தொடர்ச்சியாக இதைப் பயன்படுத்தினால், ஒருநாள்

சின்னவயதிலேயே செத்துப் போவீர்கள். அப்புறம் ஜெயகாந்தன் மட்டும் 81 வயது வரை கஞ்சா புகைத்த பிறகும் எப்படி உயிர்வாழ்ந்தார் என நீங்கள் எதிர்க் கேள்வி கேட்கலாம்... அவர் உடல்வாகு அப்படி என்று எடுத்துக்கொள்ள வேண்டுமே தவிர, நானும் புகைக்கப்போகிறேன் என கிளம்பிவிடக்கூடாது. சிலருக்கு ஆல்கஹால் ஒத்துவரும். சிலரது உடம்பை நிக்கோடின் ஏற்றுக் கொல்லும் (வேண்டுமென்றேதான் கொல்லும் என எழுதியிருக்கிறேன்). அதுமாதிரி அவரவருக்கான அரிசியில் அவரவர்க்கான போதை வாசகம் எழுதப்பட்டிருக்கிறது என்பதைப் புரிந்துகொண்டு ஒதுங்கி நின்று கருத்துச் சொல்லிவிட்டு மட்டும் வேடிக்கை பாருங்கள். அது உங்களுக்கும் நல்லது. உங்களை போதையில் கொண்டுபோய்த் தள்ளினேன் என்கிற அவப்பெயரும் எனக்கு வராது என்கிற வகையில் எனக்கும் அது நல்லது. இது ஒருபக்கம் இருந்தாலும், புகழ்பெற்ற அந்த நிறுவனத்தின் மைசூர் பாகைக்கூட தினமும் பத்து என்கிற அளவில் நீங்கள் சாப்பிட்டுக் கொண்டிருந்தாலும் இப்படி ஒரு சின்னவயது மரணம் நிகழலாம் என்பதே வாழ்வில் மிகக் கொடூரமான நகைமுரண். எல்லா வகை போதைகளையும் தடைசெய்வேன் என எவராவது தடியெடுத்து வந்தால், அதை இருகரம் கூப்பி வரவேற்று தலையைக் கொடுக்கலாம். போதையில் உயர்ந்தது, தாழ்ந்தது, இழிவானது என்கிற கற்பிதங்களையும் எதிர்மறை சிந்தனைகளையும் தான் எதிர்க்க வேண்டியிருக்கிறது. இதைதான் அந்த வழக்கறிஞர் நண்பர் என் வழியாக உங்களிடம் சொல்ல நினைத்தார். சொல்லி விட்டேன். இதில் நண்பர் தனிப்பட்ட அனுபவம் என ஒன்றைச் சொன்னார். அது உண்மையா என்று தெரியவில்லை. காசியில் ஒருமுறை வட்டமாக சாதுக்கள் அமர்ந்து சிலும்பியில் கஞ்சா புகைத்துக் கொண்டிருந்தார்களாம். அவரும் அவர்களோடிருந்த நண்பர்களும் அமர்ந்து சிவபானத்தை நோக்கிக் கை நீட்டியிருக் கிறார்கள். அவர் அவர்களது சட்டையை விலக்கிக் காட்டச் சொன்னாராம். அங்கு பூணூல் இல்லை என்பதால், ஏதோ ஒரு ஓலத்தை ஒலித்து அவர்களை விரட்டியதாகச் சொன்னார். அவர்களைத் தவிர சுற்றி அமர்ந்து புகைத்துக் கொண்டிருந்தவர்கள் அத்தனைபேர் தோள்களிலும் பூணூல் மெல்லிய நரம்பைப்போல் ஒட்டிக் கொண்டிருந்தது என்றார். அத்தனையையும் அத்துப் போடதானே சொல்கிறது கோரக்கரின் மூலிகை?

# 26

## திருச்செந்தூரில் கடல் பார்த்தவர்களின் கதை!

**யோ**சித்து யோசித்துப் பார்க்கிறேன். சின்ன வயதில் ஊரில் இருக்கும்போது, புதன் கிழமை தவிர என்றாவது மீன் சாப்பிட்டிருக்கிறோமா? இல்லவே இல்லை. புதன் கிழமை என்றால் மீனுக்கு ஒதுக்கிவிட்டனர். கெளுத்தி, அயிரை, விரால் என எத்தனையோ வகை மீன் வகைகளைச் சொல்கிறீர்கள். ஆனால் ஒருகூட்டம் மீனை இரண்டாம் பட்சமாகக் கருதிதான் நடத்தி வந்திருக்கிறது. அதற்கு ஆட்டுக் கறி இருக்கவேண்டும் எப்போதும். இல்லாவிட்டால் வெடக் கோழி கொதிக்க வேண்டும் குழம்பில். தீபாவளியன்று அதிகாலைக் குளிரில் வெடவெடத்துக்கொண்டு பட்டாசு வாடையுடன் பெரியசாமி மட்டன் கடையில் அப்பாவின் கைபிடித்துக்கொண்டு காத்துக் கிடந்தது நினைவிற்கு வருகிறது. எங்களுக்கு மட்டுமல்ல. எங்களைச் சுற்றியிருப்பவர்கள் எல்லோருக்கும் மட்டன்தான் தீபாவளி. அதிகாலையில் ஆச்சி தாத்தா படத்திற்கு முன்பு இலைபரப்பி புதுத் துணி வைத்து இட்லிக்கு நடுவே கொழுப்போடுகூடிய மட்டன் குழம்பை ஊற்றுவார்கள். எண்ணெய் போட்டுக் குளித்த கண்கள் ஆவலாய் கொழுப்பைக் கொத்திக் கொண்டிருக்கும். மட்டன் வெறும் மட்டனல்ல. அது ஒரு தலைமுறையின் கௌரவம்.

எப்பவாவது விருந்தாடி வந்து அழுத்திக் கேட்டால் உடனடியாக விரால் மீனைக் கொண்டுவருவார்கள். எங்கள் வீட்டு அங்கணத்தில் அது ஒருதடவை துள்ளி ஓடியது. பிடிடா என்றார் மாமா. எகிறி எகிறிக்

குதிக்கிறது அது. பயந்து போய் பின்னால் ஓடிவந்து விட்டேன். அதை அப்படியே தரையில் அழுத்தி அதன் கெண்டை முடி துடிதுடிக்க அறுத்துப் போடுவார்கள். அப்படியும் வால் துடிக்கும். ஆனால் அந்த விரால் மீனின் சுவையை எங்கும் கண்டதில்லை. அதைதான் வாழ்நாள் சாதனையாக வைத்துத் தேடியும் கொண்டிருக்கிறேன். தஞ்சாவூரில் ஒருதடவை அந்த சுவைக்குப் பக்கத்தில் வருகிற மாதிரி ஒருவிரால் மீன் குழம்பு சாப்பிட்டேன். மற்றபடி பழைய ருசியைதான் இன்னமும் தேடுகிறது நாக்கு. இதெல்லாம்கூட எப்போதாவதுதான். மற்றபடி ஆட்டையே கட்டிக்கொண்டு அழுது கொண்டிருந்தோம். விட்டால் நாட்டுக் கோழி. நல்லெண்ணெய் ஊற்றி சூப் குடித்த காலமெல்லாம் மறந்தே போய்விட்டது. பெரும்பாலும் மீன் பக்கம் நகரவேயில்லை. உண்மையைச் சொன்னால் ரொம்ப சின்ன வயதில் மீன் என்றாலே பிடிக்காது. மீன் இறைச்சியை மட்டும் கையால் தொடுவதற்கு பயமாக இருக்கும். அந்தக் கண்களில் உயிர் இன்னமும் ஒட்டிக் கொண்டிருப்பதாகத் தோன்றும். சமைத்துத் தட்டில் வந்தால் மட்டுமே என்னுடைய பயம் போகும். கடைசியில் மீன் தொழிலை தான் பார்த்துக் கொண்டிருக்கிறேன். என்ன ஒரு விநோதம்! சின்ன வயதில் சித்தி வீட்டிற்கு தேனிக்குப் போனால்தான் எப்போது வேண்டுமானாலும் மீன் திங்கலாம். சாயந்திரம் ஒரு ஐந்து மணிக்கு தெருவோரங்களில் ஜிலேபி கெண்டை மீனை விற்றுக்கொண்டு வருவார்கள். ஜிலேபி என்றால் வட இந்தியர்கள் காலையில் காஃபிக்குத் தொட்டுக்கொண்டு சாப்பிடுவது என்று நினைத்து விடாதீர்கள்.

அசல் ஜிலேபி கெண்டை மீனைக் குழம்பு வைத்தால் எட்டூருக்கு மணக்கும். சாப்பிட்டு முடித்துவிட்டு கைகளில் ஜிலேபியின் மணத்தோடு சேர்த்து பிசுபிசுப்பாய் ஒட்டிக் கொண்டிருக்கும் குழம்பு வாடை. ஆறுகளும் குளங்களும் சூழ்ந்த வாழ்க்கை முறையில் இதெல்லாம் சாத்தியப்பட்டது. இன்னமும்கூட எங்கேனும் இப்படித் தூண்டிலிலோ சிறு வலைகளிலோ சிக்கிக் கொண்டிருக்கலாம் அவை. இல்லையென்று மறுக்கவே மாட்டேன். நீர் வழித் தடங்கள் இல்லாத எண்ணற்ற கிராமங்கள் நிறைந்ததுதான் தமிழகம் என்பதையும் புரிந்து கொள்ளுங்கள்.

எங்களூரான கோவில்பட்டியையே எடுத்துக் கொள்ளுங்கள். குறிஞ்சாண்குளம் கண்மாய், திட்டங்குளம் கண்மாய் எல்லாம் இருக்கிற வரை தூண்டில் போட்டு மீன் பிடித்தோம். அயிரை மீனை வடித்தெடுப்பார்கள் அங்கே. ஒருபடி மீன் என்று சொல்லி அளந்து விலைக்கு வாங்கிக்கொண்டு வருவோம். அயிரை மீனைப் பாலுக்குள் போட்டு மண்ணைக் கக்க வைத்து உப்புப் போட்டு அலசி கொதிக்கிற குழம்பிற்குள் போடுவார்கள். அப்படியும் மீன் துள்ளும். நெஞ்சுச் சளியை எடுப்பதற்கு அதைவிட அருமருந்து வேறெதுவும்

இல்லை என்று சொல்வார்கள். மண்பானையில் செய்த அயிரமீன் குழம்பைக் கொடுத்துவிட்டு வடிவேல் அண்ணனிடம் ஒரு முழுப்படத்திற்கும் தேதிகள் வாங்கிவிடலாம். ஆனால் இப்போதைய எங்கள் மீன் தேவை எல்லாம் கடல் சார்ந்தது.

தூத்துக்குடியில் இருந்து ஐஸ் வைத்து வரும் மீனைதான் எல்லோரும் சாப்பிட்டுக் கொண்டிருக்கிறார்கள். கண்மாய் விலக ஆரம்பித்ததில் இருந்து மீனை விட்டும் மெல்ல ஒருகூட்டம் விலகியதைப் பார்க்க முடிந்தது. சமீபத்தில்கூட சிற்றூரொன்றில் மீன் மார்க்கெட்டிற்கு பழைய ஞாபகம் காரணமாக ஒரு புதன் கிழமை அன்று சென்று பார்த்தேன். மீன் மார்க்கெட் என்றால் திரைப்படங்களில் காட்டுவதைப்போல நினைத்துக் கொள்ளாதீர்கள். தலைக்கு மேலே ஒரு நீல நிற ப்ளாஸ்டிக் படுதா, சுற்றிலும் ஆரஞ்சு நிற ஐஸ் பெட்டிகள், ஒரு மேஜையில் சின்னக் கத்தி அதை வெட்டுகிற கட்டையில் கிடக்கும். மேஜையில் அந்தப் பாறை மீனைத் தூக்கிப் போட்டதும் அதிர்ந்துவிட்டேன். ஒருமீன் கடை நடத்துகிறவனாகச் சொல்கிறேன். அது மனிதர்கள் உண்ணவே கூடாத தரத்தில் இருந்தது. அதையும் வந்து செவுளைத் தூக்கிப் பார்த்து சிவப்பாக இருக்கிறது என்று சொல்லி வாங்கிப் போகிற கூட்டம் இருக்கும்.

செவுளைப் பார்த்து மீன் வாங்கிவிட்டு அது நல்ல மீன் என்று மார்தட்டிக் கொள்வோம். உண்மையில் செவுள் பல நேரங்களில் ஏமாற்றிவிடும். மீனின் கண்ணைப் பாருங்கள். அது செத்த இரண்டு நாட்களுக்கு அப்புறம் அவை மெல்ல மங்கத் துவங்கும். மெல்ல அதன் ஒளி மங்கத் துவங்கும். எல்லா உயிரினங்களும் இறப்பதற்கு முன்பே தன் கண்களின் ஒளியை இழக்க ஆரம்பிக்கின்றன. வேட்டை யாடப் படுகிறவைகள் இறந்த பிறகு இழக்கத் துவங்குகின்றன. மனிதனும் விதிவிலக்கில்லை இதில். கண்தான் அகத்தைக் காட்டிக் கொடுக்கும். முற்றிலும் மங்கி மஞ்சள் படலம் கண்ணில் பரவியிருக் கிறதென்றால் சாப்பிடுகிற கண்டிஷனில் இல்லை என்று அர்த்தம். அப்படியான கண்டிஷனில் அங்கிருந்த அக்கா மீனைத் தூக்கி வைத்தார். நான் மீன் கடை வைத்திருப்பதைச் சங்கடத்துடன் விளக்கிச் சொன்னேன். அதே மாதிரி ஒரு சங்கடமான சிரிப்பொன்றை என்னை நோக்கி வீசிவிட்டு, ''என்ன பண்ணச் சொல்றீங்க... பெரும் பாலும் ஞாயித்துக் கிழமைதான் யாவாரம். அதுலயும் மட்டன் எடுக்கப் போயிர்றாங்க, இல்லாட்டி பிராய்லர் கோழி எடுத்துக்கறாங்க விலை கம்மியாருக்குன்னு. மீன் விக்கற விலையில இந்தப் பக்கமெல்லாம் வருவாங்களா? வெலையெல்லாம் பாக்காம டாக்டர் சாப்டச் சொன்னாங்கன்னு இத வாங்கற ஜனங்களும் இருக்கதான் செய்றாங்க'' என்றார்.

வெள்ளாட்டு வாலை வெட்டாமல் தொங்கவிட்டால்தான் மட்டன் வாங்குகிறார்கள். வாட்டி வைத்திருக்கிற நாட்டுக் கோழியின் கால்களை வெட்டக் கூடாது என்றெல்லாம் தரம் பார்க்கிறார்கள். மீனின் தரம் சம்பந்தப்பட்ட விஷயத்தில் மட்டும் ஏன் இப்படிக் கோட்டை விடுகிறார்கள்? இரண்டு காரணம்தான். இவர்களுக்கு இறைச்சி என்றால் மட்டனும் சிக்கனும்தான். அதனால் இவர்களுக்குப் பரிச்சயமில்லாத கடல் மீனைப் பற்றித் தெரியவில்லை. ஆற்று மீனை வகை வகையாய் பதம் பார்த்து விடுவார்கள். கடல் மீன் என்றால் தந்தியடித்துவிடும் மசாலா. கடல் புறத்தில் வாழ்பவர்களைப் பற்றி இங்கே நான் சொல்லவே இல்லை என்பதைப் புரிந்துகொள்ளுங்கள். திருச்செந்தூருக்கு மொட்டை போடப் போனால்தான் கடலையே பார்க்க முடியும் என்பவர்களைப் பற்றிச் சொல்கிறேன்.

கடலும் கடல் மீனும் இவர்களது வாழ்க்கையிலிருந்து விலகியிருந்த போது அவை வேறொருவருக்கு ஏற்றுமதியாகி விட்டன. ஒரு கூட்டம் வாங்க முடியாத விலைக்கு மீன் விலை எகிறிவிட்டது. கிட்டதட்ட எல்லா மீன்களும் ஏற்றுமதியாகின்றன. வெள்ளை வவ்வால் என்கிற மீனெல்லாம் எப்போதும் கிலோ ஆயிரம் ரூபாய்க்குதான் போகும். இதை எழுதிக் கொண்டிருக்கிற இன்றைய தேதியில், வஞ்சிரம் மீனின் சில்லறை விலை ஆயிரத்து எழுநூறு ரூபாய். ஒருகிலோவுக்கு அறுபது நிற்கிற மாதிரி அளவு கொண்ட இறாலின் விலை ஐந்நூறு ரூபாய். சாப்பிடவே முடியாத தரத்தில் அந்தக்கா தூக்கிப் போட்ட பாறை மீனின் விலையே கிலோ 350 ரூபாய். 280 ரூபாய்க்கு அந்தக்கா வாங்கியிருக்கும். யாரால் வாங்க முடியும் இந்த விலை கொடுத்து?

பழைய வகை நன்னீர் மீன்கள் எல்லாம் போயே போய்விட்டன. இப்போது நன்னீர் என்று சொல்லிக் கொண்டிருப்பவைகளில் எல்லாம் வளர்ப்பு மீன்கள்தான் அதிகமும் இருக்கின்றன. கட்லாவும் ரோகுவும் விளைந்து தள்ளுகின்றன. இங்கிருந்து டன் டன்னாக வட இந்திய மாநிலங்களுக்கு அவை ஏற்றுமதியாகின்றன. நூறு ரூபாய்க்குக் கிடைக்கும். ஆனால் தின்று முடிக்கும்போது 32 பற்களிலும் முற்கள் சிக்கிக் கொள்ளும். ஜிலேபி கெண்டை மாதிரியே ஒரு மீன் இருக்கிறது. அதற்கு திலேப்பியா என்று பெயர். கேரள கரீமீன் என்றெல்லாம் சொல்லி ஏமாற்றி விற்பார்கள். வளர்ப்பு மீன் இங்குள்ள பலருக்கும் செட்டாகவில்லை. அவர்கள் மெல்ல கடல் உணவுகளுக்கு நகர்ந்து வந்தபோது அது வாங்க முடியாத விலைத் தட்டிற்கு நகர்ந்துவிட்டது. அதன் பொருட்டும் அவர்கள் ஏற்கெனவே இருந்த இறைச்சியின் நிழலிலேயே தங்கிவிட்டனர்.

ஏன் விலை வானுக்கும் பூமிக்குமாய் எகிறுகிறது? சிந்தாதிரிப் பேட்டை தெரியும்தானே? புராதனமான எழும்பூர் ரயில் நிலையத்திற்கு எதிர்த்தாற்போல இருக்கிற கூவம் நதியின் கரையோரத்தில் இருக்கிறது அந்தப் பேட்டை. அந்தப் பேட்டையில் பல ஆண்டுகள் பழைமையான மீன் மார்க்கெட் இருக்கிறது. அங்கே ஒரு ஞாயிற்றுக் கிழமை போய்ப் பாருங்கள். ஜருஹண்டி பாலாஜி கருவறை தோற்றுப் போகும். கிறிஸ்துவ, இந்து, இஸ்லாமிய என எல்லா தரப்பு உடல்களும் ஒன்றோடு ஒன்று ஒட்டிக்கொண்டு கிடக்கும் அந்தச் சின்னச் சந்தில். வீரபாண்டி கௌமாரியம்மன் கோயிலில்தான் இப்படி என் வாழ்க்கையில் கூட்டத்தைப் பார்த்திருக்கிறேன். மல்லாக்கக் கிடத்தி நம் வயிற்றில் மாவிலை வைத்து விளக்கேற்றுகிற நேரத்தில் சனங்கள் வயிற்றைத் தாண்டிக்கொண்டு ஓடும். அப்படியொரு கூட்டம் இருக்கும் அக்கோயிலில். அதேமாதிரி எள் விழாத கூட்டத்தை சிந்தாதிரிப் பேட்டையில் பார்த்திருக்கிறேன். இந்தியாவில் மும்பைக்கு அடுத்தபடியாக இரண்டாவது பெரிய மீன் சந்தை. இந்தியாவின் பல இடங்களில் இருந்தும் மீன்கள் இங்கே குவிகின்றன.

இங்கிருந்தும் தூத்துக்குடியில் இருந்தும் உலகின் பல்வேறு இடங்களுக்கு மீன்கள் ஏற்றுமதியாகின்றன. உள்ளூர்த் தேவை, ஏற்றுமதித் தேவை எல்லாவற்றையும் கணக்கிட்டால் கைக்கும் வாய்க்குமாய்தான் நிலைமை போய்க் கொண்டிருக்கிறது. கூகிளில் தட்டினால், தமிழகத்தின் ஏற்றுமதி, இறக்குமதி சம்பந்தப்பட்ட புள்ளி விவரங்கள் எல்லாம் தன்னைப்போல கொட்டும். தமிழக மீன் வளத்துறை இணைய தளத்திற்குப் போனீர்கள் என்றால், கடல்புறங்களில் மீன்களை கைவிடப்பட்ட பெண்களுக்கு வியாபார நோக்கமில்லாமல் அள்ளிப் போடுவதைப்போல பையில் புள்ளி விவரங்களை அள்ளிப் போடுவார்கள். தமிழ்நாட்டுத் தேவையே தலைமேல் குவிந்திருக்கும் நிலையில், கேரளக்காரர்களும் இங்கே குவிந்திருக்கிறார்கள். அதிகாலை சுமார் மூன்று மணிக்கு காசிமேட்டில் சேட்டன்கள் கட்டன் சாயா குடித்துக் கொண்டிருக்கின்றனர்.

ஒரு விஷயம் தெரியுமா? தமிழ்நாடு, ஆந்திரா, கர்நாடகா என மூன்று மாநிலங்களில் தயாராகும் காய்கறிகளையும் பழங்களையும் தின்றே தீர்க்கிறவர்கள் கேரளக்காரர்கள்தான். இதை நல்ல அர்த்தத்தில் சொல்கிறேன். பழங்கள் சாப்பிடுவது, மீன் சாப்பிடுவது என உணவு விஷயத்தில் அவர்கள் ஒருபடி மேலேதான் இருக்கிறார்கள். மீன் உணவு இல்லாமல் அவர்களது வாழ்க்கை இல்லை என்று வரித்துக் கொண்டிருக்கிறார்கள். உணவில் பகட்டைக் காட்டும் சமூகமாக கேரளாவில் உள்ளவர்கள் வளர்ந்திருக்கிறார்கள்.

இப்படி கேரளாவின் அபரிமிதமான தேவையும் தமிழகத்தைச் சார்ந்தே இருக்கிறது. ஏற்றுமதி, இதுபோன்ற அத்தியாவசியத் தேவைகள் என்று வந்துவிட்டதால் விலை உச்சத்தில் இருக்கிறது. ஒருகொடுமையை இந்த இடத்தில் சொல்ல வேண்டும். மீனெல்லாம் ஒரு மேட்டரா என்று தமிழகத்தினர் கருதிக் கொண்டிருந்த நேரத்தில் மீன் விலை சல்லிசு. இப்போது டாக்டர்கள் ப்ரிஸ்க்ரிப்ஷனிலேயே மீன் சாப்பிடவும் என்று எழுதிக் கொடுத்து அனுப்புகிறார்கள். இடைப்பட்ட காலத்தில் ஆட்டிறைச்சியைத் தின்று கொழுத்துப் போய்விட்டது இந்தக் கூட்டம். இப்போது மெல்ல பின்னகர்ந்து வரவேண்டிய கட்டாயம் வந்துவிட்டது. ‘புதன் கிழமை மட்டுமே சாப்பிடுவோம்’ என்று சொல்லிக் கொண்டிருந்த கூட்டத்தில் பணம் படைத்த தரப்பு, ‘நெதமும் சாப்பிடலாம்’ என்கிற கட்டத்திற்கு நகர்ந்துவிட்டதையும் பார்க்க முடிகிறது.

எட்டு ஆண்டுகளுக்கு முன்பு சென்னை ராஜா அண்ணாமலைபுரத்தில் தினமும் திறந்திருக்கிற FISHIN கடை போட்டபோது, கிறுக்குப் பிடித்துவிட்டதா என்று எல்லோரும் கேட்டார்கள். இலவச ஹோம் டெலிவரி என்று சொன்னபோது சிந்தாதிரிப் பேட்டை மார்க் கெட்டிலேயே மூத்த வியாபாரி ஒருத்தர் ‘எதுக்கும் பாத்துப் பண்ணுங்க தம்பி’ என்றார். ஆனால் நடந்தது வேறு. எங்களது கடையில் திங்கள் முதல் ஞாயிறு வரை தினம்தோறும் மக்கள் ஆர்டர் பண்ணி மீன் வாங்குகிறார்கள். அவர்கள் இப்போது மெல்ல இறைச்சிகளின் பிடியில் இருந்து விலக ஆரம்பித்திருக்கிறார்கள். மீன் உணவுதான் சிறந்தது என்கிற புரிதலுக்கு அவர்களை வாழ்க்கை இழுத்துக்கொண்டு வந்துவிட்டது. பணம் படைத்த இந்தக் கூட்டத்திற்கு தோதாய்தான் விலைகளும் உச்சத்தில் இருக்கின்றன.

அப்புறம் இந்தக் கூட்டத்திற்கு இன்னொரு உண்மையும் தெரியும். மனிதன் ஆட்டை வளர்த்துவிட்டான். மாட்டை வளர்த்துவிட்டான். கோழியை வளர்த்துவிட்டான். பாம்பைக்கூட வளர்த்துவிட்டான். இன்னமும் இறால் உள்ளிட்ட ஒரு சில மீனைத் தவிர மற்றெதையும் வளர்க்க முடியவில்லை. பால்சுறா மீனை வளர்க்க முடியுமா என்று சொல்லுங்கள். இல்லை வஞ்சிர மீனைதான் வளர்க்க முடியுமா? மனிதன் கைபடாத பொருள்தான் சிறந்தது என்கிற உலகளாவிய பார்வை ஒன்று உருவாகிக் கொண்டிருக்கிறது என்பதையும் சொல்லியாக வேண்டியிருக்கிறது.

இந்தக் கூட்டம் சாப்பிடும் மீனை இன்னொரு கூட்டம் பார்த்திருக்கக் கூட செய்யாது. அரைக்கிலோ சைஸிற்கு மேலிருக்கும் வெள்ளை வவ்வாலை சைனீஸ் பாம்ஃப்ரெட் என்பார்கள். சீனப் புத்தாண்டுக்

கொண்டாட்டத்திற்கு இங்கிருந்து மற்றவகை மீன்களோடு சேர்த்து இதுவும் போகும். வெள்ளை நிறத்தின் மீது வெள்ளியை உருக்கி ஊற்றியதுபோல மினுமினுக்கும் வெள்ளை வவ்வால். உலகிலேயே மிருதுவான மீன் உணவு என்றால் அதைதான் நான் சொல்வேன். எலும்பை அப்படியே கடித்து மென்று தின்றுவிட முடியும். பணம் செலவழிக்கத் தயங்காத வீட்டுப் பிள்ளைகளுக்கு அதைச் சாதத்தில் போட்டு மசித்துக் கொடுப்பார்கள். லாப்ஸ்ட்டர் என்று ஒரு இறால் வகை இருக்கிறது. சிங்கி எறால் என இங்கு அதைப் பெருமையாகச் சொல்வார்கள். சிங்கி எறாலை விடுங்கள், நார்மல் இறால் மீனை எடைக்குப் போட்டால் ஒருகிலோவிற்கு நான்கு நிற்கிற மாதிரியெல்லாம் இறால் இருக்கிறது. பச்சை நண்டு கேள்விப்பட்டிருக்கிறீர்களா? கடலும் ஆறும் சேரும் முகத்துவாரத்தில் இருப்பவை அவை.

காலைக் கட்டிப் போட்டால்தான் சும்மா இருக்கும். இல்லாவிட்டால் விரல்களைத் துண்டாக்கிவிடும். அதைப் பச்சை நண்டு அல்லது கட்டு நண்டு என்று சொல்வார்கள். ஒரு நண்டின் சைஸ் ஒன்றரைக் கிலோ இருக்கும் என்றால் நம்பவா போகிறீர்கள்? அந்த நண்டின் கொடுக்குகள் இரண்டும் இருந்தால்தான் ஏற்றுமதித் தரம். ஒரு கொடுக்கு மட்டும் இருந்தால் விலக்கப்பட்ட உயிர். விலை போகாது வெளிநாட்டில். அப்படி எங்களுக்கு வேண்டாம் என்று ஒதுக்கிப் போடுகிற மீன்கள்தான் பெரும்பாலும் பணம் படைத்த கூட்டத்திற்கு வந்து சேர்கிறது என்பது என்னவிதமான முரண் என்று பாருங்கள். இப்படிதான் இந்தியத் தரம் என்றாலே இரண்டாம் பட்சம்தான். அது மீனிலும் விதிவிலக்கா என்ன? மேற்சொன்ன மீன்கள் எல்லாம் அதன் சைஸைப் பொறுத்து கிலோ ஐயாயிரம் ரூபாய்க்குக்கூட விற்பனையாகும். ஏழைகளுக்கு எப்போதும் எட்டாத கனிகள் இவை.

எது தரம் என்று சொல்லப்படுகிறதோ அவற்றையெல்லாம் வெளிநாட்டுக்காரர்கள் தங்கள் தட்டில் நிரப்பிக் கொண்டிருக் கிறார்கள். இரண்டாம் தரத்திற்கான சந்தையும் இங்கே விரிந்துவிட்டது. மூன்றாம் தரத்தினர்களான, இரண்டாவது கிரேட் நகரங்களான திருச்சி, மதுரை, கோவை போன்றவற்றில் வசிக்கும் மக்கள் உடல்நல விழிப்புணர்வு காரணமாக மெல்ல இப்போது மீன் உணவுப் பக்கம் நகர்ந்து கொண்டிருக்கின்றனர். இந்திய உள்நாட்டுச் சந்தைத் தட்டுப்பாடு காரணமாக, விலை அங்கும் எகிறியிருக்கிறது. கடைசித் தட்டில் உள்ள கிராமப்புறங்களில் உள்ளவர்களின் நிலையை யோசித்துப் பாருங்கள். வளர்ப்பு அணை மீன்களைத் தின்ன வேண்டும். இல்லா விட்டால் எல்லா இடங்களிலும் கழித்துப் போட்ட கடைசித் தர கண்கள் மங்கிய அந்தப் பாறை மீனை 350 ரூபாய் கொடுத்துச் சாப்பிட வேண்டும். ஏற்றுமதிக்குக் கொடுத்த விலை அது. அதைவிட

விநோதம் என்னவென்றால், இந்த மீனைதான் அவர்கள் வேண்டாம் என்று ஒருகாலத்தில் ஒதுக்கிக் கொண்டிருந்தார்கள். இப்போது தின்னே ஆகவேண்டிய கட்டாயம் வரும்போது அவர்களது கைக்குச் சிக்காமல் நழுவிவிட்டது விலாங்கு. சல்லிசாய்ப் பொறுக்கிக் கொண்டு வரும் கடல் வாளை மீனுக்குக்கூட வெளிநாட்டில் ரிப்பன் ஃபிஷ் என்று சொல்லி கிராக்கி வந்துவிட்டது. கடல் மீன் உணவின் நற்பலன்கள் குறித்த புரிதலுக்கு, கடல்புறம் நீங்கலான தமிழகம் வந்தபோது, அது அவர்கள் நுகர முடியாத உயரத்திற்குப் போய் விட்டது கடல்மீனின் விலை.

ஆற அமர அப்புறம் ஒரு க்ரீன் டீ குடித்துவிட்டு நான் சொல்வதை யோசித்துப் பாருங்கள். தமிழ்நாட்டை மட்டும் எடுத்துக் கொள்ளுங்கள். கடந்த பத்தாண்டுகளில் தங்கத்திற்கு நிகராய் விலை சடசடவென ஏறிய பொருள் என்னவாக இருக்கும்? மீனும்தான். நாங்கள் கடை திறந்தபோது வஞ்சிர மீனை கிலோ ஐந்நூறு ரூபாய்க்கு விற்றோம். எட்டு ஆண்டுகளில் அது ஆயிரத்து ஐந்நூறு ரூபாயாக எகிறியிருக்கிறது. மும்மடங்கு வேறு எந்தெந்தப் பொருள்களிலெல்லாம் ஏறியிருக்கிறது என்று சொல்லுங்கள்? தங்கத்திற்கு நிகராக விலை விஷயத்தில் ஆகி விட்டிருக்கிறது மீன். தங்கத்தைக்கூட தலைவைத்துப் புரண்டாலும் மனிதனால் உருவாக்க முடியாது. ஆழத்தில் இருந்து கிடைக்கும் எதுவும் மகத்துவமானது. அதில் மீனிற்கு முதலிடம் கொடுப்பேன் ஒரு ஐரோப்பியனைப்போல... ஒரு சீனனைப்போல ஒரு முழு மீனை மூலிகைகள் கலந்து வேக வைத்து அதன் முதுகுப் புறத்தில் இருந்து சாப்பிட்டுத் துவக்க வேண்டும் விருந்தை. மகத்துவம் தெரிந்தவர்கள் சந்தையில் ஆதிக்கம் செலுத்துவதைத் தவறென்றும் சொல்ல முடியாது. காலுக்குக் கீழே அது கிடந்தபோது அதற்கு மதிப்பில்லை. இப்போது குனிந்து தேடும்போது எட்டாத உயரத்தில் அமர்ந்து கெக்கெலி காட்டிச் சிரிக்கிறது.

# 27

## ஈகா சலூனில் காத்திருக்கும் வணிகக் கழுகுகள்!

இந்தியக் குடும்பங்களில், அதிலும் குறிப்பாகத் தமிழகக் குடும்பங்களில், குழந்தை பிறந்தவுடனேயே எந்தக் கோயிலுக்கு முதலில் முடியை இறக்கி வைப்பது என முடிவெடுத்து விடுவார்கள். சில நேரங்களில் பிறப்பதற்கு முன்பே நேர்த்திக்கடன்களை உருவாக்கி விடுவார்கள். என்னுடைய ஆச்சி மட்டும் எட்டு மொட்டைகளுக்கு நேர்த்திக்கடன் போட்டிருந்தது என்றால், பார்த்துக் கொள்ளுங்கள். பலநேரங்களில் மொட்டை போட்ட நிலையில்தான் பள்ளிப் புகைப்படங்களில் காட்சி அளிக்கவேண்டிய அவலத்தைக் கடந்து எங்களைப்போல பல பேர் வர வேண்டியிருந்தது. பெரும்பாலும் தங்களது குல தெய்வங்களுக்கு முடியை இறக்கி வைப்பதுதான் வேண்டுதலாகவும் இருக்கும். எனக்கு முதல் மொட்டை போட்டது பழனியில். அதுவரை எங்களுடைய குலசாமி யார் என்பது எங்களது குடும்பத்தினர் யாருக்கும் தெரியாது. மூன்று வயது வரை குலசாமி யார் என்பது தெரியாததால் சடைமுடியோடு அலைந்ததாகச் சொல்வார்கள். பக்கத்து வீட்டு பாத்திமா அக்கா துவங்கி எதிர்வீட்டு மகேஸ்வரி அக்கா வரை எனக்குச் சடைபோட்டு பூ வைத்து பெண் பிள்ளைகள் மாதிரி அலங்கரிப்பார்கள் என கேள்விப்பட்டிருக்கிறேன்.

பெரியவன் ஆனதும் அந்த அக்காக்கள் இந்தக் கதையைச் சொல்லும் போது வெட்கத்துடன் தர்மசங்கடமாகச் சிரித்துவிட்டுக்

கடந்துவிடுவேன். அப்புறம்தான் நூல் பிடித்து சிந்துபட்டி பெருமாள்தான் குலசாமி என கண்டுபிடித்தார்கள். எல்லோரும் அந்தக் காலத்தில் என்னுடைய குடும்பத்தினரை, 'குலசாமிகூட தெரியாம இருக்கீங்களே' என வறுத்தெடுத்ததால் அவசரத்திற்கு சிந்துபட்டி பெருமாளை அப்பாயின்ட் செய்துவிட்டார்களோ என்கிற ஐயம் இன்றளவும் எனக்கு இருக்கிறது. என்னுடைய நண்பர்களெல்லாம் பாண்டி முனி என்று ஜமாய்த்துக் கொண்டிருக்கும்போது எனக்கு மட்டும் பெருமாளா என முறுக்கிக் கொண்டெல்லாம் அலைந்திருக்கிறேன். சிந்துபட்டி பெருமாள் கோயில் அருகே கெடா வெட்ட மாட்டார்கள் என்பது இன்னொரு காரணமாகக்கூட இருக்கலாம். ஆனால் விடுவார்களா நம் மக்கள்? பக்கத்துத் தோப்பு ஒன்றை வாடகைக்குப் பிடித்து கெடாவெட்டு வைபோகத்தை முடித்து விட்டார்கள்.

தமிழ்க் குடும்பங்களைப் பொறுத்தவரை, முடி இறக்குவது என்பது வைபோகம்தான். அதிலும் தாய்மாமன் மடியில் வைத்து முடி இறக்காவிட்டால், குடும்பங்கள் சண்டையிட்டுப் பிரிந்து விடுவார்கள். குடும்பச் சண்டைகள், குடும்ப இணைதல்கள் எல்லாமும் முடி இறக்கும் வைபவத்தைச் சுட்டியே சில நேரங்களில் நினைவுகூரப்படும். 'இவனுக்கு ரெண்டாம் மொட்டை போட்டப்ப என்னோட அண்ணன் நல்லா இருந்தான். அதுக்கப்பறம் இவளுக்கு முதல் மொட்டை போடும்போது நொடிச்சுப் போயிட்டான்' என ஒருவனின் வளர்ச்சியையும் வீழ்ச்சியையும்கூட முடி இறக்குதல் வைபவத்தோடு முடிச்சுப் போட்டுப் பேசுவார்கள்.

தென் தமிழகத்தில் புளியங்குடி போன்ற ஊர்களில் உள்ள கிறிஸ்துவ தேவாலயத்தில் மொட்டை போடுவார்கள். வேளாங்கண்ணி மாதா ஆலயத்தில் நேர்த்திக்கடன் இருந்து மொட்டை போடுபவர்களை இப்போது போனாலும் பார்க்க முடியும். முடி இறக்குதல் என்பது தமிழ்க் குடும்பங்களைப் பொறுத்தவரை தவிர்க்க முடியாத சடங்கு. தமிழ்க் குடும்பங்களிலாவது தாய்மாமன் மடியில் அமர வைத்து கூர் தீட்டப்பட்ட கத்திகொண்டு பத்து நிமிடத்தில் சுத்தமாக வலியே இல்லாமல் வழித்து எடுத்து அனுப்பி விடுவார்கள். ஜெயின் சமூகத்தில் துறவு மேற்கொள்ளும்போது ஒவ்வொரு முடியாகப் பிடுங்குவார்கள் என்று கேள்விப்பட்டிருக்கிறேன். ஒரு முறை வேப்பேரியில் இப்படிப்பட்ட துறவு ஊர்வலம் ஒன்றைப் பார்த்தேன். இளம்பெண் ஒருவர் மொட்டையடித்த நிலையில் ஊர்வலம் போவதைப் பார்க்கையில் என்னவோ செய்தது. ஆனாலும் அதை மதித்தாக வேண்டும். கேன்சர் நோயாளிகளுக்காக சென்னைக் கல்லூரிப் பெண்கள் முழு மொட்டையடித்து முடியைத் தானம் செய்த

காட்சிகளைப் பார்க்கும்போது இது பெரிய விஷயமாகவும் தோன்றவில்லை. அவரவர்களுக்கு அவரவர்களுக்கான நம்பிக்கைகள்.

வேண்டுதலுக்கு மட்டுமல்ல, வீட்டு உறுப்பினர்கள் இறந்தாலும் முடி இறக்குவது என்பது கட்டாயம் என்பது சொல்லித் தெரிய வேண்டியதில்லை. தாய்க்குத் தலைமகன் மொட்டை. தந்தைக்கு இளைய மொட்டை. என்னுடைய விளையாட்டு விடுதி வாழ்க்கையின்போது, எங்களுடைய வார்டன் வாகன விபத்தொன்றில் அகாலமாக மரணமடைந்தார். சென்னையில் இருந்து அவருடைய பையன் கொள்ளி போட வந்திருந்தார். அவர் கடைசிவரை மொட்டை போட மறுத்துவிட்டதை எல்லோரும் கதை கதையாய்ப் பேசினார்கள். சிலர் தண்ணியடித்துவிட்டு ஏசினார்கள். அதையெல்லாம் அவர் காதிலேயே போட்டுக் கொள்ளவில்லை. சிம்பிளாகச் சொல்லி விட்டார். "எனக்கு ஆஸ்திரேலியாவில் ஒரு கான்ஃபரன்ஸ் இருக்கிறது. பேப்பர் சப்மிட் செய்கிறேன். ஸோ ஐ கான்ட் டூ திஸ்." அதற்கடுத்து யாரும் ஒரு வார்த்தை பேசவில்லை. இப்போதெல்லாம் வெறும் மீசையை மட்டும் எடுத்தால் போதும் என சொல்ல ஆரம்பித்து விட்டார்கள் என நண்பன் ஒருவன் சொன்னான்.

முடி இறக்குதல் மட்டுமல்ல, மாதாமாதம் முடிவெட்டுவதும்கூட ஒரு சடங்குதான். 'ஒட்ட வெட்டி விட்டுருங்க அண்ணாச்சி' என வீட்டில் ஈகா சலூன் அண்ணனிடம் தலையை ஒப்படைத்து விடுவார்கள். பள்ளியில் பையன்கள் கிண்டல் பண்றாங்கண்ணே என அவரிடம் சொன்னால், 'பிடறியில தண்ணி நின்னா என்னாகும்' என இழுத்துப் பிடித்து ஒட்ட அடித்துவிடுவார். வெறுப்பாக இருக்கும். இப்போதும் ஈகா சலூன் அண்ணன் எங்களுடைய இளைய தலைமுறையிடம் இதையே சொல்லி அழிச்சாட்டியம் செய்து கொண்டிருக்கிறார். வெறும் முடி என்று சொல்லி இந்தக் கதைகளைக் கடந்து போக முடியாது. இது வெறும் முடியல்ல. இதன் அடிமுடி தேடினால் பல ஆச்சரியங்கள் புதைந்து கிடக்கின்றன.

சூப்பில் முடி கிடந்ததற்காக ஒரு ஹோட்டலையே மூடிய கதை யெல்லாம் உலகில் இருக்கின்றன. ஆனால் நம்மைப் பொறுத்தவரை சோற்றில் முடி இருந்தால் உறவு வளரும் என்பார்கள். இப்படியான முடிக் கதைகள் ஏதோ இந்தியாவிற்கும் குறிப்பாக தமிழகத்திற்கும் மட்டும் சொந்தமானதில்லை. உலகம் முழுக்க இது சம்பந்தமான நம்பிக்கைகள் கொட்டிக் கிடக்கின்றன. இந்த வெறும் முடி என்பது இன்றைக்கு உலகளாவிய சந்தையாகவும் வளர்ந்து நிற்கிறது. தங்கத்திற்கு நிகராக தலைமுடி வியாபாரமும் உலகம் முழுக்க ஒரு சில நூற்றாண்டுகளுக்கு முன்பிருந்தே நடந்துகொண்டிருக்கிறது.

புத்தரின் ஒற்றை முடியொன்று யாங்கூனில் உள்ள தங்க பக்கோடா ஒன்றில் இன்னமும் வைத்துப் பாதுகாக்கப்படுகிறது. தங்களது குடும்ப உறுப்பினர்கள் இறந்தால் அவர்களது தலைமுடியை எடுத்து நகைகளில் பொதித்து விக்டோரியன்ஸ் அணிந்து கொள்வார்களாம்.

பத்தொன்பதாம் நூற்றாண்டில் இங்கிலாந்தில் உள்ள சிறைக் கைதிகள் மற்றும் மருத்துவமனைகளில் இருந்த நோயாளிகளிடம் இருந்து தலைமுடி மொத்தமாக வழிக்கப்பட்டு விற்கப் பட்டிருக்கிறது. அந்தத் தொகை சிறையின் மற்றும் மருத்துவமனை யின் நிர்வாகச் செலவுகளுக்குப் பயன்படுத்தப்பட்டிருக்கிறது. 1900களில் ஒவ்வொரு ஆண்டும் சுமார் 15000 அகதிகள் தங்களது தலைமுடியை விற்று அதில் கிடைத்த தொகையைக்கொண்டு நியூயார்க் நகரத்தில் நுழைந்ததாக ஒரு குறிப்பொன்றைப் படித்தேன். குறிப்பாக கறுப்பான முடிகளுக்கு அப்போதிருந்து கிராக்கி அதிகம். ‘Black hair is rich political symbolism’ ஆகவும் இருந்ததாகப் படித்தேன். பொதுவாகவே அப்போதிருந்து இந்திய முடிகளுக்கு உலக அரங்கில் மதிப்பு இருந்ததாகவே தெரிகிறது. 2004 ல் ஜெருசலேமைச் சேர்ந்த ரஃபீ ஒருத்தர் யூதப் பெண்கள் இந்திய முடிகளை ‘விக்’காக அணிவதைத் தவிர்க்கவேண்டும் என அறைகூவல் விடுத்திருக்கிறார். அதனடிப்படையில் மொத்தமாகப் போட்டு எரிக்கவெல்லாம் செய்திருக்கிறார்கள். இந்த மாதிரியான எதிர்ப்புகளைச் சரிக்கட்ட அங்குள்ள வியாபாரிகள் இந்திய முடியால் தயாரிக்கப்பட்ட விக்குகளை ஐரோப்பிய மற்றும் உக்கிரேனிய முடிகள் என்று பொய் சொல்லியெல்லாம் விற்றிருக்கிறார்கள். எதற்காக இந்தப் புள்ளி விவரங்களைச் சொல்கிறேன் என்றால், ஏற்கெனவே சொன்ன மாதிரி அடி முடி தேடினால் ஆண்டாண்டு களாக இந்திய முடி பல்வேறு தேசங்கள் வழியாகப் பறந்திருக்கிறது என்பதைச் சொல்வதற்காகதான்.

இப்போதும் அதே நிலைதான் நீடிக்கிறது. உலக முடி சந்தையில் இந்திய ஏற்றுமதி கொடிகட்டிப் பறக்கிறது. வழக்கம்போல இந்தத் துறையிலும் சீனாதான் ஆதிக்கம் செலுத்துகிறது என்றாலும், மவுசு என்று வரும்போது இந்திய முடிகள்தான் முந்திக் கொள்கின்றன. அமெரிக்கா, இலண்டன், ஃப்ரான்ஸ், பிரேசில், கனடா, தென் ஆப்பிரிக்கா, ஸ்பெயின், சீனா போன்ற நாடுகள் இந்திய முடித் தயாரிப்புகளைப் போட்டி போட்டுக் கொண்டு வாங்குகின்றன. சீன முடிகள் கொஞ்சம் கடினமானதாக இருப்பதால் சர்வதேச மாடல்கள் இந்திய முடியையே விரும்புவதாக இந்தத் துறையில் இருப்பவர்கள் சொல்கிறார்கள். என்னுடைய சீனத் தோழி ஒருத்தி பார்க்கும் போதெல்லாம் இந்தியர்களின் முடியைப் பற்றி புகழ்ந்துகொண்டே

இருப்பாள். நெற்றியில் சுருண்டு விழும் நீள முடி அழகு என அவள் பாடிக் காட்டியிருந்தாலும் ஆச்சரியப்படுவதற்கில்லை. ஆனால் அந்த நெற்றி முடி கச்சிதமாகத் தயாரிக்கப்பட்ட விக் என்பது அவளுக்குத் தெரியுமா என்பதுதான் தெரியவில்லை. ''இந்தியர்கள் பாரம்பரியப்படி, இயற்கையான பொருள்களைக்கொண்டு முடியின் அடர்த்தி, நீளம், அழகு ஆகியவற்றைப் பராமரிப்பதால் சீன முடியை விட இந்திய முடிகளுக்குதான் டிமாண்ட்'' என்கிறார் அலிபாபா டாட் காமின் இந்திய மேனேஜரான சந்தீப் தேஷ்பாண்டே. உலகச் சந்தையை ஒப்பிடுகையில் கடந்த வருடத்தில் மட்டும் 42 சதவிகித விசாரணைகள் இந்திய முடித் தயாரிப்புகளுக்கு வந்திருப்பதாகச் சொல்கிறார் அவர். கூடவே இன்னொரு காரணத்தையும் இணைத்துச் சொல்கிறார் அவர். பாலிவுட் சினிமாவின் தாக்கம் இப்போது உலகளவில் பெருகிவிட்டதால், இந்தியப் பெண்களின் முடிகளைப் போல வைத்துக்கொள்ள வேண்டுமென்கிற மையலில் மேற்குலகம் அலைவதாகச் சொல்கிறார். தவிர இப்போதிருக்கிற மாடலிங் உலக ட்ரெண்டிற்குத் தகுந்த மாதிரியான விக்குகளைத் தயாரிப்பதற்கு சீன முடிகளைப் பயன்படுத்த முடியாது என்பதும் இன்னொரு காரணம் என்கின்றனர்.

டிராகன் பழத்தில் துருத்திக் கொண்டிருக்கும் முட்கள்போல அடங்கா காளைகள்போல சீனர்களின் முடி நின்று கொண்டிருப்பதைப் பார்த்தால் இதை உண்மையென்று ஒத்துக்கொள்வீர்கள். இத்தனைக்கும் வியட்நாம் மற்றும் சீன முடித் தயாரிப்புகள் இந்திய விலையை விட நாற்பது சதவிகிதம் குறைவான விலையில் கிடைக்கின்றன. என்றாலும் தரம் என்கிற அடிப்படையில் இந்திய முடித் தயாரிப்புகளே இந்தச் சந்தையில் முந்துகின்றன.

முடிகள் வெறும் விக் தயாரிப்பதற்காக மட்டும் பயன்படுத்தப் படுவதில்லை. கேன்சர் நோயாளிகளுக்கான விக்குகள், பெண்களுக் கான எக்ஸ்டென்ஷன்கள், உரத் தயாரிப்பு, வலுவான கயிறுகள் தயாரிப்பு, அமினோ ஆசிட் தயாரிப்பு போன்ற காரணங்களுக்காகவும் பயன்படுத்தப்படுவதாகச் சொல்கிறார்கள். குறிப்பாக சீனர்கள் விரும்பிப் பயன்படுத்தும் சோயா சாஸ் போன்ற உணவுப் பொருட்களில் தலைமுடியிலிருந்து எடுக்கப்படும் சேர்மானங்கள் சேர்க்கப்படுவதாகவும் ஒரு குற்றச்சாட்டு ஓடிக் கொண்டிருக்கிறது. இதனால் கேன்சர் பாதிப்புகள் வரலாம் என மருத்துவர்கள் எச்சரிக்கை விடுக்கின்றனர். ஆனால் இந்தக் குற்றச்சாட்டு இன்னமும் நிரூபிக்கப்படவில்லை என்பதும் முக்கியமானது.

இந்தியளவில் முடி சார்ந்த தயாரிப்புகளுக்கான சந்தை இன்றைய நிலையில் சுமார் மூன்றாயிரம் கோடி ரூபாயாக இருக்கிறது. அடுத்த

ஐந்து ஆண்டுகளில் ஏழாயிரம் கோடி ரூபாயாக இந்தச் சந்தை விரிவுபடும் என்று மதிப்பிடப்பட்டிருக்கிறது. இந்தத் துறையில் சீனா 5 பில்லியன் டாலரோடு முதல் இடத்தைத் தக்கவைத்திருக்கிறது. ஆனால் சீனத் தயாரிப்புகளில் இந்திய முடி கலந்திருப்பதை இந்தத் துறை சார்ந்தவர்கள் உறுதி செய்கிறார்கள். இந்தியாவில் உள்ள கிராமங்களில் இருந்து திரட்டப்படும் முடிகள் சட்டவிரோதமாக மியான்மார் கொண்டுசெல்லப்பட்டு, அங்கு முதல் கட்ட தரமேற்றும் பணிகளை முடித்தபிறகு சீனாவிற்குக் கொண்டுசெல்லப்படுகின்றன என்கிறார்கள். குறிப்பாக நாளொன்றிற்கு சுமார் ஒன்றரை கோடி ரூபாய் மதிப்பிலான இந்திய முடிகள் கள்ளத்தனமாக சீனாவிற்குள் நுழைவதாக இந்தத் துறை சார்ந்தவர்கள் சொல்கிறார்கள். முடிதானே என்று விட்டுவிடமுடியாது. ஏனெனில் அது தங்கத்திற்கு இணையானது. உதாரணமாக முடி வியாபாரத்தில் முதல் க்ரேடாகக் கருதப்படும் ரெமி வகை முடிகளின் விலை கிலோ சுமார் 24000 ரூபாய். நீளமும் தரமும் பிரதானம் இதில். சலூன்கள் மற்றும் கிராமப் புறங்களில் கிடைக்கும் உதிரி முடிகள் கிலோ தோராயமாக 3500 ரூபாய்க்கு விற்கப்படுகின்றன. இந்தியாவில் இருந்து ஏற்றுமதி செய்வதில் ரெமி முடிகளின் பங்கு வெறும் 15 சதவிகிதம் மட்டுமே என்பது குறிப்பிடத்தக்கது.

இந்திய முடிகள் சார்ந்த பொருட்களின் தயாரிப்பு சந்தையில் சென்னை முதலிடத்தை வகிக்கிறது. சுமார் ஆயிரம் கோடி ரூபாய் வணிகம் சென்னையைச் சார்ந்து மட்டுமே இந்தத் தொழிலில் நடக்கிறது. ஆந்திரப் பிரதேச மாநிலமும் இந்தத் துறையில் முக்கிய மான இடத்தை வகிக்கிறது. திருப்பதி கோயிலை வைத்துக்கொண்டு முக்கியமான இடத்தை வகிக்காமல் இருந்தால்தான் ஆச்சரியம். திருப்பதியில் மட்டும் தோராயமாக ஒருநாளைக்கு ஐம்பதாயிரம் பேர் முடி இறக்குகிறார்களாம். 650 ஆண் தொழிலாளர்கள் 65 பெண் தொழிலாளர்கள் இந்தப் பணியில் இருக்கிறார்கள். கூட்டம் அதிகமாக இருக்கும் நாட்களில் மேலும் 100 பணியாளர்களை வைத்துக்கொள்ள முடியும். சராசரியாக ஒரு தொழிலாளி ஒரு மணி நேரத்தில் அறுபது பேருக்கு முடி இறக்குவாராம். சராசரி மாத வருமானம் அந்தத் தொழிலாளிகளுக்கு உபரி வருமானத்தை யெல்லாம் சேர்த்து 25000 ரூபாய். நடிகர் சிரஞ்சீவி திருப்பதில் முடி இறக்கியபோது, அவருக்கு அந்தப் பணியைச் செய்த தொழிலாளிக்கு ஒரு லட்சம் ரூபாய் டிப்ஸ் கொடுத்தாராம். இருக்கிறவர் கொடுக்கிறார் என்பதால் இதைப் பெரிய விஷயமாக எடுத்துக்கொள்ளத் தேவையில்லை. ஒரு சுவாரசியத்திற்காக மட்டுமே இதைச் சொல்கிறேன்.

திருப்பதி மட்டும் என்றில்லை. தென் இந்தியாவில் உள்ள பல கோயில்களில் முடி இறக்கும் வைபவம் ஆண்டாண்டு காலமாக ஒரு வேள்வி மாதிரி நடத்தப்பட்டு வருகிறது. ஒரு திருவிழா நாளன்று இருக்கன்குடி கோயிலுக்குப் போனால் ஒரு லாரி நிறைய அள்ளிக் கொண்டு வரலாம். தமிழ்நாட்டுக் கோயில்கள் பல முடியிறக்கும் கேந்திரங்கள் என்று துணிந்து சொல்லலாம். எனவேதான் சென்னை இந்தத் தொழிலின் முக்கியமான கேந்திரமாக மாறியிருக்கிறது. சர்வதேச மாடல்களுக்கான விக்குகள் சென்னையில் தயாரிக்கப்பட்டு ஏற்றுமதி செய்யப்படுகின்றன. மனம் கவர்ந்த திரை நட்சத்திரங்களுக்கான சிறப்பு விக்குகள் உலகத் தரத்தில் இங்கேயே கிடைக்கின்றன. தவிர அருவியில் குளித்தால்கூட முடி பறந்து போகாது என வழுக்கை ஆண்களைக் குறிவைத்து விளம்பரங்கள் வருவதைப் பார்க்கையில் சந்தோஷமாக இருக்கிறது. இன்றைய தேதியில் இந்தியாவில் கொடி கட்டிப் பறக்கும் வியாபாரம் வழுக்கை வந்த தலையில் முடியை நட்டுக் கொடுக்கிற வியாபாரம்தான். விக்குகள் மட்டுமல்லாமல் பல்வேறு வகையான முடிசார்ந்த தயாரிப்புகள் ஐரோப்பிய மற்றும் பிற தேசச் சந்தைகளுக்கு இங்கிருந்து செல்கின்றன. ''90களில் பாலிவுட் மற்றும் கோலிவுட் நடிக நடிகைகளுக்கான விக் 2000 ரூபாயில் இருந்து 3000 ரூபாய் வரை விற்கப்பட்டது. இப்போது பெண்களின் விக் விலை சுமார் முப்பதாயிரம் ரூபாய். ஆண்களின் விக் சுமார் பத்தாயிரம் ரூபாய்'' என்கிறார் இந்தத் துறையில் இருக்கும் ஒருவர்.

பொதுவாக இந்தியாவில் கோயில்களின் வழியாக, சலூன்களின் வழியாக, கிராமப்புறங்களின் வழியாக இந்த முடிகள் சேகரிக்கப் படுகின்றன. கோயில்களில் முறையான டெண்டர் விடப்பட்டு விற்கப்படும் முடிகளுக்குதான் கிராக்கி. அங்குதான் எக்ஸ்டென்ஷன் தயாரிப்பதற்கு, நம்மூர் மொழியில் சொல்வதென்றால் சவுரி முடி செய்வதற்குத் தோதான நீளமான முடிகள் கிடைக்கும். எனவேதான் அவை அதிக விலைக்குப் போகின்றன. சலூன் கடைகள் வழியாகத் திரளும் முடிகளும் கிராமப்புற மரத்தடி சலூன்கள் வழியாகத் திரட்டப்படும் முடிகளும் இரண்டாம்பட்சமாகவும் கருதப்படுகிறது.

தமிழகத்தில் இன்றைக்கு பல்வேறு பிராண்டட் நிறுவனங்கள் அழகுக் கலைத் தொழிலில் அடியெடுத்து வைத்திருக்கின்றன. இவை பெண்களின் முடியை கட் செய்வது குறித்து அதிகமும் விளம்பரப் படுத்துவதை இந்த வணிகத்தோடு முடிச்சுப் போட்டுப் பார்ப்பேன் என நீங்கள் முடிவெடுத்துவிட்டால், அதைத் தடுக்கப் போவதில்லை. ஏனெனில் அதில் உண்மையும் இருக்கிறது. சென்னை போன்ற நகர சலூன்களில் திரட்டப்படும் முடிக்கு முறையான பணம் கிடைத்து விடுவதாகதான் இந்தத் தொழிலில் இருப்பவர்கள் சொல்கிறார்கள்.

அதே சமயம் எங்களுக்குக் குறைவான தொகையைத் தருகிறார்கள் என குற்றம் சாட்டுபவர்களும் இருக்கிறார்கள். பெரும் கோடிகள் புரளும் இந்தத் தொழிலில் மரத்தடி சலூன்காரர்களின் கண்ணில் மண் தூவப்படுகிறது என்பதுதான் நிஜம். அவர்களும் முடிதானே என்று நினைத்து இதற்குப் பின்னால் உள்ள பொருளாதாரத்தை அறியாமல் இருக்கிறார்கள்.

பெரிய பெரிய பிராண்டட் நிறுவனங்கள் இந்த வணிகத்தையும் குறிவைத்து இப்போது களத்தில் இறங்கியிருக்கின்றன. இன்றைய நவீன உலகில் எதுவுமே விலை போகாதது அல்ல. எதற்கும் விலை உண்டு. இதுவரை வெறும் முடிதானே என்று கருதியதற்கும் விலை உண்டு. அதைதான் எல்லா புள்ளி விவரங்களும் உணர்த்துகின்றன. இந்தத் தொழில் முறைப்படுத்தப்படுகிற பட்சத்தில் இந்தத் தொழிலில் ஈடுபடும் லட்சக்கணக்கான தொழிலாளர்களுக்குக் கூடுதல் வருவாய் கிடைக்க ஏதுவாக இருக்கும். பூதக்கண்ணாடி மாட்டிக் கொண்டு எதிர்மறையான விஷயங்களை மட்டுமே பார்க்கத் தேவையில்லை. இதுபோலான நேர்மறையான விஷயங்களையும் பார்க்கலாம். இனி முடிவெட்டும்போதோ முடி இறக்கும்போதோ காலரைத் தூக்கிவிட்டுக் கொள்ளுங்கள். மடியில் உதிர்ந்து விழும் முடியின் விலை கிலோ 24000 ரூபாய். ஊருக்குதான் உபதேசம் எல்லாம். ஆச்சி போட்ட நேர்த்திக்கடனில் மூன்றுதான் முடிந்திருக் கிறது. இன்னும் ஐந்து பாக்கியிருக்கிறது. என் வாழ்நாளில் அதை முடித்துவிடுவேன் என்கிற நம்பிக்கையில்தான் நெற்றியில் சுருண்டு விழும் அந்த நீள முடி காத்துக் கிடக்கிறது. ஒருவேளை விக் வைக்க வேண்டிய தேவை அதற்குள் வந்துவிட்டால், நேரடியாகக் கோயிலுக்குப் போய் விக்கைக் கழற்றிப் போட்டுவிட்டு வந்து விடலாம். ஏனெனில் அது அங்கிருந்துதானே தயாராகிறது?